D1680359

ச்சூ காக்கா

ச்சூ காக்கா

பிரபு தர்மராஜ்

எதிர்
வெளியீடு

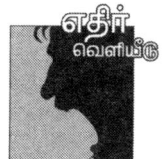

ச்சூ காக்கா
பிரபு தர்மராஜ்

முதல் பதிப்பு: ஜனவரி 2023

எதிர் வெளியீடு,
96, நியூ ஸ்கீம் ரோடு, பொள்ளாச்சி – 642 002
தொலைபேசி: 98948 75084, 99425 11302

விலை: ரூ. 250

Choo Kaakkaa
Prabhu Dharmaraj

Copyright © Prabhu Dharmaraj
First Edition: January 2023

Published by
Ethir Veliyeedu, 96, New Scheme Road, Pollachi – 2
email: ethirveliyedu@gmail.com
www.ethirveliyeedu.com

ISBN: 978-93-90811-65-6
Cover Design: Roy Kannthali
Printed at Jothy Enterprises, Chennai.

All rights reserved. No part of this book may be reprinted or reproduced or utilised in any form or by any electronic, mechanical or other means, now known or hereafter invented, including Photocopying and recording, or in any information storage or retrieval system, without permission in writing from the Publisher.

அணிந்துரை

*'அங்கதம் தானே அரில்தபத் தெரியிற்
செம்பொருள் கரந்த தெனவிரு வகைத்தே'*
- தொல்காப்பியம்

சமுதாயத்தில் புனிதமாக கட்டமைக்கப் பட்டவைகளையோ, பொதுவெளியில் பேசத் தயங்குபவைகளையோ பேசுபொருளாக எடுத்துக் கொண்டு அதை நேரடியாகவோ மறைமுகமாகவோ நகைமுரணுடன் இழித்துரைத்து அதற்கானத் தீர்வை முன்வைப்பதே 'அங்கதம்'. விரும்பத்தகாத ஒன்றை பகடி செய்து அதே நேரத்தில் அதன் விளைவுகளை உணர வைத்து இடித்துரைக்கும் ஓர் இலக்கிய வடிவம்.

தமிழிலக்கியத்தின் அனைத்துக் காலகட்டங்களிலும் அங்கதத்திற்கான பெரும் பஞ்சம் நிலவிக் கொண்டே தான் இருந்து வந்திருக்கிறது. சமகாலத்தில் அதைத் தீர்த்து வைத்து அந்த வெற்றிடத்தை நிரப்பிக் கொண்டிருப்பவர் எழுத்தாளர் பிரபு தர்மராஜ். இவருடைய 'அரேபியாவுக்குப் போன தீக்கொளுத்தி ஆவரான்', 'ஆதிகுடிமக்களும் ஆல்கஹாலும்', 'கசவாளி காவியம்' அனைத்தும் ஒரே மூச்சில் வாசித்து விட்டு மூச்சு விடாமல் சிரித்துக் கொண்டிருந்தேன்.

ஒருவர் சிறந்த செறிவான எழுத்தைப் படைக்கும் திறனை ஒன்று அவருடைய பரந்த வாசிப்பால் பெறலாம், இன்னொன்று சக மனிதர்களை உணர்வால் அறிந்து வாசிப்பதால் பெறலாம். பிரபு தர்மராஜின் எழுத்தைப் பார்த்தாலே தெரியும், அவர் இதில் இரண்டாம் வகையென. இந்த 'ச்சூ.. காக்கா' தொகுப்பில் இருக்கும் ஒவ்வொரு சிறுகதையிலும் தினமும் நாம் புழங்கும் வாத்தியார், மீன்காரர், மாமன் பொண்ணு, குடிகாரன் என ஒவ்வொருவரும் முதன்மைக் கதாபாத்திரங்கள்.

நூலாசிரியர் ஒவ்வொரு கதாபாத்திரத்துடன் பயணித்து அதை வாசிப்போருக்கு சுவாரசியமாக தன்னுடைய நாகர்கோவில்

வட்டார வழக்கில் திகட்டத் திகட்ட நகைச்சுவையுடன் அளித்து வாசிப்போரை வசியப்படுத்தி விடுகிறார். மேலோட்டமாக பார்த்தால் ஏதோ அவல நகைச்சுவை கதைகள் போல் தான் தெரியும், ஆனால் போகிற போக்கில் ஜாதி, மதம், சம்பிரதாயம், சாங்கியம், சொந்தம், மொழி, இனம் என இங்கு புனிதப்படுத்தி வைத்துள்ள எதையும் ஒன்று விடாமல் அடித்து நொறுக்கியுள்ளார்.

'இலக்கிய கூட்டங்களுக்கு சென்றால் யார் என்ன நகைச்சுவையை சொன்னாலும் சிரிக்கக் கூடாது' என பிரபு தர்மராஜ் தன் கதைகளில் ஒன்றில் ஓர் உதாரணமாகச் சொல்லியிருப்பார். அது போன்ற சிரிக்க விரும்பாத அறிவுசார் இலக்கிய கூட்டங்களையே துவம்சம் செய்து சிரிப்பலையில் மிதக்கச் செய்யும் இந்த 'ச்சூ காக்கா.'

எழுத்துலகில் தனக்கென்று ஒரு பாணியை தனது முதல் படைப்பிலிருந்து இன்று வரை அதைத் தொடர்ந்து தொய்வில்லாமல் எழுதி உயரம் தொட்ட அன்புத் தம்பி பிரபு தர்மராஜ் உச்சம் தொட வாழ்த்துகள்.

மகிழ்ச்சி!!

அன்புடன்
மலர்வண்ணன் *(எழுத்தாளர்)*

உள்ளடக்கம்

1.	ஒ.பாரியின் இலக்கிய ஒப்பாரி	09
2.	வானத்தின் பெயர்தான் வானம்	34
3.	சின்னதம்பியின் சின்னதம்பி	50
4.	சாலமுதுவின் குட்டிச்சாளை	64
5.	சுயம்பு	78
6.	மண்டன்மார் கதைகள்	82
7.	மக்கள்மார் கதைகள்	164
8.	ஐதுரூஸின் விண்ணாணங்கள்	186
9.	திரிசங்கு தில்லை	192
10.	அரவிந்தன்	196

ஒ.பாரியின் இலக்கிய ஒப்பாரி

நள்ளிரவு பன்னிரெண்டு மணி. சென்னை பன்னாட்டு முனையத்தின் இமிக்ரேஷன் வரிசையில் பதட்டத்தோடு நின்று கொண்டிருந்தார் எழுத்தாளர் பாரி ஒலகநாதன். அவரது பதட்டத்துக்குக் காரணம் வேறொன்றுமில்லை. நான்கு மணி நேரத்துக்கு முன்பாக பாரியும் அவரது நண்பர் கவிஞர் சட்டிசுரண்டியானும் சேர்ந்து தாம்பரத்திலிருந்த ஒரு டாஸ்மாக் பாரில் போய் உட்கார்ந்தனர். சப்ளையரை அழைத்த சட்டிசுரண்டி,

“தம்பி சாப்புட சைண்டிஸ்டுகள் என்ன இரிக்கி?”

“சிக்கன் ஃப்ரய், சிக்கன் கொத்து, சிக்கன் சில்லி, மஞ்சூரியான், காட, ஈரல், லிவர், மட்டன், ஆம்லெட், ஆஃப் பாயில் செட்டு, வாத்து முட்ட ஆம்லெட்! உனுக்கு இன்னா வோணும் சார்ர்?”

பண்டொரு காலத்தில் ஒண்ணாம் வாய்ப்பாட்டைத் தமிழாசிரியரிடம்தான் ஒப்பித்ததை நினைவு கூர்ந்த பாரிக்கு அந்த சப்ளையர் பயல் மூச்சு விடாமல் சொல்லி முடித்த மெனுவைக் கேட்டதும் மனம் நிறைந்து போனது,

“லேசா கொறிக்கியதுக்கு ஏதாச்சும் தாறியாடே தம்பீ? இதெல்லாம் வேண்டாய்ன்!” என்று பாரி விண்ணப்பம் வைத்ததும் அவன் மீண்டும் ஒண்ணாம் வாய்ப்பாட்டைச் சொல்ல ஆரம்பித்தான்,

“காலி பிளவர், முட்டப்பட்டாணி, அவிச்ச முட்ட, வேர்க்கடல, சாம்பார் வட, தயிர் வட, மிச்சர், காரசேவு, சுண்டெல்ல்... சொல்லு சார்! இன்னா வோணும்?”

சட்டிசுரண்டியானுக்கு வியர்த்தது, “என்னப்போ இதுகடகடங்கிய? தீவாளி அன்னிக்கிதான் நீ மூச்சு வுடுவியா?”

"இன்னா சார் பண்றதே? உங்கிட்ட பேசினிருக்கசொல்லோ அந்தாண்ட டேபில்லெர்ந்து குட்ச்சினே கூப்டுவானுங்கோ! அப்றமேட்டு போவலீனு வையி? பில்லு தராம போயிடுவானுங்கோ சார்! உனுக்கு இன்னா வோணும் சொல்லு சார் சட்னு?"

"சரி ஒரு பிளேட் அவிச்ச முட்ட! ஒரு பாக்கெட் காரச்சேவு தாயாம்!"

"குடிக்கிறதுக்கு என்னா வாங்கட்டும் சார்?"

சட்டிசுரண்டி அசந்தவாறே, "பாத்தியா அத மறந்துட்டனே? வே தலைவர ஒமுக்கு என்ன சொல்லியது? பீரு, பிராந்தி, விஸ்கீ?"

பாரி யோசித்தவாறே, "டிராவல் இரிக்கில்லியா? அதுனால விஸ்கி போரும்! நேத்திக்கி பஸ்ஸு ஏறம்ப மூணு பீர சாத்திக்கிட்டு ஏறுனம்லா? வழி நெடுவ பஸ்ஸ நெரத்தி நெரத்தி மோண்டுக்கிட்டு வந்ததுல சீவம் போயிட்டு! வண்டிய நெறத்தச் சொல்லும்போதெல்லாய்ன் அந்த டிரைவரு கூய்மொவன் செரஞ்சி செரஞ்சி ஒருமாதி பாத்தாம் பாத்துகாரும்! இந்த சுஹரு மயிரு வந்ததுலேர்ந்து மோளுகதுக்கு மாத்தரம் கெடக்குல்லா சாதனம்! அது வேற சும்மா கெடக்காம கும்மறிச்சாம் போடுகு? என்ன செய்யதுக்கு?"

"பிளைட்டுல கக்கூஸு இருக்கும்லா? பின்ன யாவே பயருகீறு?"

"நமக்கென்ன பயம்? அந்த செரயே நமக்கு வேண்டாவோய்! எனக்கொரு பீரு மாத்தரம் மதி!" என்று பாரி சொல்லவும், சட்டிசுரண்டியான் சப்ளையர் பையனிடம்,

"தம்பி ஒரு கூலிங் பீரு! ஒரு கோட்டரு எம்.சி பிராந்தி! சடார்னு கொண்டா பாப்பம்!" என்று பாரியிடம் வாங்கி ஒரு ஐநூறு ரூபாய்த் தாளை நீட்டவே, அதை வாங்கிக் கொண்டு பயல் சிட்டாகப் பறந்தான்.

'சீவம் போன பிற்பாடு புறப்பட்டுப் போன ரயில் வண்டி' என்ற நாவலுக்காக லோக்கல் இலக்கிய அமைப்பு ஒன்றில் விருது பெற்றிருந்த எழுத்தாளர் பாரி, குமரி மாவட்டத்திலிருந்து அன்றைக்குக் காலையில்தான் சென்னை வந்திறங்கியிருந்தார். 'கவிஞர் டேவிட்ராஜ் அலைஸ் எரிதழல்ராசா' என்ற சிங்கப்பூர் வாழ் குமரி மாவட்ட வாசக நண்பர் ஒருவரின் அழைப்பை ஏற்று இன்று இரவு பன்னிரெண்டு மணிக்கு சிங்கப்பூர்

நோக்கிய பயணத்துக்காகக் காத்திருந்து இதோ டாஸ்மாக்கில் அமர்ந்திருக்கிறார்.

இதே குமரி மாவட்டத்திலிருந்து 'கல்லறையில் கிடந்த காய்ந்த பூக்கள் உதிரும் காலமென்பது ஒரு பெருநதி!' என்ற கவிதைத் தொகுப்பை எழுதி சாமித்திய அக்காதமி விருதுக்காக சென்னையில் சம்மணமிட்டு அமர்ந்திருக்கும் கவிஞர் சட்டி சுரண்டியான் பாரியை வான்மார்க்கமாக வழியனுப்புவதற்காக வந்த இடத்தில் அவரும் இதோ அரசு மதுபானக் கடையில் அமர்ந்திருக்கிறார்.

குப்பிகள் வந்தன. கூடவே கொறிப்பான்களும், துணை வெள்ளமும் வந்தன. மேசை நிறைந்தது. சப்ளையர் பையன் பீர் பாட்டிலை ஒரு மூடி திறப்பானால் பொட்டித் திறந்து நுரைததும்ப பாரியின் கையில் கொடுக்க அது கொப்பளித்ததும் சட்டி சுரண்டியான் மிச்சர் பாக்கெட்டைப் பிரித்து அதிலிருந்த ஒரு காராபூந்தியை அந்த நுரையில் போட நுரை அமைந்திருந்தது.

பாரி வியப்பில், "இதென்னவே புது காரியமால்லா இரிக்கிவு?"

சட்டி சொரண்டியான் அசால்ட்டாக, "இதென்னவே புதுசா சொல்லுதீரு? வேற நெறைய டெக்குனிக்குகள் உண்டும்! செவத்த பொது எடங்கள்ள காட்டப் புடாது! பொங்குக நொரைய அமுத்துகதுக்கும், அமுங்கிக் கெடக்க நொரைய துள்ள வைக்கதுக்கும் அனேக வித்தைகள் நம்மக்கிட்ட உண்டும்!"

"கவிஞ்சர்னா சும்மாயா? ஆயரம் சட்டியள பாத்த கண்ணுகளு எப்புடி கவித எழுதாம இரிக்கிம்?"

என்று பாரி எகத்தாளமாகச் சொல்லி பீரை உறிஞ்ச முற்படவே சட்டி பாரியைத் தடுத்தி நிறுத்தி

"இறோம் வே! ஆளுக்கு மிந்தி நக்குகீரு? நா மிக்சு பண்ணாண்டாமா?"

என்று கூறியவாறே பிராந்திக் குப்பியை இடது கையில் கோழியைப் பிடித்தவாறே கழுத்தைப் பிடித்து வைத்துக் கொண்டு அதன் குண்டியை வலது முழங்கையால் ஒரு தட்டு தட்டி அதன் மூடியை ஒரு விஞ்ஞானியின் லாவகத்தோடு திறந்து பிளாஸ்டிக் கப்பில் ஊற்றி வாட்டர் பாக்கெட்டை எடுத்து அதன் நான்கு மூலைகளில் ஒன்றைப் பற்களால் கவ்வி ஒரு கவிதையைப் போலத் திறந்து அதன் பிரவாகம் குன்றாமல் பிளாஸ்டிக் குவளையில் பீய்ச்சியடித்ததைக் கண்ட பாரியின் கண்கள் விரிந்தன.

“நல்லா பீச்சுகீறே ஓய்?”

என்று சொல்லவும் சட்டி பாரியை ஏறெடுத்துப் பார்த்து, “பின்ன பொங்குனத அமுக்கவும், பொங்காதத பொங்கவும் வைப்பம்னு சென்னம்லாவே எழுத்தாளரே?”

என்று சொல்லிவிட்டு தன் கையிலிருந்த குவளையை அந்தரத்தில் ஏந்தி ரோமானிய சீசரின் பாவனைகளோடு “சியர்ஸ்” சொல்லவும் பாரியும் அதை ஏற்று “மகிழ்ச்சி!” என்று சொல்லி பீரை உதட்டுக்குக் கொடுத்தார்.

குடித்து முடிக்கவும் பாரியின் முகம் அவ்வையிடம் நெல்லிக் கனி வாங்கித் தின்ற புளிப்பான முகபாவனையிலும், சட்டிச் சுரண்டியானின் முகமானது பாரியின் கைகளால் முல்லைக்குக் கொடுக்கப் பட்ட தேர்க்கால்களில் அடிபட்டவனைப் போலவும் இருந்தன.

“த்தூ தூ தூவ்!” என்றவாறே மூன்று முறை துப்பிவிட்டு, “என்ன சாதனம்வே மயிரு! அதிசய மயித்துல வித்துக்கிட்டு லாந்துகானுவோ? நல்ல சரக்குவள விக்கியதுக்கு என்ன கொள்ளையோ?” என்று சட்டி சுரண்டியான் சலிப்படைந்தார்.

“நல்ல சாதனங்கள குடிச்சிப்புட்டு ஜம்முன்னு நடமாடுனீருன்னா ஆஸ்பத்திரிக்கி நாயா போவும்! செணம் சுகர் வந்து மாத்தரைய தின்னுப்புட்டு சட்டுனு செத்தாத்தானே அரசாங்கமும் கல்லா கெட்டும்?” என்று வெப்ராளப் பட்டுப் போனார் பாரி.

“அதுஞ்செரித்தான்! செரி காலம்பற எத்தன மணிக்கி அங்குட்டுத் தரயறங்குவீரு?” என்றவாறே ஒரு தம்மை எடுத்துப் பற்ற வைத்தார் சட்டி.

“பைலட்டு கடலுக்காத்த எறக்காம கொண்டு போனாம்னா இந்திய நேரத்துக்கு ஒம்பது மணிக்கி எறக்கிருவானுவா’ன்னு டிராவல்சுல சொன்னானுவோ!”

“அவ்ளோ நேரமாவுகா! சிங்கப்பூரு இந்தா கெடக்குன்னு மேப்புல காட்டுகு! பன்னெண்டு மணிக்கி வண்டியக் கௌப்புனாலும் நீரு சொன்ன கணக்குல ஒம்பது மணி நேரமாவே? என்ன எழவுல ஏரோப்ளேனு ஓட்டியானுவா?”

“வே சட்டி சொறண்டி! நமக்குஞ் சிங்கப்பூருக்கும் ரெண்டர மணிக்கூறு வித்தியாசம்! இப்ப நமக்கு மணி எட்டு! இப்பஞ் சிங்கப்பூருல நைட்டு பத்தர! நம்ம பிளேனு ஒண்ணர மணிக்கி எடுப்பானுவ! போதாக்கொறைக்கி இந்த பிளைட்டு திருச்சிக்கிப் போயிட்டு அங்கேர்ந்து ரெண்டர மணிக்கித்தாம் பொறப்புடும்! இனி கணக்கக் கூட்டிப்பாரும்! நாம்போயி சேரும்ப சிங்கப்பூரு நேரம் ஒம்பதர! இந்தியால எழர! எப்புடி!”

“நீரு இந்தியாவுல இருந்தாலும் ஏழரதான?என்ன தாலியறுப்பு கணக்கோ! இந்தப் பூமி மயித்தாண்டிக்கி ஒண்ணுபோல சுத்துனா என்ன கொள்ளையோ?” என்றவாறே அடுத்த மிடறை உறிஞ்சினார் சட்டிசுரண்டியான்.

பாரி பீரைக் குடித்தவாறே சட்டியிடம், “நார்லுக்குத் திரும்பி வார அபிப்ராயங்கள் வல்லதும் உண்டா? அல்லேங்கி விருது குருதுன்னி சொல்லிக்கிட்டு இங்கனயே லாந்திட்டுக் கெடக்கப் போறீரா?”

“இந்தத் தா...ளியளுக்கு எனக்கு ஒரு விருது மயித்தத் தந்தாத்தாம் என்னாங்கியேன்? பெரிய எலக்கிய ஓளிகளல்லவா? என்னவோ இவுனுவளுக்க பெஞ்சாதி மாருவளுக்க உருப்பிடியில இருந்து பிச்சிச் தார மாதி ஓர் எண்ணம்? ச்சை! என்ன தேசமய்யா இது? நம்ம கவிதைகளால இந்த சமூகத்துல எத்தறையோ மாற்றங்கள் வந்துருக்கு? அந்த நன்றி கூட இல்லியே?”

என்று சொல்லும்போது சட்டி சுரண்டியானின் கண்கள் போதையில் சிவத்துப் போயிருந்தன. ஒரு சொட்டு கண்ணீர் வடிந்தது கண்டு பாரி திடுக்கிட்டு,

“என்னவே அழுகீறா?”

“யாரழுகா? எனக்க சாதனம் அழும்? தண்ணி பாக்கீட்டு கடிக்கம்ப மூஞ்சில தெரிச்ச தண்ணிவே இது?” என்றார் சட்டி.

“அடுத்த தொகுப்புகள் எதாது எழுதுகீறா? இல்ல ஒண்ணோட போரும்’னு உட்டுட்டீறா?”

“யாவ்வோய் நீரு விளிச்சவொடந்தானே ஒம்ம கூட பொசுக்குன்னு எறங்கி வந்துட்டேம்னு இந்தக் கேள்வியக் கேக்கீறா? இல்ல ஒமக்க சக்கரத்துல பிராந்தி வாண்டி நக்குகேம்னி எக்காளஞ் செய்யிதீரா? எப்புடி?”

பாரி அவசரமாக, "என்னவே நீரு பொசுக்குன்னு இப்புடி சொல்லிப் புட்டீரு? நானுந்தா இந்த ஊரான மெட்ராசு ஊருக்காத்த ஓம்மளத் தாண்டி எவன இல்லன்னா எவள விளிச்சுவெம்? அடுத்து எதாஞ்சும் எழுதுகீறா இல்லியான்னு கேட்டதுக்கா வெப்புராளப் படுகீரு?"

"அது ஒரு நூறாண்டின் இலக்கியக் கோவம்வோய்! தீராக்கனல் பாத்துக்காரும்! எந்த நதியும் ஆற்றுப்படுத்தவியலாத பெருங்கோவமாக்கும்!"

என்ற சட்டியின் ஆழ்மனதிலிருந்த கவிஞன் வெளிப்பட்டபோது சட்டியின் கண்களில் ஒரு நெருப்பு எரிந்தது. அதைக் கண்ட பாரி லேசாக அதிர்ந்தார். எதிர் மேஜையில் ஒருவன் பீடி பற்ற வைத்திருந்தான். அந்த பிம்பம்தான் சட்டியின் கண்களில் எதிரொளித்தது என்றறிந்தபோது பாரிக்கு சமாதானம்.

சட்டி சற்றுநேரம் ஆசுவாசப்பட்டவாறே பாரியிடம், "கிழிந்து செண்டாகிய கீழைய கன்னிக் கீரைகள்'னு சிரிய நாட்டுப் போர்க்குறித்த சில கவிதைகள பின்நவீனத்துவ யுத்தில எழுதிக்கிட்டிருக்கேம்! ஓமக்க அடுத்த படைப்பு என்னான்னி செல்லயேயில? எழுதுகீறால்லியா?"

"ஆமா எழுதுகம்லா?'ஜெனிச்சா மதல! மரிச்சா மய்யத்து! ஜீவிதம் அத்தறையே உள்ளூ'ங்கிய தலைப்புல ஹிட்லர ஓர்மைய்ல கொண்டுகிட்டு ஒரு நாவலு எழுதிக்கிட்டிருக்கேம்!"

"எப்பா நாவலுக்க தலைப்பு ஒண்ணர மொழம் நீளத்துலல்லா இரிக்கியு?"

"இதென்னத்த கண்ட! நாரோல்ல ஒரு பெய அவனுக்க பொஸ்தவத்துக்கு தலைப்பு வைப்பாம் பாரும்! தலைப்ப படிச்சி முடிக்கம்ப பேரு மறந்துரும்! பொறவு இன்னொரு தடவ தலைப்பப் படிக்கணும்! அப்பயும் மறந்துரும்! தலைப்ப மாத்தரம் படிக்காம புஸ்தகத்துக்குள்ள போயிட்டா கதையள படிச்சிரலாய்ன்! அத்தத்தண்டியா தலைப்பு வைக்காம்!"

"அதென்னய்யா தலைப்பு எங்க சொல்லும் பாப்பம்!"

"அது ஒருமைல இருந்தா மொதல்ல நீரு குடிச்சிருல்லா ஒரு ரவுண்டு? மேலயிருந்து ஒரு பல்லி அதுக்குள்ள எச்சம் போட்டத சொல்லிருப்பம்லா?"

சட்டி திடுக்கிட்டு, "என்னத்தவே சொல்லுகீரு?"

"கிகிகி! சும்ம சொன்னம்வே பதறாம குடியும்!"

"ஆமா அந்தக் கதைய எழுதுனாம்ன்னி சொன்னீருல்லா? யாரது?"

"பேரு பாவேல் சக்தி! வக்கீலா இருக்கானாம்!"

"அதானே பாத்தேம்! இந்த வக்கீலம்மாறுவளுக்கு ஒரு ஷீலம்! தனக்க கேச வருசக்கணக்குல இழுக்குத மாதிரியே தலைப்பு வச்சிருப்பாம்! அதென்ன பாவல்? பேரு புதுசா இரிக்கி? அப்டின்னா என்ன அர்த்தம்?"

"ஒரு கவிஞ்சர் கேக்கப்பட்ட கேள்வியாவே இது? ஒரு ரஷ்ய நாட்டு நாவல்க்காரனுக்க பேருவே அது?"

"ரஷியா எலக்கியத்த எவம்வே கண்டாய்ன்? அதெல்லாம் படிச்சிருந்தா என்ன கு...ணைக்கி இந்தக் கவித மயித்தயெல்லா எழுதிக்கிட்டு நடக்கப் போறேம்! வல்லதும் நல்ல பணிக்கிப் போயிருப்பம்லா? பாவலுன்னி ஒரு பேரு இருக்கேன்னி சோய்ச்சேன்!"

"அந்தப் பயலுக்க புனைப்பேரா வச்சிருக்காம்!"

"அதென்ன பூனப்பேரோ? பாவலு வவ்வாலுன்னி?"

"யா நீரு மட்டும் ஆறுமுகம்ங்கிய பேர சட்டிச் சொரண்டியாம்'னு மாத்திருக்கீருல்லா? பின்ன அவனச் சொல்லுதீரு?"

"எவே அதென்ன சாமானியப் பேருன்னி நெனச்சிக்கிட்டேரா? சட்டின்னா இந்த ஒலகம்வே! அதை இலக்கியமென்னும் மண்வெட்டி கொண்டு பிறாண்டும் கவிஞ்சன் நாம்னு முன்னால ஒரு மீட்டிங்க்ல பேசுனம்லா ஓர்மையில்லையா ஒமக்கு? அதும்போக ஒருநாளு மீன்கொளம்புச் சட்டிய பொழக்கடைல வச்சிப் பறண்டிக்கிட்டு இருக்கம்பத்தானே எங்கம்ம பாம்பு கடிச்சி மாண்டா? அந்த ஓர்மைல வச்சது!"

இம்முறையும் சட்டியின் முகத்தில் தண்ணீர். இதைக்கண்ட பாரி, "என்னவே தண்ணிப் பாக்கெட்டு தொடுத்து மூஞ்சில தெரிக்கிவு?"

சட்டி சங்கடத்தோடே நிமிர்ந்து பார்த்து, "இது கண்ணீருவே! எங்கம்ம நியாவத்துக்கு வந்துட்டா!"

"சரி சரி சமாதானப் படும்!"

"என்ன சாமானத்துல படுக்கணும்! எங்கம்ம செத்தத நெனச்சி நா அழப்புடாதாவ்வ்?"

என்றவாறே கடுப்பில் கடைசி மடக்கை அடித்து முடித்து கப்பைக் கசக்கி வீசினார் கவிஞர் சட்டி சுரண்டியான். பாரியின் பீர் மிச்சமிருந்தது.

சட்டி பாரியிடம்,"நீரு மட்டும் என்ன ஒரிஜினல் பேருல எழுதுகீறே என்ன காரியம்?"

பாரி சலிப்புடன், "மொதல்ல எங்கய்யனுக்க இனிசியல பேருக்க முன்னால சேத்துதாய்ன் எழுதிக்கிட்டிருந்தேம்! இந்தக் கவிஞக் கூயானுவல்லாஞ் சேந்து கொமச்சானுவன்னு சொல்லி எங்கய்யனுக்கப் பேர எனக்கப் பேருக்குப் பின்னால முழுசா சேத்துக்கிட்டேன்!"

சட்டி வியப்பில், "வெளங்குகு! ஒலகநாதனுக்க இனிசியல பாரிங்கிய பேருக்கு முன்னால சேத்து வாசிச்சானுவன்னா வண்ண வண்ணமால்லா வந்து வுழும்?"

பாரி சலிப்பாக, "ம்க்கும்! இந்தக் கோமாளியளுக்க மத்தியில ஜீவிச்சா உருப்புடுகதுக்கா?"

"அதெல்லாம் பொறவு உருப்புடலாய்ன்! சீக்கரங் குடியிம்! வண்டிக்கி லேட்டாவுகுல்லா? சரி அதுக்கு முன்ன எனக்க அடுத்த புத்தகமான 'பூனையின் கண்கள் பட்டு பூப்படைந்த மாதுளைகளும் பூவாத மா...துளைகளும்!' அப்புடிங்குற கவிதத் தொகுப்புல இருந்து ஒரு கவித சொல்லுகெங் கேளும்!"

"செரி சொல்லும்!"

"மீனோர் பூவாத்தாவரம்! கடலெங்கும் பூத்துக் குலுங்குகிறது! நிலா என்பது அந்தரத்தில் மிதக்கும் நீண்டதொரு தரைக்கடல்! நிலவே நீ நிர்வாணமாக இருக்கிறாய் என்பதால் உன்னை நிலாப்பெண் என்கிறார்கள்! நிலவைப் பெண்ணென்பார் ஆண்களின் பிருஷ்டத்தைக் காணாதவர்!"

அப்போது பக்கத்தில் "பொத்தடீர்" என்ற சப்தம் கேட்டு இருவரும் பார்க்க அங்கு ஒருவன் மயக்கமடைந்து விழுந்து கிடந்தான். இதுவரைக்கும் நல்லாத்தானே இருந்தான்? என்று எண்ணி

அவனைப் பார்க்க அவனது காதுகளில் ரத்தம் வந்ததையடுத்து அவனது வீழ்ச்சியின் காரணம் அந்தக் கவிதையென்பதால் அவன் எழுந்து தாக்குமுன்னர் சடாரென பில்லை செட்டில் செய்துவிட்டு இருவரும் ஒரு ஆட்டோவை அமர்த்திக் கொண்டு மீனம்பாக்கம் ஏர்போர்ட்டை நோக்கி விரைந்து கொண்டிருந்தார்கள். ஏர்போர்ட்டின் வாசலுக்கு வந்த பிற்பாடு இன்னும் செக்கின் இன் செய்வதற்கு நேரமிருந்ததால் ஆட்டோ இன்னொரு ஒயின்ஷாப் வாசலில் போய் நின்றது.

மீண்டும் சட்டிக்கு ஒரு பிராந்தியும், பாரிக்கு இரண்டு பீரும், ஆட்டோ டிரைவருக்கு ஒரு அரைக்குப்பி ரம்மும் வாங்கி அதுமுழுவதும் காலியான போது மணி பதினொன்றே முக்கால். ஆட்டோ அப்போதைக்குத் தாற்காலிகமான ஒரு பாராக மாறிவிட்டிருந்தது. ஆட்டோ டிரைவர் ஒரு அரைபாடி டிரைவராக மாறியதில் ஆட்டோ பாலத்தின் மீது ஒரு ரன்வேயில் ஓடி டேக் ஆஃப் ஆகப் போகும் விமானத்தின் பாவனையில் இரண்டொருமுறை பாலத்திலிருந்து லேண்ட் ஆக முயற்சித்தது.

ஒருவழியாக விமான நிலையம் வந்தபோது மணி பனிரெண்டாக இன்னும் ஐந்து நிமிடங்கள் இருந்தன. ஆட்டோவிலிருந்து இறங்கிய பாரியை ஆட்டோ டிரைவர் கட்டிப் பிடித்து தன்னுடைய நன்றியுணர்ச்சியை வெளிப்படுத்தவே சட்டி சொரண்டியானின் கண்கள் பனித்தன.

“தோழர் பாரி! இனி எப்போது காண்போம் நாம்?” என்று அழுத சட்டியைக் கண்டு பாரி பதறிவிட்டார்.

“என்னவே சொல்லுதீரு? மூணு நாளுதாவே அங்க இருப்பேய்ன்! அதுக்கப்பொறம் திரும்பி வந்துருவம்லா?”

“அதெல்லாமொண்ணுமில்ல! விமானத்துல ஏறுகதுதாம் நம்ம கையில இரிக்கி! எறங்குகது நம்ம கைல இல்ல பாத்துக்காரும்! விதி உட்ட வழி! விமானம்ங்கியது மறுபொறப்பாங்கும்?”

பாரிக்கு என்ன சொல்வதென்றே தெரியாமல் கையைப் பிசைய மீண்டும் சட்டி பாரியிடம், “போன வருசங் கடலுக்க தாந்த மலேசிய விமானத்தையே இன்னுந் தேடிக்கிட்டிருக்கானுவோ ஓர்மையிருக்கா? அதுல இருந்த ஒரு பெயலுஞ் செறக்கியும் ஜீவனோடயோ பிரேதமாவோ கைக்கிக் கிட்டல!”

“நீரு இப்ப என்ன சொல்லுகீரு? நாம்போயிச் சேருவனா இல்லைன்னா போக்கான்னி எனக்கே சந்தேகம் வருகு? நாம்போட்டா... லேட்டாகு!”

“போய்ட்டு வர்ரென்னு சொல்லுணா! இன்னாண்ணா வெறுமையா போறேன்னு சொல்றியே?திரிம்பி வரசொல எனக்கு ரிங் பண்ணுணா! நான் வந்து பிக்கப் பண்ணிக்கிறேன்!” என்றான் ஆட்டோ டிரைவர்.

“சரி! ஒனக்க நம்பரு எனக்கிட்ட இருக்கு! நா இந்தியா வந்துட்டு கூப்புடுகேன்!” என்ற பாரி சட்டியிடம், “சரி ஓய் பாத்து பத்தரமா ரூமுக்குப் போவும்! வந்து விளிக்கெம்!”

ஆனாலும் சட்டி விடாமல், “திரிச்சி ஜீவனோட வந்தா விளியும்!” என்று சப்தமாகச் சொல்ல பாரி அழாத குறையாக திரும்பிப் பார்க்காமல் மனதுக்குள்,‘தா...ளியளு! எனக்கே பிளைட்டுன்னா பேடி! இதுல இந்தக் கூய்மோன் வேற சபிச்சி வழியனுப்புகாம்! ஊர்க்காரம்னு மதிச்சி வழியனுப்பக் கூப்ட்டா இப்பவே ஊருக்கு துட்டி சொல்ல ஆளனுப்பிருவாம் போலுக்கே! இவனுக்கு சிக்கு வாங்கிக் குடுத்த என்னைய பனமட்டையால தொவைக்கணும்! கடவுளே?’ என்றவாறே நடந்து இம்மிகிரேஷன் வரிசையில் போய் நின்றார். மணி சரியாகப் பன்னிரெண்டு பத்து. வரிசை ஆமை வேகத்தில் நகர்ந்தது.

ஒருவழியாகப் பாரியின் முறை வரவே பாரி தன் கையிலிருந்த பாஸ்போர்ட்டையும் டிக்கெட்டையும் அப்படியே கொடுக்க இம்மிகிரேசன் அலுவலர் பாரியை தீர்க்கமாகப் பார்த்தவாறே, “என்ன மொத தடவையா ஃப்ளைட்டுல?”

பாரி பம்மியவாறே, “ஆமாங்கய்யா!”

ஆபீசர் பாஸ்போர்ட்டின் பக்கங்களைக் குத்துமதிப்பாகப் புரட்டி பாஸ்போர்ட்டின் நடுப்பக்கத்தில் சீல் ஒன்றை அடித்துவிட்டு பாரியிடம்,

“எதுக்கு சிங்கப்பூர் போற?”

“நண்பர் வீட்டுக்கு அய்யா!”

“இந்தியாவுல நண்பர்கள் இல்லியா?”

“இருக்காங்க?”

“என்ன வேல பாக்குற?”

“நா ரைட்டர்ங்க சார்!”

“நாலடி ஒயரத்துல இருக்க? உன்னைய யாரு போலீசுல சேத்தாங்க?”

“அந்த ரைட்டரு இல்லங்க! நா ஒரு இலக்கிய எழுத்தாளர்!”

“எழுத்தாளருக்கு சிங்கப்பூருல என்ன வேலை?”

“எனக்க ஃப்ரெண்டு ஒருத்தர் காசு செலவழிச்சி வரத்தியிருக்காரு சார்!”

“எந்தூரு?”

“நாகர்கோயிலுங்க சார்!”

“ஊர் நாட்டானா?”

“இல்ல சார்! பூர்வகுடி!”

“நீ என்ன குருவியா?”

“இல்ல சார்! ஹோமோ சேப்பியன்ஸ்!”

“ஓஹ் இலக்கியவாதில்லா! எகத்தாளம் இருக்கத்தாஞ் செய்யிம்? இந்த காமெடிக்கி நாளைக்கி சிரிச்சிக்கிறேன்!”

பாரிக்கோ கையறு நிலை. ‘என்னடா இவன் குண்டக்கா மண்டக்கான்னு கேக்கானே? ஏதும் எதுத்துப் பேசுனா போக விடமாட்டானோ?’ என்று கவலையடைந்து அமைதியாக நின்றார். பின்னால் கூட்டத்தில் சலசலப்பு எழுந்தபோது அந்த ஆபீசர் பாரியிடம், “ஒனக்கெல்லாம் யாருயா விசா தந்தது?”

“ஓங்கொம்மாவோட புருசன் குடுத்துருப்பான்! போன் பண்ணி அவகிட்ட கேளுடா ங்கோத்தா!”

பின்னாலிருந்து எழுந்த கனத்த குரலைக் கேட்டு பாரி பதட்டமடைந்து நிற்க கூட்டத்தில் கடும் அமளிதுமளியாக இருந்தது. ஒரு வாட்டசாட்டமான ஆள் நடந்து முன்னால் வந்து கோபத்தில் நின்று கொண்டு அந்த ஆபீசரிடம்,

“நீ என்ன சிங்கப்பூர் மன்னரா? கேள்வி மயிரா கேட்டுகிட்டு இருக்க? அந்தாளு கையில விசாவும் டிக்கெட்டும் வச்சிக்கிட்டுத்தானே

நிக்கிராரு? ஒனக்கென்னடா பொச்செரிச்சல்? விசா பிராசஸ் பண்ணாமலா அவுரு இங்க வரைக்கும் வந்து நிக்கிராரு? நீ என்னவோ பெரிய புடுங்கி மாதிரி கேட்டுகிட்டிருக்க? இந்த கேட்'டத் தாண்டி ஒன்னால போகமுடியலைங்கிற காண்டுதானே ஒனக்கு? காசு செலவழிச்சி போ! ஒன்னிய யாரு தடுக்குறாங்க? ஒனக்க வேலையென்ன? அந்த பாஸ்போர்ட்டுல சீல் அடிச்சி குடுக்குறதுதானே? ஒன்னைய என்கொயரி பண்ணச் சொன்னது யார்ரா மயிரே?"

ஆபீசர் பதட்டமாகி, "சார் கொஞ்சம் மரியாதையா பேசுங்க?"

"ஒனக்கென்னடா மரியாத வெண்ணக்கி? அந்த மனுசன நீ மதிச்சியா? ஐம் எ ஃப்ரீக்வெண்ட் ஃப்ளையர்! ஒரு வருசத்துக்கு நூறு தடவ இந்த ஏர்போர்ட்டுல இருந்து டிராவல் பண்ணிருக்கேன்! ஒன்னிய மாதிரி ஒரு முட்டாப் பயலை நான் இதுவரைக்கும் பாக்கலை! மரியாதையா அந்த மனுஷன அனுப்பிட்டு எங்க எல்லாரையும் அனுப்பலைன்னா இப்ப கம்ப்ளைண்ட் பண்ணிருவேன்! பாஸ்போர்ட்டுல நடுவுல சீல் குத்தி வச்சிருக்க? ஸ்கூல்ல நடுவுலயே நின்னுட்டியா? ஒனக்கெல்லாம் யார்ரா வேலை குடுத்தது? பிளடி ஆஸ்ஹோல்!"

என்று சொல்லிவிட்டுப் பதறிப்போயிருந்த பாரியிடம், "என்ன சார் இந்தக் கோமாளிகளுக்கெல்லாம் பதில் சொல்லிட்டு நிக்குறீங்க? செவுள்ளயே ரெண்டணணம் வச்சிருக்க வேணாமா?"

அரைபோதையில் நின்ற பாரிக்குக் கிர்ரென்றிருந்தது. தன்னுடைய பாஸ்போர்ட்டைப் பெற்றுக் கொண்டு அந்த மனிதருக்கு நன்றி சொல்லிவிட்டு அங்கிருந்து நகர்ந்தால் அடுத்தது செக்கியுரிட்டி செக்கிங். அங்கிருந்த எல்லாவனும் ஹிந்திக்காரன்கள்.

"ஓப்பேன் யுவர் ஹேன்ட் லேக்கேஜ் பிளீஜ்!"

திருதிருவென விழித்த பாரியிடம் பக்கத்தில் நின்றிருந்த பெண்ணொருத்தி,

"சார் உங்க பைய தொறந்து காட்ட சொல்றாரு சார்!"

திடீரென விழிப்பு நிலைக்கு வந்த பாரி, "ஓ சாரி மேடம்! அவரு பேசுன இந்தி எனக்கு வெளங்கேயில ஹிஹி!"

இதைக் கேட்ட அந்தப் பெண் தன்னுடைய வாயில் கையை வைத்துப் பொத்தி சிரித்துக் கொண்டே “சார் அது இந்தி இல்ல இங்க்லீசு!” என்று சொல்லவும் அந்த இந்திக் காரன் அவளை முறைத்தான்.

பாரியின் பை பரிசோதிக்கப் பட்டது. உள்ளேயிருந்து ஒரு சிகரெட் லைட்டரை எடுத்து குப்பைத் தொட்டியில் போட்டு விட்டு ஒரு சென்ட் பாட்டிலைக் கையில் எடுத்து,

“வாட்டீஜ் திஜ்?”

“திஸ் இஸ் செண்டு பாட்டல்!”

என்று பாரி விளக்கவுரை வழங்கவே அதற்கு விமானத்தில் அனுமதி மறுக்கப் படுகிறது என்று சொல்லி அதையும் குப்பைத் தொட்டியில் போட்டதும் பாரியின் கண்கள் கலங்கி விட்டன. பக்கத்தில் நின்ற அதே பெண் பாரியிடம், “சிங்கப்பூர்ல இதெல்லாஞ் சீப்பாக் கெடைக்கும் சார்! போகட்டும் விடுங்க!” என்று சொல்லவும் பாரி அந்த இந்திக்காரனைப் பார்த்து தமிழில் சபித்தார்,

“நீ வெளங்க மாட்டல தாயளி!”

சோதனை முடிந்து அங்கிருந்து நகர்ந்து காத்திருப்போர் அறையில் போய் அமர்ந்தார்கள். ஆட்கள் அந்த நள்ளிரவிலும் பரபரப்பாக நகர்ந்து கொண்டிருந்தார்கள். ஆங்காங்கே விமான நேரங்கள் பற்றிய ஒலிக்குறிப்புகள் அறிவிப்பாகிக் கொண்டிருந்தன. பாரி கிளம்பவிருந்த ஏர் இந்தியா எக்ஸ்பிரஸ் குறித்த அறிவிப்பு வரவே பாரி பதட்டமானார். அறிவிப்பு கேட்டதும் பக்கத்தில் அமர்ந்திருந்து எழுந்த நபர் ஒருவரிடம் கேட்டார், “சார் நீங்க சிங்கப்பூரா?”

“இல்ல இந்தியாதான்! ஏன் கேக்குறீங்க?”

“சிங்கப்பூர் போறீயளான்னு கேட்டேன்!”

“அத ஒழுங்கா கேக்கலாம்ல? சிங்கப்பூர்தான் போறேன்! சொல்லுங்க!”

“ஹிஹி! நானுஞ் சிங்கப்பூருக்குத்தாம் போறேன்! என்னையங் கூட்டிகிட்டு போறேளா?”

“என்னையவே அந்த பைலட்டுதான் கூட்டினு போறான்? என்கூட வாங்க மொதல்ல பிளைட்டுல ஏறலாம்!”

என்று சொல்லிவிட்டு அவர் நடக்கவே பாரி அவரது பின்னாலேயே நடந்து சென்று இருவரும் விமானத்திற்குள் நுழைந்தார்கள். அழகான இரண்டு இளம்பெண்கள் தங்களது இருகரங்களையும் கூப்பி பாரியை வரவேற்று,

“வெல்கம் சார்! விஷஸ் ஃப்ரம் ஏர் இண்டியா எக்ஸ்ப்ரெஸ்! ஹெவ் எ சேஃப் ஜேர்னி!” என்று சொன்னார்கள்.

உற்சாகமடைந்த பாரி அவர்களிடம்,“வணக்கம் மேடம்! எனக்க சீட்டு எதின்னி சொல்லுவீயளா?” என்று கேட்க அதில் ஒரு இளம்பெண் பாரியின் கையிலிருந்த டிக்கெட்டை வாங்கிப் பார்த்து பாரியை கூட்டிப் போய் விமானத்தின் இறக்கைகளின் அருகிலிருந்த சீட்டில் அமரவைத்தாள். பாரிக்கு மிகுந்த மன சமாதானம் ஏற்பட்டது. ‘எப்பா ஜன்னல் சீட்டு கெடைக்காம போயிருமோன்னு நெனச்சேன்!’

சற்றைக்கெல்லாம் ஃபர்தா அணிந்த ஒரு பெண் பாரியின் பக்கத்தில் வந்தமர்ந்தாள். வந்தவள் சிறிது நேரத்தில் விசும்பத் துவங்கியதைக் கண்டு பாரி திடுக்கிட்டு, “என்னாச்சி மேடம்? ஒங்களுக்கும் பிளைட்டு பேடி உண்டுமா?”

இதைக்கேட்ட அவளுக்கு அழுகையை மீறின ஒரு குழப்பத்தில் ‘என்ன?’ என்பது போல பாரியைப் பார்த்தாள்.

“எதுக்கும்மா கரயித?”

அவளுக்கு மீண்டும் குழப்பம், “சார் நீங்க பேசறது என்ன பாஷை? எனக்கொண்ணும் புரியல சார்!”

“தமிழ்தாம் மேடம்! நீங்க எதுக்கு அழுகியோன்னு கேட்டேன்! பிளேனுன்னா பயமா ஒங்களுக்கு?”

“இல்ல சார்! எங்க வாப்பா வஃபாத்தாகிட்டார்!”

இம்முறை பாரிக்குக் குழப்பம், “செரியா வெளங்கலைம்மா!”

“எங்கப்பா எறந்துட்டாரு சார்!”

“எங்குட்டு சிங்கப்பூர்லயா?”

“இல்ல திருச்சில!”

அப்போதுதான் திருச்சி தரையிறக்கம் குறித்த நினைவு வந்தது. அந்தப் பெண்மணிக்கு ஆறுதல் சொல்லும்போதே விமானத்தைக் கட்டியிழுத்து ரன்-வே’க்குக் கொண்டு போனார்கள். விமானம் பலத்த சப்தத்தோடு ஓடி மேலெழும்பியது. கூடவே பாரியின் குடலும்... சிறிது நேரத்தில் குடித்த பியர்கள் வேலையைக் காட்ட பக்கத்து சீட் அம்மணியிடம்,

“ஏம்மா! கக்கூசு எஞ்ச இரிக்கின்னி செத்த லேவ சொல்லுவேளா?”

அந்த வார்த்தைகளில் இருந்த ‘கக்கூஸ்’ என்ற வார்த்தை கொஞ்சம் புரிந்ததால் அவள் பின் நோக்கிக் கையைக் காட்ட பாரி நடந்து போய் ‘அது கழிவறைதானா?’ என்பதை பின்னிருக்கைகளில் அமர்ந்து உறங்கிக் கொண்டிருந்த இரண்டு மூன்று பேரைத் தோள் தொட்டு உசுப்பி அவர்களிடம் பேசி உறுதி செய்து கொண்டு உள்ளே நுழைந்தார். அவசரம் முடிந்ததும் க்ளாசெட்டில் பிளெஷ் செய்யும் கைப்பிடியை அழுத்த ‘உஷ்’ என்ற சப்தத்தைக் கேட்டு பயந்து போனார். அதில் நீர் வருவதற்கு பதில் அதிவேகத்தில் காற்று வந்ததுதான் அதிர்ச்சிக்குக் காரணம். ஒருவழியாக சீட்டில் வந்து அமரும் போது விமானம் திருச்சியில் தரையிறங்குவதாக அறிவிப்பு வந்தது.

பாரிக்கு கடுமையான ஆச்சரியம். ‘இதுவே பஸ்சுன்னா திரிச்சி போய்ச் சேர ஏழர மணிக்கூராயிருக்கும்! நாப்பதே நிமுசத்துல கொண்டாந்து வீசிட்டானே இறைவா? பின்னே ஏரோபிளேனுன்னா லேசுப்பட்ட காரியமா?’

விமானம் கடல்மட்டத்திலிருந்து படிப்படியாகக் கீழிறங்கி விமான நிலையத்தின் ரன்-வேயில் சக்கரம் பதித்ததுதான் தாமதம் ‘டமார்’ என்ற சப்தம் கேட்டதும் விமானத்தில் சிறிய சலசலப்பும் கூச்சலும் எழுந்தது. “கொன்னுப்புட்டாண்டோவ்” என்ற விளியோடு பாரியும் கதறவே விமானம் ஓடுதளத்தில் ஓடியது. இந்த சம்பவமானது பின்னோர் நாளில் “நிலவுக்கொப்பான குண்டும் குழியுமானதொரு விமானப் பாதை பூமியிலேயே திருச்சியில்தான் வீற்றிருக்கிறது!” என்னும் வரிகள் பாரியால் எழுதப்படும் என்பது பாரிக்கே தெரியாது.

விமானம் நின்றதும் இறங்க எத்தனித்த பக்கத்து சீட் இசுலாமியப் பெண்மணியிடம் பாரி சொன்ன வார்த்தைகள் இவைதான்.

"பிறப்புமிறப்பும் இப்புவி வாழ்க்கை பயணத்தின் அற்புதங்களாம் சகோதரி! கடந்து நடவுங்கள்! உங்கள் தகப்பனார் இறைவனின் மடியில் உறங்க வாழ்த்துகள்!"

"இது மட்டுந்தாங்க எனக்குப் புரியிது! இனியாச்சும் வெளியூர்க் காரங்ககிட்ட புரியிர பாஷைல பேசிப் பழகுங்க சார்! வரேன்!"

என்று அந்தப் பெண்மணி சொல்லவும் பாரி திடுக்கிட்டு சுற்றுமுற்றும் பார்த்துவிட்டு, "நல்லவேள ஒர்த்தனும் காணயில! மானத்தப் போக்கிட்டாளே?கன்னியாமரி தமுழ்நாட்டுல இல்லியா? இல்லன்னா நாம பேசியது தமிழில்லயா? என்ன எழவுன்னி வெளங்க மாட்டங்கே?" என்று தலையைச் சொறிந்தார் பாரி.

பக்கத்து சீட்டில் வேறொருவன் வந்தமர்ந்தான். அரைமணி நேரத்துக்குப் பிறபாடு விமானம் மேலெழும்பியது. அவன் ஏதேதோ பேசிக் கொண்டு வந்தான். அதற்கும் இலக்கியத்துக்கும் சம்பந்தமில்லாத காரணத்தால் பாரி தூங்கிப் போனார். திடீரென்று ஒரு அறிவிப்பு சப்தம் கேட்டு கண்விழித்தார் பாரி.

"ஹாய் திஸ் இஸ் கேப்டன் அரவிந்தன் மேனோன்! வீ ஆர் இன் எ ரிஸ்கி சிட்டிவேஷன்! நவ் வீ ஆர் கரண்ட்லி அனேபிள் டூ லேண்ட் டியூ டூ த ஹெவி ரெய்ன்! ப்ளீஸ் புட் யுவர் சீட் பெல்ட்!"

'என்ன எழவ சொல்லுகானோ எழவுடுப்பான்!' என்றவாறே கண்விழித்து ஜன்னல் வழியாக வெளியே பார்க்கவும் பாரிக்கு சிலிர்த்துப் போனது. வெளியில் கடுமையான மழை. விடிந்த வானில் கருமையான மேகங்கள் சூழ்ந்து தூரத்தில் பெரிய பெரிய மின்னல்கள் கடலுக்குள் வெட்டின. கீழே பெரிய சைஸ் கண்டெய்னர்கள் ஏற்றின பெரிய கப்பல்கள் வரிசையாக சோப்பு டப்பா போலக் காட்சியளித்தன. பாரிக்கு மனதுக்குள் ஒரு கலக்கம் தொற்றிக் கொண்டது. சட்டி சொரண்டியான் கடைசியாகச் சொன்னது நினைவுக்கு வந்தது.

'சீவனோட ஊருக்கு திரும்பி வந்தா பாப்போம்!'

"அடப்பாவிமுடிவான்! வாய வச்சானே? வெளங்காம போகப் போறனே இறைவா?" பாரிக்குக் கண்கள் குளமாகின. தூரத்தில் ஒரு விமானம் பறந்து கொண்டிருந்தது. பக்கத்திலிருந்த ஆசாமி அதை கையைக் காட்டி, "சார்! அந்தா வருதுல்ல கருடா பிளைட்டு? அது

தரையில இரங்குனத விட கடலுக்குள்ள இறங்கி முங்கினதுதான் கூடுதல்! இன்னிக்கி நாமளும் அந்த வரிசைல இருக்கோம்னு நெனைக்கும்போது மனசு ஜில்லுன்னு இருக்கு சார்!

'அட நாசமாப் போன நாய! நானே பேடிச்சிப் போயி இருக்கியேன்! நீ வேற கணகொணன்னு வைக்கிய?" என்று சொல்ல நினைத்தாலும் பாரி வாய் திறக்கவில்லை. அவனும் விடாமல்,

"சார் இப்பம் பாத்தீங்கன்னா நாம லேண்டிங் வரிசைல பன்னெண்டாவது எடத்துல இருக்கோம்! ஆனா நம்ம பைலட்டு சின்னப் பையந்தான்! இருவத்தி ஆறு வயசுதான் ஆகுது! கேரளாக்காரன்! அசால்ட்டா லேண்ட் பண்ணிருவாம்னு தோணுது!"

பாரி அவனைப் பார்த்து, "உங்களுக்கு இந்தக் காரியங்கள் எப்டித் தெரியும்?"

"அந்த பைலட்டு தன்னப்பத்தி அறிமுகம் செஞ்சிட்டிருக்கும்போது நீங்க தூங்கிட்டிருந்தீங்க!"

"ஓஹ் அப்புடி?"

"நம்ம பிளைட்டுதான் மண்ணு லோடு கொண்டு போற குட்டி யான மாதிரி இருக்கு! ஆனா பைலட்டுகள் தெறமசாலிகள்தான்! எப்புடியாச்சும் கொண்டு போயி எறக்கிருவான்! பயப்புடாதீங்க!"

பாரி மனசுக்குள் மந்திரங்கள் சொல்லிக் கொண்டார். செத்தாலும் சொர்க்கம் போக வழிசெய்யும் மந்திரங்கள்தாம் அவைகள். வானமெங்கும் அந்தகாரம் சூழ்ந்திருந்த நிலையில் அந்த விமானி ஒரு திடீர் முடிவை எடுத்தார். தமக்கு முன்னாலிருக்கும் பதினோரு விமானங்களையும் முந்திக் கொண்டு தாம் தரையிறங்குவது என்பதுதான் அந்த முடிவு. விமானக் கட்டுப்பாட்டு அறைக்குத் தொடர்பு கொண்ட விமானி அங்குள்ள அதிகாரியிடம்,

"இது சென்னையிலிருந்து சிங்கப்பூர் வரும் ஏர் இந்தியா எக்ஸ்ப்ரெஸ்! தரையிறங்க அனுமதி வேண்டும்! நான் விமானி அரவிந்தன் மேனோன் பேசுகிறேன்!"

அதிகாரி. "விமான ஓடுதளத்தில் கடுமையான மழை பெய்து கொண்டிருக்கிறது! உங்களால் அந்த ஈரத்தைத் தாக்குப் பிடிக்க முடியுமா? காற்றும் கடுமையாக வீசிக் கொண்டிருக்கிறது!"

“அதெல்லாம் கவலையில்லை! என்னால் தரையிறக்க முடியும்! ஏனென்றால் விமானத்தின் எரிபொருள் உங்கள் அனுமதி கிடைக்கும் வரை தாக்குப் பிடிக்காது!”

“சரி! நான் ஏர் டிராஃபிக்கை சரி செய்து விட்டுத் தொடர்பு கொள்ளுகிறேன்! நன்றி!”

இதைக் கேட்டுக் கொண்டிருந்த பாரிக்கு பரபரப்பு தொற்றிக் கொண்டது. “அதாம் ரன் வே வழுக்கும்னு சொல்லுகாம்லா! தாயளி மொவனுக்கு என்ன மொளப்புத்தனம்? எல்லாரையுஞ் சாவடிக்கப் பாக்கியானோ என்னமோ? கேரளாக் காரனுவளுக்கு கொஞ்சம் அண்டி துடிப்புக் கூடுதலுதாம்!” என்று பக்கத்தில் இருந்த ஆசாமியிடம் புலம்பிக் கொண்டிருந்தார். கட்டுப்பாட்டறையிலிருந்து உத்தரவு கிடைத்ததும் விமானம் தாழே இறங்க எத்தனம் கூட்டியதும் பாரி பயத்தில் அரற்றிக் கொண்டே கண்களை மூடினார்.

‘சலீர்’என்ற சப்தத்தோடு விமானத்தில் சக்கரங்கள் ரன்வேயை முத்தமிட்டன. பாரிக்கோ ஆச்சர்யம், “அட சின்னப்பெயலா இருந்தாலும் இந்த இக்கட்டுலயும் கூட பொதுக்கடீர்ன்னு எறக்கிப்புட்டானய்யா!” என்று சப்தமாகச் சொன்னார். உடனடியாக அந்த ஏர்ஹோஸ்டஸை அழைத்து, “இந்த விமானிய ஒண்ணு நாங் காணமுடியுமா? அந்தப் பையனைப் பாராட்டணும்!” என்றதற்கு அவள், “அதற்கெல்லாம் அனுமதியில்லை!” என்று சொன்னதும் பாரிக்கு லேசாகக் கோபம் வந்துவிட்டது. “இதவுட அழகான ஆம்னி பெஸ்சுக்க டிரைவரத் தாண்டித்தான் வண்டியில இருந்து எறங்க முடியும்! இவனென்ன பெரிய அம்பானியா? விமானின்னா ஒண்ணும் பெரிய விஞ்ஞானி கெடையாதும்மோ! போச்சொல்லு அந்தக் கூயான!” என்று பொங்கிவிட்டார். அந்த ஏர் ஹோஸ்டஸ் ஒன்றும் சொல்லாமல் போய் விட்டாள்.

எல்லாரும் இறங்கத் துவங்கவே பாரியும் இறங்கினார். சாங்கி பன்னாட்டு முனையம் தங்களை வரவேற்கிறது என்ற விளிசொல்லைக் கேட்டதும் பாரிக்கு வெட்கமும் கவலையும் வந்து விட்டன. இவரது வலது சிந்தனைகளின் நிமித்தம் இடது இலக்கிய வட்டத்தில் இவரது பட்டப்பெயர் ‘சாணிச்சங்கி ஒப்பாரி’.

இங்கும் இம்மிகிரேஷன் வரிசையில் நின்றதும் பாரிக்கு உதறல் எடுத்தது. ‘இந்த நாயி என்னவெல்லாங் கேக்குமோ இறைவா?’என்று

பாரிக்கு மனக்கிலேசம் தாங்கவில்லை. பாரியின் முறை வந்தது. சிரித்த முகத்தோடே பாஸ்போர்ட்டை வாங்கிய ஒரு இளம் அதிகாரி பாரியிடம்,

“ஆர் யூ ஃப்ரம் இண்டியா?”

பாரி பயத்தில், “யெஸ் சார்!”

“மே ஐ நோ யுவர் பர்ப்பஸ் ஆஃப் விசிட்!”

“சார் ஐயாம் எ ரைட்டர்!” என்று பாரி சொன்னதுதான் தாமதம் அந்த அதிகாரியின் கண்களில் வியப்பு. மிகுந்த மரியாதையாக அவரது இருக்கையிலிருந்து எழுந்து இறங்கி வந்து பாரியின் கைகளைப் பிடித்துக் குலுக்கி, “வெல்கம் டூ சிங்கப்பூர் சார்! வீ பிரவுட் டூ ரிஸீவ் யூ!” என்றதும் பாரிக்குக் குழப்பம்.

‘அங்க என்னடான்னா எழுத்தாளம்னு சொன்னாலே காறித் துப்புகானுவோ! இங்க மரியாதையா நடத்துகானுவோ! அதனாலதான் இந்திய எலக்கிய ஒலகம் ஒமுடிஞ்சி கெடக்கு?’

என்றவாறே நடந்து அந்த விமான நிலையத்தில் வனப்பைக் கண்டு மதிமயங்கி நடந்து விமான நிலைய வாசலில் வந்து நின்றால் ஒரு மலேசியாக்காரன் தன் கையில் இருந்த மொபைல் போனில் இருந்த போட்டோவைப் பார்த்துக்கொண்டே நெருங்கி வந்து, “ஹாய்லா! நீங்கதான் பாரியாலா?” என்றதும் பாரிக்குக் குழப்பம்.

‘என்னடே இது? மருவுடியிந் தொடங்கிட்டானுவளா! பாத்தாவொடனே எலே வாலேன்னி வைக்கியான்?’ என்று எண்ணிக் கொண்டே அவனிடம், “ஆமா நாந்தாம் பாரி! நீங்க?”

“நா கவிஞர் சத்யசீலன்! எரிதழல் ராசாவோட ஃப்ரேன்! ‘பாதாள அரிக்லாம்பு’ங்கிற பேர்ல கவிதைகள் எழுதிட்டிருக்கேன்லா! ஆக்சுவலி எரிதழல் மார்னிங் மலேசியாலேர்ந்து வந்திட்டிருக்காரு! அதனால நா உங்கள ரீசீவ் பண்ண வந்திருக்கேன்லா!”

“தோழர் எரிதழல் எப்ப வருவாரு?”

“பன்னெண்டு மணிக்கி வந்துவாருலா!”

“சரி நாம எங்க போவணும்?”

“லிட்டில் இண்டியா!”

"எப்டி போவணும்?"

"எம்மார்ட்டி!"

"அப்டின்னா?"

"மெட்ரோ!"

"டிரெய்னா?"

"அட ஆமாலா! சும்மா வாங்க! ஜாலியா போவலாம்!" என்றவாறே விமான நிலையத்தின் அடித்தளத்திற்குச் சென்றார்கள். அங்கே பார்த்தால் அத்தனை அழகு. பாரியின் வாய் ஆ'வெனத் திறந்தது.

"எங்கூரு ஏர்போர்ட்டு கூட இப்புடியில்லையே?" என்று சொல்லவும், அந்த மலேசியாக்காரன் ஒரு ஷாப்பில் போய் பத்து டாலர் கொடுத்து பாரியின் பாஸ்போர்ட்டைக் காட்டி ஒரு அட்டை ஒன்றை வாங்கினான். பாரி அவனிடம்,

"இது என்னடே தம்பி?"

"இதுதான் டிராவல் கார்டு! இது இருந்தாத்தான் ஈஸியா டிராவல் பண்ண முடியும்! காசு தீந்ததும் இதுலயே ரீசார்ஜ் பண்ணிக்கலாம்!"

"ஹூம்! எங்கூர்ல போனையே ரீசார்ஜ் பண்ண மாட்டானுவோ? இந்த லெச்சனத்துல டிராவல் கார்டாமே?"

ட்ரெயின் வந்து நின்றது. அதில் ஏறினார்கள். மின்னல் வேகம். பாரிக்கு மீண்டும் வியப்பு. 'நாம வந்த பிளேனு கூட இவ்ளோ மினுக்கமா இல்லியே கடவுளே? இதுதான் சொர்க்கமா? எம்மோவ்!'

சுற்றும் முற்றும் அழகான கட்டிடங்கள், சீனக்கலை என்று வரிசையாக வியப்பு. ட்ரெயின் வந்து ஃபேரர் பார்க் ஸ்டேஷனில் வந்து நின்றதும் இருவரும் இறங்கினார்கள். ட்ரெயின் கிளம்பிய சப்தம் பாரிக்குச் சிரிப்பை வரவழைத்தது. அந்தச் சப்தமானது பண்டத்தைய காலக் குழித்துறை சங்குச் சப்தத்தை ஒத்திருந்ததாகத் தெரிவித்தார்.

நண்பர் ஒருவரது வீட்டை பாரி தங்குவதற்காக ஒதுக்கியிருந்தார்கள். இலக்கியத்துக் கொஞ்சமும் சம்மந்தமில்லாத நான்கு நண்பர்கள் சேர்ந்து வாடகைக்கு எடுத்து வசித்து வரும் வீடு அது. எரிதழலின் மனைவி மற்றும் பிள்ளைகள் தனியாக ஒரு வீட்டில்

வசித்ததால் பாரிக்கு அங்கு தங்குவதற்கு சிரமமாக இருக்கலாம் என்பதற்காகத்தான் இந்த ஏற்பாடு.

அப்போது சத்திய சீலனிடம் பாரி, "வயறு பசிக்கி! சாப்புட வல்லதும் கிட்டுமா?"

"இருங்கலா! காடி சொல்லிருக்கேன்! இப்ப வந்துரும்! போய் சாப்டலாம்!"

பாரிக்கு 'அய்யோ அம்மோ!' என்றாகிப் போனது. 'ஏதும் இட்டிலி கிட்டிலி திங்கியதுக்கு வாங்கித் தருவானுவன்னு நெனச்சா காடி குடிக்கணுமாமே?' என்று பாரிக்குக் கடுமையான சலிப்பு தொற்றிக் கொண்டது. அதே சமயம் சத்தியசீலனின் செல்போன் சிணுங்கவே அவன் பாரியைப் பார்த்துக் கண்ணைச் சிமிட்டிக் கொண்டே மெதுவாக, "தழல் சார்தான்லா கூப்புடுகாரு!" என்று அதை அட்டென்ட் செய்து காதில் வைத்து, "சொல்லுங்க தழல்! கிளம்பிட்டீங்களா! சார் வந்தாச்சிலா! இந்தா குடுக்குறேன்!" என்றவாறே ஃபோனை பாரியிடம் நீட்ட பாரி அதைக் கையில் வாங்கிக் கொண்டே பால்கனிக்கு வந்து சுற்றுமுற்றும் பார்த்துவிட்டு மெதுவாக,

"எடே தாவீது! என்னடே ஆளனுப்பிருக்கா! செவம் பாக்கப் பைத்தியக்காரம் மாதிரி தெரியி! வேற ஆளே இல்லைன்னா இந்த ஓந்தான அனுப்புனா? ஆளு சின்னப்பெயலா இருந்துகிட்டு ஏலே வாலேன்னு பேசுகாம்?"

அந்த முனையில் சிரித்துக் கொண்டே, "எண்ணே! இங்க எல்லாவனும் அப்டித்தாம் விளிப்பானுவா! நம்ம ஊருக்க மக்கா'ன்னு விளிப்பம்லா? அது மாதிரி இங்க கடசில ஒரு லா சேத்துக்கிடணும்! அவ்ளோதா!"

"அப்புடியா? சாப்புட ஏதாச்சும் வாங்கியான்னா காடி வரத்திருக்கானாம்! ஏ அங்கோர்ந்து காடியுங் கஞ்சியுங் குடிக்கதுக்கா இத்தன தூரா தொலைக்கி வந்துருக்கு?"

மீண்டும் மறுமுனையில் சிரிப்பு, "எண்ணோ! காடின்னா இங்க வண்டி! கால் டாக்சி சொல்லிருப்பாம்! வந்தவொடனே அதுல ஏறிப்போயி நல்லா சாப்புடு! நா இந்தா வந்துருகேம்! ஆங் அப்பொரம் இன்னொரு காரியம்! எவன் கையைக் காட்டுனாலும் நீ கையக் காட்டிறாத! இலக்கியவாதின்னா சிரிக்கப் புடாது!

சிரிச்சா நம்மள சாமானியமா நெனச்சிருவானுவோ! ரொம்ப நேரம் பேசுனேன்னு வையி! ஓடந்தானே தோளுக்க மேல ஏறிச்சாடுவானுவோ மனசுலாச்சா?"

"எடே இந்த சிங்கப்பூருக்காத்த என்னைய எவனுக்குத் தெரியும்னு கையக் காட்டப் போரானுவ?"

"நீ அப்புடி நெனச்சிருக்கியா? ஒன்னிய இங்கன உள்ள எல்லா இலக்கிய அமைப்புலயுந் தெரியிம்! இன்னிக்கி சாயந்தரம் வருவானுவ பாக்கத்தானே போற?" என்றதும் பாரிக்கு ஒன்றும் புரியவில்லை. போன் கட் ஆனது.

பாரி சாப்பிட்டு வந்து ஒரு தூக்கத்தைப் போட்டு எழும்ப வெளியில் ஒரு கூட்டமே காத்திருந்தது. பாரிக்கு மாலையென்ன? மரியாதையென்ன? கடும் அமளி துமளியாகிப் போனது. கூடவே அமர்ந்து பாரியைப் பார்த்துக்கொள்ள இலக்கிய வட்டம் சார்பில் நான்கைந்து பேர் அமர்த்தப் பட்டார்கள். அவர்களுடைய வேலை என்னவெனில் பாரியை யாரும் எளிதாக நெருங்க விடாமல் பார்த்துக் கொள்ள வேண்டும். இதில் காசு கொடுத்து அந்த வீட்டை வாடகைக்கு எடுத்துத் தங்கியிருந்த நால்வரும் தப்பவில்லை.

அந்த நால்வரில் யாராவது ஒருவர் கொட்டாவி விட்டாலும் கூட பாதுகாப்புக் குழுவால் எச்சரிக்கப் பட்டார்கள். "சார் படித்துக் கொண்டிருக்கிறார்" என்று கொட்டாவி விடுவதற்கும் அனுமதி மறுக்கப்பட்டது. அந்த நால்வரில் ஒருவன் கன்னியாகுமரிக் காரன். 'ஊர்க்காரர் வந்திருக்கிறாரே? ஒரு வார்த்தை பேசலாம்!' என்றால் அதற்கும் அனுமதியில்லை. "அவர என்ன சாமானிய ஆளுன்னு நெனச்சீங்களா? ரைட்டராக்கும்!" என்ற எச்சரிக்கைக் குரல் எழுந்தது. பாரி ஒரு நாட்டின் பிரதமரைப் போல அந்தத் தருணத்தை உணர்ந்தார்.

இப்படியாக "சார் தூங்குகிறார்! வீட்டுக்குள் நடமாட வேண்டாம்! சார் குளிக்கிறார்! சப்தமாகப் பேசாதீர்கள்! சார் ராமாயணம் வாசிக்கிறார்! நீங்கள் அடுப்பைப் பற்ற வைக்கும் சிறிய சப்தம் கூட அவருக்கு பகவான் ஸ்ரீ ராமரை மறக்கச் செய்யும்! சார் யோகாசனம் செய்கிறார்! டூத் பிரஷ்ஷின் சப்தம் அவரைத் துன்புறுத்துமாதலால் பல் தேய்க்காதீர்கள்!" என்று அவர்கள் விதித்த சட்டங்கள் எல்லையில்லாமல் போய்க் கொண்டிருந்தது.

அன்று மூன்றாம் நாள். சனிக்கிழமை. அன்றைக்கு நள்ளிரவில் பாரிசென்னைக்குத் திரும்ப வேண்டும். மாலையில் பாரியும்,அவரது இலக்கியப் பாதுகாவலர்களும் அமர்ந்து உலகளாவிய இலக்கியம் பற்றி பேசிக் கொண்டிருந்தார்கள். அதிலொருவன் கேட்டான்,

"ஐயா! தமிழ் இலக்கியத்தில் சொல்லவொண்ணாத் துயர் நிரம்பியிருப்பதைக் கண்டீர்களா?"

பாரி ஒருவிதப் பெருமையுடன் தொண்டையைச் செருமிக்கொண்டே பேசத் துவங்கினார், "அதாவது நண்பர்களே! இலக்கியம் என்பது ஆனையின் கால்களில் கட்டப் பட்டிருக்கும் சங்கிலியைப் போன்றது! சிறிய குட்டி ஆனையைப் பெரிய சங்கிலியால் கட்டியிருப்பதையும், வளர்ந்த பெரிய ஆனையைச் சிறிய சங்கிலியால் கட்டியிருப்பதையும் கண்டிருக்கிறீர்களா?"

கூட்டத்தில் சலசலப்பு, "சார் ஏதோ சங்கின்னு சொல்லுகாரே?"

பாரி மீண்டும் கையை உயர்த்தி, "அது சங்கி இல்லை! சங்கிலி! நானே சொல்லுகேன்! அதாவது குட்டி யானை அங்குமிங்கும் ஓடிக்கொண்டேயிருக்கும். அதற்காக அதைக் கட்டிப்போட பெரிய சங்கிலியைக் கொண்டு பூட்டுவார்கள்! அந்தச் சங்கிலியை அந்தக் குட்டி யானையால் அறுக்கமுடியாமல் இழுத்துக் கொண்டேயிருக்கும்! சற்று நேரத்தில் காலிலுள்ள தோலும் சதையும் பிய்ந்து ரத்தம் வந்து கத்த ஆரம்பித்துவிடும்! இதே போல மறுபடியும் முயற்சித்துப் பார்த்துப் பார்த்துத் தோற்றுப் போய் ஒருகட்டத்தில்சங்கிலி என்ற ஒன்றைத் தன்னுடைய வாழ்நாளில் எப்போதும் உடைக்கவே முடியாது என்னும் எண்ணம் தோன்றி பின்னெப்போதும் அந்த யானை சங்கிலி என்றவொன்றை அறுக்கவே முயற்சிக்காது! அதற்குப்பின் அது வளர வளர சங்கிலியின் அளவு சிறிதாகிவிடும்! அது போன்றதுதான் இயலக்கியமும்!" என்று சொல்லி முடிக்கவும் கைத்தட்டல் உத்தரத்தில் கிடந்த மின்விசிறியைப் பிளந்தது.

"புரியலைங்க சார்!" என்றவனைப் பார்த்த பாரி தன்னுடைய முகத்தில் ஒரு ஒளியை வரவழைத்துக் கொண்டு, "புரியிற மாதிரி பேசுனா எழுத்தாளனுக்கென்று என்ன விலையிருக்கிறது?" என்றதும் மீண்டும் விசில் சப்தம் காதைப் பிளந்தது.

மீண்டும் ஒருவன், "அதைக் கொஞ்சம் வெளக்கமா சொல்லுவீங்களா சார்?"

பாரி அவனைப் பார்த்துக் கொண்டே, "அதாவது தம்பி! சின்ன வயசுலயே கண்ட வேண்டாத்தனங்கள செஞ்சிக்கிட்டு பெருசா வளரம்போ எதப் பாத்தாலும் துச்சமாத்தாந் தெரியிம் இந்தப் பெயல்களுக்கு! அதனாலதாம் இந்த இலக்கியம் தூக்குல தொங்கிட்டு நிக்கி! நாலு காரியங்களப் படிச்சமா இலக்கியத்தத் தூக்கி நிறுத்துனமான்னி இல்லாம வட்டமா பொகைய வுட்டுகிட்டு நடப்பானுவா!" என்று விளக்கம் சொல்லி நிறுத்தினார்.

மீண்டும் ஒரு கைத்தட்டலும் ஒரு விண்ணப்பமும் எழுந்தது. "சார் எங்களுக்காண்டி ஒரு கவித சொல்லுவேளா?"

அதைக்கேட்டு இன்புற்று மகிழ்ந்த பாரி தான் முந்தைய நாள் இரவில் அமர்ந்து சிங்கப்பூர் பெண்டிர் குறித்து எழுதிய கவிதையை வாசிக்கத் துவங்கினார்.

"பொட்டுப் பொட்டாகப் பிட்டுக் கிடக்கும்
சிங்கப்பூர்ப் பட்டணத்தின் பட்டுடுத்திய சிட்டே!
கொட்டும் துட்டின் வெட்டுப் பார்வையில்
என்னை மொட்டாய்ச் சுருக்கிய சீட்டுக் கட்டே!
வெட்டுக் கண்களால் என்னைத் துண்டு துண்டாய் பிட்ட முல்லை மொட்டே!
உனை நினைத்து கொட்டக் கொட்ட விழி நீர்க்க
விழித்துக் கிடக்கிறேன் என் ஆபரணத் தட்டே!'

என்று சொல்லிவிட்டு சுற்றியிருந்த அத்தனை பேரையும் ஒரு ராஜபார்வை பார்த்து விட்டு அமரவும், "வாரே வாவு! பாரி சார் ஆல்வேஸ் ராக்ஸ்!" என்று ஒருவன் சொல்ல,அப்போது "கினிங் கினிங்!" என்ற காலிங் பெல் சப்தம் எழவும் ஒருவன் எழுந்து போய்க் கதவைத் திறந்தால் அங்கே அந்த கன்னியாகுமரிக்காரன் நின்று கொண்டிருந்தான். அவனது கையில் ஒரு விஸ்கிக் குப்பி இருந்தது. கதவைத் திறந்தவன் அவனிடம்,

"அட என்னஙக? சார் கவிதை வாசிச்சிட்டிருக்கும்போது வந்து டிஸ்டர்ப் பண்ணுறீங்க? ஹேவிங் நோ பிரெய்ன் ரைட்?"

கன்னியாக்குமரிக்காரனுக்கு கிறுக்கு உச்சிமண்டையில் ஏற அவன் கடும்கோபத்தில்,

"சாரா? அந்தப் புண்...மொவன் இன்னும் இஞ்சயிருந்து போவல்லியா? எவனுக்க வூட்டுல எவம்லே வந்து அதிகாரஞ் செய்யது? ரைட்டருன்னா அவனுக்க ஏடாம்புக் குண்ணைய

ஸ்டேசன்ல வச்சிக்கிடணும்! சிங்கப்பூரு ஸ்டேசன்ல உள்ள போலீசுக்காரனுவள காட்டிக் குடுத்தேளா கூய்மோனுக்கு? இந்தியாவுலயும் இருக்கானுவளே! டிரெய்னிங்கு முடியும்போ கடசியாப் பாத்த சாமானத்தக் கண்ணால காணவொக்காம அம்பத்தெட்டு வரியம் தொப்பைய வளத்துக்கிட்டு நடக்கானுவளே? நாணமில்லடோ நிங்களுக்கு? எல்லா அந்தத் தாவீது தாயளி பாத்த பார்வை? ஊர்க்காரம்லான்னு சொல்லி கொறைய சவ்ஜென்யம் செஞ்சா தலைக்கி மேல ஏறி மோளுகதுக்கு நிக்கானே கூய்மொவன்? எவம்லே அவெம் எனக்கு மூளையில்லைன்னு சொன்னவன்? எல்லா புண்டாளுதைகளுக்கும் பத்து நிமுசம் டைம் தாரேன்! அவ்ளோவேரும் இப்ப இஞ்சேர்ந்து வெளிய போவலைன்னா இந்தா இருக்குல்லா சாதனம்? இதத்தல வழியா ஊத்திக் கொளுத்திப் புடுவெம் பு...டா மக்கள! ஒடுங்கல எல்லாவனும்!"

என்று சொல்லிக் கையிலிருந்த விஸ்கி பாட்டிலைத் தூக்கிக் கொண்டு அவர்களை நோக்கி ஓடியதுதான் தாமதம்... அந்த அறையிலிருந்து எப்படிக் கிளம்பினார்கள் என்று தெரியாமல் துணிமணி எல்லாவற்றையும் அள்ளிக் கொண்டு வாசலுக்கு வந்தார்கள். சற்றைக்கெல்லாம் சம்பவம் குறித்த தகவலறிந்து எரிதழல்ராசா பாரிக்குப் ஃபோன் செய்து நடந்த சல்லியத்திற்கு வருத்தம் தெரிவிக்கவே பாரி ஓரிரு வார்த்தைகளைச் சொல்லிவிட்டு விட்டு விமானமேறினார். அவர் கண்ணீரோடே எரிதழல்ராசாவிடம் சொன்னதாவது,

"எப்போ தாவீது! அவெம் என்னைய தள்ளைக்கி விளிச்சது கூட பெருசா எனக்கு மண்டக்கி ஒரைக்கல்ல! ஆனா இந்தத் தமிழம்மாருவளுக்கு மாத்தரந்தானே ரைட்டருன்னு சொன்னவொடனே போலீ டேசன் ஓர்மைக்கி வருகு? இப்புடி நக்கிட்டு நடந்தானுவன்னா இந்த எலக்கிய ஒலவம் எங்கன வெளங்கும்னு சொல்லு பாப்போம்?"

○○○

வானத்தின் பெயர்தான் வானம்

சிங்கப்பூர், இரவு 2 மணி, யிஷுனில் 32 மாடிகள் கொண்ட அந்த குடியிருப்பின் 24 நான்காம் தளத்தில் இருந்த என்னுடைய அறையில் நான் ஆழ்ந்த உறக்கத்தில் இருந்தேன். அது ஒரு அழகான டிசம்பர் மாதம். ஒரு வியட்நாமிஸ் திரைப்படத்தின் படப்பிடிப்பு நடந்து கொண்டிருந்தது. நான்தான் கேமராமேன். அன்றைய பகலில் ஷூட்டிங் முடிந்து வந்து இழுத்துப் போட்டுக் கொண்டு செய்த ஏகப்பட்ட எடிட்டிங் வேலைகளின் நிமித்தம் உடல் மிகுந்த அசதியோடு இருந்ததால் சீக்கிரமே படுத்துவிட்டேன். அந்த அறையில் ஒரு கம்பியூட்டரும் ஒரு படுக்கையும் ஒரு ஃப்ரிட்ஜும் என்னுடைய கேமரா மற்றும் லென்சுகளும் இருந்தன.

என்னுடைய படுக்கை அறை வெகு நிசப்தமாக இருந்தது. அப்போது ஒரு ரம்மியமான மணம் அந்த அறை முழுவதும் பரவுவதை என்னால் உணர முடிந்தது. கால்களின் அருகில் ஏதோ அனிச்சையான ஒரு ஸ்பரிசத்தை உணர்ந்து கண்விழித்தேன். என் எதிரில் ஒரு உருவம் நிற்பதைக் கண்டேன். முழுக்கண்ணையும் திறந்து பார்த்தபோது வெள்ளை நிற முகத்தோடும், சீனர்களின் பாரம்பரிய உடையணிந்த ஒரு ஒல்லியான தேகம் கொண்ட அந்த உருவம் பார்ப்பதற்கே சிரிப்பு வருமளவுக்கு என்னெதிரில் நின்று கொண்டிருந்தது.

அது தன்னுடைய கன்னங்களிலும் உதட்டிலும் சிவப்பு சாயங்களைப் பூசிக்கொண்டு வெள்ளுடை தரித்திருந்தது. மீண்டும் உற்றுப் பார்த்தேன். ஆணா பெண்ணா என்று பால்பேதம் தெரியவில்லை. அது அங்கேயே நின்று கொண்டிருந்தது. அதன் கைகள் அந்தரத்தில் முன்னோக்கி என்னை நோக்கி நீண்டிருப்பதைக் கண்டு முதலில் சிரிப்பு வந்தாலும் அதன் அமானுஷ்யத் தன்மை ஒருவித பயத்தை எனக்குள் உருவாக்கியது.

பயத்தில் நான் படுக்கையைவிட்டு எழாமல் தலையோடு போர்வையைப் போர்த்திக் கொண்டு படுத்துக் கொண்டேன். இதயம் படபட'வென அடித்துக் கொண்டிருந்தது. 'போர்வையை விலக்கிப் பார்க்கலாமா?' என்று எண்ணியபோது பயம் என்னைத் தடுத்து விட்டது. 'என்ன செய்ய? வேறு வழியேயில்லை!' லேசாக கண்ணை நகர்த்திப் பார்த்தேன். 'கடவுளே! அது என்னை நோக்கி நகர்ந்து வந்து கொண்டிருந்தது. அரண்டு போய் படுக்கையை விட்டு எழவே அந்த உருவம் காற்றில் கரைந்து போனது.

அந்த நறுமணம் அப்போதும் அந்த அறையை விட்டுப் போகாமல் இருந்ததைக் கண்டுதான் நான் கண்டது கனவு இல்லை என்பதை உறுதி செய்து கொண்டேன். உடனடியாக என்னுடைய உதவியாளர் சோனியாவை மொபைல் போனில் அழைத்தேன். அவள் ஒரு சீனப்பெண். தெள்ளுதமிழில் உரையாட, எழுத, வாசிக்கத் தெரிந்த அற்புதமான தேவதை அவள். வயது இருபத்தி மூன்று. அவள் ஒரு பேரழகி.

சோனியா சற்றுமுன்புதான் எடிட்டிங் வேலைகள் முடித்துவிட்டு இங்கிருந்து வீடு திரும்பியிருந்தாள். நள்ளிரவில் நான் எதற்காக அழைக்கிறேன் என்பதை அறியாமல் படபடப்பாக ஃபோனை அட்டெண்ட் செய்து,

"என்ன கிரிஷ்? இந்த நேரத்துல கூப்ட்டிருக்க? ஏதாவது எமர்ஜென்சியா? நாளைக்கு காலையில ஷூட் இருக்கே! இன்னும் தூங்காம என்ன பண்ணிட்டிருக்க?" என்றாள். நான் நடந்த விஷயங்களைச் சொன்னேன். தான் உடனே கிளம்பி வருவதாகச் சொல்லிவிட்டு ஃபோனைத் துண்டித்து விட்டாள்.

நான் பால்கனியில் வந்துநின்று கொண்டு ஒரு ஒரு வைசிராய் சிகரெட்டைப் பற்ற வைத்தேன். அந்த சிகரெட் அட்டையில் சற்று முன்பு நான் கண்ட உருவத்தை விடவும் கொடூரமாக ஒரு உருவத்தின் படத்தை அச்சிட்டிருந்தார்கள். 'புகைப்பிடித்தால் புற்று நோய் வருமாம். அதற்குத்தான் அந்தக் கொடூரமான விளம்பரப் படம்! அப்புறம் என்ன கூந்தலுக்குடா இதை கடையில வச்சி விக்குறீங்க?' என்று தோன்றியது. இரண்டாவது சிகரெட்டைப் பற்ற வைக்கும் நேரத்தில் சோனியாவின் ஃபிடில் ஸ்கூட்டர் எங்கள் அப்பார்ட்மெண்டில் நுழைந்தது. அப்போதுதான் மனதுக்குள் ஒரு ஆசுவாசம் வந்தது. அங்குள்ள லிஃப்ட்டுகளெல்லாம்

மணிக்கு ஐம்பது கி.மீ வேகத்தில் செல்பவை என்பதால் அடுத்த சில நொடிகளில் அறைக்கு வந்தாள்.

எனக்கு பேய் பிசாசு எனும் விஷயத்தில் எல்லாம் பெரிதாக நம்பிக்கை கிடையாது என்றாலும் அன்று நடந்த சம்பவம் ஒருவித கிலியை எனக்குள் ஏற்படுத்தி விட்டிருந்தது. இந்த நடுநிசியில், சம்பந்தமே இல்லாத ஏதோ ஒரு கோமாளி என் அறையில் திக் விஜயம் செய்தது போல் வந்து சென்றதை அவ்வளவு சுலபமாக விட்டுவிட முடியவில்லை. அழைப்பு மணி சத்தத்தில் கதவைத் திறந்தேன். சோனியா பரபரப்பாக வந்து நின்றாள்.

"என்னாச்சி கிரிஷ்?"

நடந்த விஷயத்தைச் சொன்னேன். அறைக்குள் நுழைந்து சுற்றிலும் பார்த்துவிட்டு அங்கிருந்த புத்தர் சிலைக்கு முன்பாக வந்து நின்று கொண்டு கைவிசிறியின் சிறகுகள் போல இருந்த ஒன்றால் என் தலை முதல் பாதம் வரை தொட்டு ஏதோ மந்திர உச்சாடனைகளோடு தடவி விட்டு ஊதுபத்தி ஒன்றை எடுத்து பற்ற வைத்து ஒரு மூலையில் கொண்டு போய் வைத்தாள்.

நான் அவளிடம் கேட்டேன், "ஹேய்! என்ன பண்ற நீ? ஏதாவது சாமியார் மடத்துல சேந்துட்டியா??"

அதற்கு சோனியா, "நீ சொன்ன இந்த விஷயத்தை வெளிய யார்கிட்டையும் சொல்லிடாத! ஏன்னா நீ பாத்தது இந்த ஊரு பேய்! இதை மட்டும் இங்க இருக்குறவங்ககிட்ட சொன்னா அவளோதான்! பயந்துருவாங்க! உங்கிட்டயும் நெருங்க மாட்டாங்க!"

ஏனோ என்னுள் எழுந்த சிரிப்பலைகள் ஓயவில்லை. "என்னாது இங்க வந்தது பேயா? பாக்க பயங்கர காமெடியா இருந்துச்சே?" என்றபடியே கட்டிலில் வந்து படுத்துக் கொண்டேன். அவள் சிரிக்கவில்லை. இருப்பினும் இப்போது இதயம் இருமடங்கு வேகமாகத் துடித்தது. காரணம் அவள்தான்! அந்த அரையிருட்டில் சோனியாவின் அழகு கோடி மடங்கு அதிகரித்திருந்தது.

அந்த உருவத்தைக் கண்டபிற்பாடு நான் அங்கே தனியாக தூங்க மாட்டேன் என்றதால் அவள் அங்கேயே படுத்துவிட்டு காலையில் சென்று விடலாம் என்று சொல்லி, தூங்குவதற்கு வசதியாக தன்னுடைய ஆடைகளைக் களைந்தாள். இலகுவாக ஆண்கள்

அணியும் உள் பனியன் போல் ஒன்றை அணிந்தபடியே வந்து கட்டிலில் என் பக்கத்தில் படுத்தாள். எந்தவித தயக்கத்தையும் அவளிடத்தில் நான் காணவில்லை. இதற்கு மேலும் குரங்கை நினையாமல் அந்த மருந்தை குடிக்கமுடியுமா என்னால்!!! இது என்னடா எனக்கு வந்த சோதனை....?

சிறிதுநேரம் புரண்டுபடுத்த என்னால் உறங்க முடியவில்லை. அவளிடமிருந்து எழுந்த பெண்வாசனை அந்த ஊதுவத்தியின் நறுமணத்தைக் காட்டிலும் பெரிதாகயிருந்தது. எனக்குள் இருந்த ஆண் எழுந்து கொண்டான். ஏனோ அன்று அவ்வளவு பெரிய அறையிலும் எனக்கு மூச்சுமுட்டியது. எழுந்து போய் பால்கனியில் நின்று ஒரு சிகரெட்டைப் பற்ற வைத்து என்னுள் எழுந்த நெருப்பை அணைக்க முற்பட்டேன்.

என் பின்னாலேயே வந்த சோனியாவும் புகைக்க விரும்பி ஒரு சிகரெட்டைப் பற்ற வைத்தாள். இருவரும் பால்கனியில் நின்று கொண்டு அந்த இரவொளியில் யிஷுன் நகரத்து அழகை நிகோடின் புகையோடு சுரத்தே இல்லாமல் ரசித்துக் கொண்டிருந்தோம். சோனியா என்னிடம், “என்னாச்சு உனக்கு? ஏதோ டிஸ்டர்ப் ஆனா மாதிரி இருக்க?” என்றாள்.

நான் அவளிடம், “இல்ல சோனியா! நான் வேணா கீழ படுத்துக்கவா? என்னால உன் பக்கத்துல படுத்து தூங்கமுடியல..! எனக்கு ஏதேதோ தோணுது..!” என்று சொல்லிவிட்டுத் திரும்பி நின்றுகொண்டு நகரத்தின் இருள் கவிழ்ந்த வனப்பைப் பார்த்தபடி நின்று கொண்டேன். முதலில் சிரித்தவள் பின் பொறுமையாக என் அருகில் வந்து,

“இதோ பார் கிரிஷ்! இது ஒண்ணும் இந்தியா இல்லை. இங்க எல்லார்க்குமே ஆண் பெண் பற்றிய தெளிவும், தேவையும், போதுமான அளவு பாலியல் அறிவும் படிப்பிக்க பட்டிருக்கு! உங்க ஊர்ல ரோட்ல போற ஒரு பொண்ணை சைட் அடிக்கிறோம்ங்குற பேர்ல உற்று உற்று பாப்பீங்க! ஆனா இங்க அப்டி பாக்கக் கூடாது! அப்டி பாத்தீன்னா அது குற்றம்! எங்க நாடு இங்க உள்ள மக்களை எதுக்காகவும் பசியோடு வச்சிருக்காது! அதனாலதான் இங்க பாலியல் தொழில் கூட அரசாங்கத்தின் அனுமதியோட கடும் கட்டுபாடுகளோடு நடக்குது!”

நான் பொறுமையோடு கேட்டுக் கொண்டிருக்கவே அவள் தொடர்ந்தாள்.

"இங்க உனக்கு ஒரு பொண்ணை பிடிச்சிருக்கா...! நேரா அவகிட்ட போகலாம்! எனக்கு உன்னை பிடிச்சிருக்கு! என்னோட ஒரு காஃபி சாப்ட வறியான்னு தைரியமா கேக்கமுடியும்! அந்த பொண்ணுக்கு பிடிச்சா நீங்க தொடரலாம்! இல்லைன்னா ரொம்ப டீஸெண்டா மறுத்துட்டுப் போயிருவாங்க! அத விட்டுட்டு இதை ஈவ் டீஸிங்ன்னு எல்லாம் மதிகெட்டத்தனமா இங்க சொல்லமாட்டாங்க! அதுனால உனக்கு அப்டி என்மேல ஏதாவது தோணுச்சுன்னா கூட அதை தாராளமா என்கிட்டயே கேக்கலாம்! எனக்கு உன்கூட தூங்குறதுக்கு எந்த பிரச்சினையும் இல்ல! முதல்ல ஆண் பெண் உறவுன்னா என்னன்னு புரிஞ்சுக்கோ! ரெண்டு பர்கர் சாப்டரா மாதிரிதான் செக்ஸும்! உன்ன மாதிரி ஒரு ஹேண்ட்ஸம் கூட பெட்ஷேர் பண்ணிக்கிறதுல எனக்கொரு தயக்கமும் இல்ல! இஃப் யூ வான்ட் டூ சிங்க் வித் மீ! ஐம் ரெடி டூ ஹேவ் ஃபன்! இதுக்கு மேலயும் உனக்கு ஏதாச்சும் ஆட்சேபனை இருந்தா நீ கீழே இல்ல! எங்க வேணாலும் போய்த் தூங்கலாம்!"

எனக்கு சோனியாவோடு கலவ அப்போதைக்கு எந்த தேவையுமில்லாமல் இருந்ததும், இத்தனைத் தெளிவாக சோனியா பேசுவாள் என்பதிலும் எனக்கு பெருத்த ஆச்சர்யம். ஆனாலும் அவளது அழைப்பை அப்போதைக்கு நிராகரிக்கும் பட்சத்தில் அவளது வனப்பு குறித்த அவளது தன்னம்பிக்கையைத் தகர்க்கும் எண்ணமில்லாமல் என் பக்கத்தில் நின்ற அவளது நெற்றியை நிமிர்த்தி அதில் ஒரு முத்தமொன்றைப் பதித்து,

"நாட் நவ் சோனியா! ஐம் சோ டயர்ட்! ஐ காண்ட் மேக் லவ் வித் யூ டுநைட்! யூ ஆர் அன் ஏஞ்சல்! ஐம் அன்லக்கி டுடே! டேக் யுவர் பெட்! குட் நைட்!"

அப்புறம் எனக்குள் எரிந்த அந்த தீயானது அறிவுச்சுடராக மாறிப் போயிருந்தது. 'என்ன ஒரு புரிதல்? என்னை விட வயதில் சின்ன பெண், ஒரு ஆண் மற்றும் ஒரு பெண்ணுடைய உடலளவுத் தேவைகளை எவ்வளவு அழகாய்ப் புரிந்து வைத்திருக்கிறாள். இதுபோல புரிதலும், அறிவும் இருந்தால் நாம் நாட்டில் என் ஆண்கள் நாய் போலத்திரியப் போகிறார்கள்? வயது வித்யாசமின்றி நம் நாட்டுப் பெண்கள் ஏன் பாலியல் வண்புணர்வுக்கு ஆளாகப் போகிறார்கள்?'

அவள் படுக்கையில் போய் விழ நானும் அவள் பக்கத்தில் சென்று படுத்துக் கொண்டேன். நல்ல வேளையாக அவளுக்குக் குறட்டைவிடும் பழக்கம் இல்லாமலிருந்தது. நானும் நன்றாக உறங்கிப் போனேன்.

காலையில் அவள் புறப்படும் போது, "ஹேய் கிரிஷ்! இன்னிக்கி ஷூட் முடிச்சிட்டு ரா ஃபுட்டேஜ் எல்லாத்தையும் ஜேக் கிட்ட குடுத்து சிஸ்டம்ல காப்பி பண்ணச் சொல்லிரு! சாயங்காலம் ஃப்ரீயா இருந்தாக்க கெய்லாங் லொராங் டிவெண்ட்டி த்ரீக்குப் போ! அங்க போய்ப்பாரு! உனக்குப் புரியும்! உனக்கு இந்த ஊர் ஒரு சிறந்த அனுபவத்தையும் தெளிவையும் தரலாம்!" என்று சொல்லிவிட்டு எனக்கொரு முத்தத்தைத் தந்து விட்டுக் கிளம்பினாள். அந்த முத்தம் எனக்குள் ஏதோவொன்றை நிரப்பியிருந்தது.

அன்றைக்கு ஷூட் முடிய மாலை ஆறுமணி ஆகிவிட்டது. ஜேக் வந்தான். மதுரைக்காரப் பையன். என்னுடைய அசிஸ்டெண்டுகளில் ஷார்ப்பானவன். கோபால் அங்குள்ள மெட்ரோவில் பணியாற்றுபவன். விடுமுறை நாட்களில் என்னோடு சுற்றுவது அவனது வழக்கம். கணேஷ் மலேசியாக்காரன். நாங்கள் நான்கு பேரும் சேர்ந்து இந்தியன் பப் ஒன்றுக்கு போகலாம் என்று பிளான் பண்ணும்போது ஜேக் என்னிடம், "என்ன மாஸ்டர் இண்டியன் பப்? இந்தோனேஷியன் பப்புக்குப் போகலாம்!" என்று சொன்னான்.

'அங்க என்னடா விஷேஷம்?' என்றதற்கு "வாங்க தெரியும்" என்று சொன்னான். எனக்கும் ஆர்வம் மேலிட ஒரு டேக்ஸி ஒன்றை அழைத்து பென்கூலனிலுள்ள பப் ஒன்றில் போய் உட்கார்ந்தோம். அங்கிருந்த அத்தனை பெண்களுக்குமே ஆடையணியத் தடை விதித்திருந்தார்கள் போல அத்தனை பேரும் டூ பீஸ் உடையில் இருந்தார்கள். ஒருத்தி என்னுடைய மடியில் வந்து அமர்ந்து கொண்டு என்னிடம், "பியர் வேணுமா? ஹாட் சாப்டுறீங்களா?" என்றாள். ஆடையற்ற அவளது பின்புறம் ஷாட்ஸ் மட்டுமே அணிந்திருந்த எனது தொடையில் பட்டு சிலிர்த்தது.

நான் நண்பர்களைப் பார்த்தேன். அவர்கள் கோரசாக 'பியர்' என்றார்கள். நான் அவர்கள் எல்லாருக்கும் பியர் சொல்லிவிட்டு எனக்கு ஒரு ஸ்காட்ச் விஸ்கி லார்ஜ் வித் சோடா ஆர்டர் செய்தேன்.

அவள் எழுந்து போவதையே பார்த்துக் கொண்டிருந்த என்னைப் பார்த்து ஜேக் களுக்கென சிரித்துவிட்டு, “மாஸ்டர்! பீசு எப்புடி?” என்றான். நான் வெட்கத்தை வெளிக்காட்டிக் கொள்ளாமல், “சூப்பர்டா” என்று சொல்லி வைத்தேன். ஒரு பெண்ணின் ஸ்பரிசம் என்பதுதான் எரிமலை என்றால் ஒரு ஆணின் வெட்கம் என்பது பூகம்பம் என்றுதான் தோன்றியது.

நான்கு பெண்கள் வந்தார்கள். முதலில் வந்தவள் இப்போது வரவில்லை. வேறொருத்தி வந்து என் மடியில் அமர்ந்தாள். நான்கு பேரின் மடியிலும் நான்கு பெண்டிர் முக்கால் நிர்வாணத்தில் இருந்தார்கள். இவளது பின்பக்கம் அவளைவிட இன்னும் மிருதுவாகவும், வழவழப்பாகவும் இருந்தது. அவளே மிக்ஸிங் எல்லாம் பக்காவாகச் செய்து விட்டு என் கையில் தந்தாள்.

அந்தப் பொழுதில் எனக்கு என்னவோ ஸ்காட்ச் விஸ்கி அத்தனைப் பெரிதாகத் தோன்றவில்லை. நான் அவளுடைய முகத்தைப் பார்த்துக் கொண்டே உட்கார்ந்திருந்தேன். அப்படியாக நான்கு லார்ஜ் விஸ்கியும் பாப்கார்னும் வயிற்றுக்குள் போய் மூளை விசாலமாகிப் போயிருந்தது.

அப்போதைக்கு சோனியா சொன்ன இடத்தின் பெயரை மறந்து போயிருந்தேன். ஜேக்கிடம் கேட்டேன், “டேய்! இங்க ஏதோ ஒரு எடத்துல ரெட் லைட் ஏரியா இருக்காமே?”

மூன்று பியரைக் குடித்திருந்த ஜேக் என்னிடம், “என்ன சொன்னீங்க குரு?” என்றான். அவன் எப்போதும் அப்படித்தான். குடித்தானானால் அவனுக்கு என்மேல் மரியாதை கூடிப் போகும். லிமிட் தாண்டி விட்டால் அவ்ளோதான்.. என்னை ஒரு சக ஆண் என்பதையும் மறந்து முத்தமிடத் துவங்கி இறுதியில் அவனது காதலிகளை நினைத்து ஒப்பாரி வைத்துவிட்டு உறங்குவதை வழக்கமாகக் கொண்டிருந்தான். நான் அவனிடம்,“ரெட் லைட் ஏரியா!” என்றேன்.

அதற்கு கோபால், “அண்ணா அது கேலாங்!”

ஜேக் கோபாலிடம், “அதெல்லா நீ போற இடம்டா சனியனே! என்னோட தலைவன அங்கயெல்லாங் கூட்டிட்டுப் போக மாட்டேன்டா வெண்ண!”

என்று சொல்லிவிட்டு என்னிடம், "குருஜி! நாம ஆர்ச்சார்ட் ரோடுக்குப் போலாம்! ஆஸ்ட்ரேலியன் ஃபிகர் வேணுமா? அமெரிக்கன் ஃபிகர் வேணுமா?"

நான், "அதெல்லா வேண்டாம்! எனக்கு ஏதாவது ஒரு ஆசியப் பெண்ணிடம் பேச வேண்டும்! விலைமகளிர் பற்றிய ஒரு ஆவணப்படம் எடுப்பதற்காக சில தகவல்களை அவர்களிடம் கேட்க வேண்டும்! பெரிய அளவுல செலவில்லாம பாத்துக்கணும்!" என்றேன்.

ஜேக், "ஓகே! அப்டின்னா கேலாங் போலாம் குரு! செலவு என்ன பெரிய செலவு! சிங்கப்பூர்லயே சீப்பான செலவில்லாத விஷயம்னா பொண்ணுங்கதான் குரு! ரெண்டு பாக்கெட் சிகரெட்டுக்கு செலவாகுற காசுதான் ஆவும்!" என்றதையடுத்து பப்பிலிருந்து வெளியே வந்தோம். அப்போது நேரம் பத்து மணி. இந்திய நேரத்துக்கு மணி ஏழரை. அம்மாவுக்கு ஒரு ஃபோன் செய்து "நேரமாகவே தூங்கப் போகிறேன்! சாப்ட்டுட்டு படும்மா!" என்று சொல்லிவிட்டு கட் பண்ணிவிட்டேன்.

ஜேக் டாக்சி ஒன்றை அமர்த்திவிட்டு டிரைவரிடம் பேரம் பேசினான். நாற்பத்தைந்து டாலருக்கு பேரம் படிந்தது. கிட்டத்தட்ட இரண்டாயிரத்து நானூறு ரூபாய்கள். அங்கே இரவு நேரமானால் டாக்சி ஓட்டுனர்கள் வைப்பதுதான் விலை. அந்த டாக்ஸியின் ஓட்டுனர் ஒரு சீனாக்கார ஆசாமி. மெலிந்த உடலும் ஆறாம் பாடப்புத்தகத்தில் வரையப் பட்டிருந்த சீன யாத்திரிகர் பா-ஹி-யானின் மீசையும், ஒடுங்கிய கண்களுமாக வண்டியைத் தட்டினார்.

"முஹியான்! ஹுயான்! இஹி மோஹ்!" என்றொரு அற்புதமான சீனப் பாடல் ரேடியோவில் ஒலித்துக் கொண்டிருந்தது. அதற்கு எதேச்சையாகத் தொடையில் தட்டித் தாளமிட எத்தனித்த கோபாலின் கைகளைப் பிடித்துக் கொண்டேன். வழி நெடுக விண்ணை முட்டும் கட்டிடங்கள் எங்களைத் தாண்டிப் பின்னால் ஓடிக் கொண்டிருந்தன. நான் அங்கு வந்து வெறும் ஒரு மாதமே ஆனதாகையால் அந்தப் பகுதி கொஞ்சம் வித்தியாசமாக இருந்தது. அழகழான லைட்டுகள் கிறிஸ்மசை வரவேற்கக் காத்து ஒளி வீசிக் கொண்டிருந்தன. அந்த நள்ளிரவிலும் ஆட்கள் சுறுசுறுப்பாக நடந்து போய்க் கொண்டிருந்தார்கள்.

பப்புகளிலிருந்து சன்னமான ஒலி காதுகளைக் கடந்து சென்ற வண்ணமிருந்தன. தொடை முழுவதும் தெரியும் வண்ணம் உடையணிந்த பெண்களும் ஜீன்ஸ் டீ ஷர்ட் அணிந்த ஆண்களும் ஆங்காங்கே அமர்ந்து பேசிக் கொண்டிருந்தார்கள். நான் ஜேக்கிடம், "என்னடா இதுகளுக்கெல்லாம் வீடுங்குடியுங் கெடையாதா?" என்றேன்.

அதற்கு ஜேக், "கேப்டன்! இதுவும் மதுர மாதிரிதேன்! தூங்கா நகரமாக்கும்!"

கொஞ்சம் இடைவெளி கிடைத்தால்கூட சொந்த ஊர்ப்புராணம் பேசும் குணமுடையவன் என்பதால் நான் அத்தோடு அந்த உரையாடலை நிறுத்தி விட்டு வெளியில் வாய் பார்க்கத் துவங்கினேன்.

வண்டி நேராகப் போய் கேலாங்கில் ஒரு பூங்கா வாசலில் நின்றது. நாங்கள் இறங்கிக் கொண்டோம். அங்குள்ள தெருக்களில் ஜேக் புகுந்து விளையாடினான். ஒவ்வொரு பெண்களிடமும் போய் ரேட் கேட்பதும், அப்புறம் அவர்களை முத்தம் கொடுப்பதுமாய் இருந்தான். நான் அவனிடம், "ஏண்டா என் மானத்த வாங்குற?" என்று கேட்கவே அவன், "ஏன் குரு! அவங்களே வெட்கப் படலை! உங்களுக்கேன் வெட்கம்? திசிஸ் சிங்கப்பூர்! இதெல்லாம் இங்க வெரி நார்மல்!" என்றபோதுதான் 'நான் ஒரு பிளடி இண்டியன் டெய்லர் மேட் கல்ச்சுரல் மோரான்' என்பது என் மண்டைக்கு உறைத்தது. 'நாம்தான் கலாச்சாரத்தை உயர்த்திப் பிடித்துக் கொண்டே எவளின் புடவை காற்றில் உயரும் என்று காத்து நிற்பவர்கள் ஆச்சே?'

லோராங் 18-ல் நடந்து கொண்டிருந்தோம். தெருக்கள் அத்தனை அழகாக இருந்தன. சீன வேலைப்பாடுகளின் மெருகு அந்த நள்ளிரவிலும் சிறுசிறு வெளிச்சங்களால் தெருவுக்கு அழகூட்டிக் கொண்டிருந்தன. ஆட்கள் ஆங்காங்கே நின்று கொண்டு சிகரெட் விற்றுக் கொண்டிருந்தார்கள். நான் ஜேக்கிடம், "டேய் ஒரு பாக்கெட் சிகரெட் வேணும்!" என்றேன்.

"அதெல்லாம் சட்டவிரோதமாக விற்கப்படும் இந்தோனேசிய சிகரெட்டுகள்! அதக் குடிச்சா சீக்கிரம் சோலி முடிஞ்சிரும் குரு! இருங்க நாம்போயி செவன் லெவன்ல மார்ல்ப்ரோ கோல்ட் வாங்கியாரேன்!" என்று பதில் சொல்லவும் நான்

அவனிடம், “வைசிராய் வாங்குடா! அதுல இருபத்தொரு சிகரெட் இருக்குமென்றேன். அங்கே ஒரு பாக்கெட் சிகரெட் நம்மூர் காசுக்கு கிட்டத்தட்ட ஆயிரம் ரூபாய்கள். ஆகையால் உபரியாகக் கிடைக்கும் ஒரு சிகரெட்டுக்காக அந்த குறிப்பிட்ட பிராண்ட் உபயோகித்தேன்.

ஜேக் போய் சிகரெட் வாங்கி வரவே ஒரு தெருமுனை பியர் கடையில் போய் அமர்ந்தோம். அழகழகான பெண்களும் ஆண்களுமாய் அங்குமிங்கும் உலாவிக் கொண்டிருந்தனர். அங்கே எனக்கு யாரைப் பார்த்தாலும் பாலியல் தொழில் செய்பவர்களாகவே தோன்றியது. ஜேக் இன்னும் இரண்டு பியர்களை முடித்திருந்தான். நானும் இரண்டை விழுங்கினேன். மணி மூணு ஆகி விட்டிருந்தது. எழுந்து நடந்தோம். மறுநாள் படப்பிடிப்பு கிடையாது. ஆகையால் அதிகாலையில் போய்ப் படுத்துத் தூங்கலாம் என்று ஒரு ஆசுவாசம்.

ஒரு இடத்தில் வைத்து ஜேக் என் கையைப் பிடித்து அக்ரகாரத்து வீடுகள் மாதிரி வரிசையாக, நீளமாக இருக்கும் ஒரு வீட்டுக்குள் கூட்டிப் போனான். . கலர்கலராக ஜீரோ வாட் பல்புகளைப் போட்டிருந்தார்கள். அங்கே ஒரு மொட்டையன் உடல் முழுக்கப் பச்சை குத்திக் கொண்டு அமர்ந்திருந்தான்.

எங்களிடம் அவன், “என்ன வேண்டும்?” என்று ஆங்கிலத்தில் கேட்கவே ஜேக் அவனிடம், “ஃபிகர்தான் வேணும்டா மொட்ட மண்டை மூதேவி? நீ எவனுக்கு வேணும்?” என்று சொல்லி முடிக்கவும் அந்த சீனாக்காரன் ஜேக்கிடம், “மரியாதையா பேசு ப்ரோ!” என்று தமிழில் சொல்லி அதிரச் செய்யவே,

ஜேக் அவனிடம், “சாரி அங்கிள்!” என்று சொல்லி வைத்தான். நம்மூரில் யாரையாவது அங்கிள் என்று கூப்பிட்டால் கோபித்துக் கொள்வார்கள். ஆனால் சீனர்களை ‘அங்கிள்’ என்று கூப்பிட்டால் மட்டையாக மடங்கி விடுவார்கள். அங்கிள் என்பது மரியாதையான வார்த்தையாம்!

அந்த சீனன் எங்களை அடுத்த அறைக்குக் கூட்டிச் சென்றான். அங்கே ஒரு கண்ணாடி அறைக்குள் வரிசையாக சீனப் பெண்கள் வெறும் உள்ளாடையோடு அமர்ந்திருந்தார்கள். அவர்களின் மூன்றாவது மார்பாக இரண்டுக்கும் மத்தியில் எண்கள் தாங்கிய வட்ட வடிவ லேபிள்கள் இருந்தன.

அவர்களில் 102 ஆம் எண் போட்டிருந்த ஒருத்தி என்னை நோக்கி, "ஹாய் டார்லிங்! ஐ லவ் யூ! கம் டூ மீ அண்ட் கம் ஆன் மீ! என்று சொல்லி ஒரு பறக்கும் முத்தத்தை வழங்கினாள். என் முகத்தை பார்த்த ஜேக்குக்கு சிரிப்பு தாங்கவில்லை. உலகிலேயே நான் இதுவரைக்கும் கேட்ட தட்டையான 'ஐ லவ் யூ' அதுவாகத்தானிருக்கும். ச்சைக்!

மொட்டையன் ஜேக்கிடம், "ஹாஃப்பன் அவர் டைம், ஃபேர்ஸ்ட் பாத்திங், செகண்ட் என்ஜாய், ஆஃப்டர் பாத், டோட்டல் சிக்ஸ்டீ டாலர்!" என்றான். ஜேக் அவனுக்கு 'குட் நைட்' சொல்லிவிட்டு என்னைக் கூட்டிக் கொண்டு வெளியில் வந்தான். கொஞ்ச தூரம் நடந்தோம். அப்போது ஒரு இருட்டான பகுதியில் இரண்டு பேர் நின்று கொண்டிருந்தார்கள். அதிலொரு பெண் திருநங்கை, இன்னொருத்தி ஒரு அழகான இளம்பெண், சாக்லேட் கலரில் வெகுவாக ஈர்த்தாள். இலங்கையைச் சேர்ந்தவளாம். அவள் என்னைக் கூர்ந்து பார்த்துக் கொண்டேயிருந்தாள். அவளையும் எங்கோ எதிலோ யாரிடத்திலோ பார்த்ததாக ஒரு எனக்கும் ஒரு தோன்றல்.

ஜேக் அவளிடம், "எவ்ளோ ரேட்?"

அவள் : "28 வெள்ளி!"

ஜேக் : "ஃபுல் ஓப்பனா?"

அவள் : "எஸ்!"

ஜேக் : "டியூரேஷன்?"

அவள் : "டென் மினிட்ஸ்!"

ஜேக் : உஃப் ஜஸ்ட் டென் மினிட்ஸ்?" என்று சலித்துக் கொள்ளவும் அவள் ஜேக்கை மேலும் கீழும் பார்த்துவிட்டு, "டென் மினிட்ஸ் ஆர் மோர் தென் எனஃப் டூ யூ! ரைட்?"

அசிங்கப்பட்டான் ஜெகதீஸ்வரன். 'ஆம்! ஜெகதீஸ்வரன்தான் ஜேக் என்று லியனார்டோ டி காப்ரியோவாக தன்னை மாற்றிக் கொண்டிருந்தான். எனக்கு ஒன்றும் புரியவில்லை. 'பயல் ரெகுலராக வருகிறவன் போல' என்று எண்ணிக் கொண்டேன். ஜேக் என்னிடம் திரும்பி, "குரு! இவங்க இல்லீகல் செக்ஸ்

ஒர்க்கர்ஸ்! அரசாங்கத்துக்கு தெரியாமல் ஃப்ரீ லான்சிங்ல ஒர்க் பண்றவங்க!" என்றான்.

எனக்கு மீண்டும் குழப்பம், "இதுலயுமாடா ஃப்ரீ லான்சிங்?"

ஜேக் அவளது கையில் முப்பது டாலர்களை வைத்துத் திணித்து, என் கையைப் பிடித்து அழைத்து அவளோடு அனுப்பி வைத்தான். என்னிடம் ஜேக், "குரு நல்ல என்ஜாய் பண்ணிட்டு வாங்க!"

"அடேய்....!"

நானும் அவளும் உள்ளே நுழைந்தோம். அது ஒரு இருட்டான டஞ்சன் போன்ற இடம். அங்கும் ஒருத்தன் மொட்டையாக உடலெங்கும் பச்சை குத்திக் கொண்டு அமர்ந்திருந்தான். அந்த சின்ன ஒளியில் அவனது தங்கப் பல் மின்னியது. இங்குள்ள தாதாவாக இருக்கலாம் என்று எண்ணிக் கொண்டேன். ஆனால் முதலில் பார்த்தது மாதிரியான இடமாக அது இல்லை. வரிசையாக சின்னச் சின்ன அறைகள் இருந்தன. மற்ற அறைகளின் உள்ளிருந்து வித்தியாசமான ஒலிகள் எழுந்த வண்ணமிருந்தன. ஒரு மாதிரியான நாற்றம் அது அழுகிய முட்டையின் நாற்றத்தை ஒத்திருந்தது.

அவள் என்னை ஒரு அறைக்குள் இட்டுச் சென்று கதவைத் தாழ்ப்பாள் போட்டுவிட்டு அவளது உடைகளை ஒவ்வொன்றாய்க் களையத் துவங்கினாள். அங்கே ஒரு அழுக்கான படுக்கையும், கழுவிக் கொள்வதற்காக கன்னங்கரேலென ஒரு கழிவறையும், துணிகளை மாட்ட ஒரு சட்டமும், உறுப்புகளைக் கண்களால் உணர்ந்து கொள்வதற்காக ஒரு சிறிய பல்பும் இருந்தது. அவள் தன்னுடைய ஆடைகள் முழுவதையும் களைந்து விட்டாள். 'எப்படி இந்தப் பெண்களால் மட்டும் இவ்வளவு சீக்கிரம் ஆடைகளைத் துறந்து விடமுடிகிறது?' என்று எண்ணிய எனக்கு படபடப்பாக ஆகிவிட்டது. என் உமிழ்நீர் தொண்டையைத் தாண்டி கீழே இறங்கியது. அவ்வளவு அழகான பெண் அவள். நான் நடுங்கியபடியே அவளிடம், "ஐ வான்ட் டூ ஆஸ்க் யூ சம்திங்!" என்றேன்.

அவள் என்னைப் பார்த்துக் கொண்டே, "நீ தமிழ்தானே?" என்று கேட்டாள்.

நான் சத்தமாக, "ஆமா எப்புடி கண்டு புடிச்சீங்க?" என்றேன்.

அவள் சடாரென எழுந்து என்னுடைய வாயைப் பொத்தி, "எதுக்கு இப்படி கத்துற?" என்றாள்.

நான் சன்னமான குரலில், "நா தமிழ்னு எப்புடி கண்டு புடிச்சீங்க?" என்று கேட்க அவள், "நீங்க மட்டுந்தான் உங்க தாய்மொழிய ஒழுங்கா பேசுறதில்ல! படிக்கிறதில்ல! எல்லா இடத்துலயும் இங்கிலீசு! இல்லைன்னா இந்தி! இங்க எல்லாருக்கும் தமிழ் நல்லாவே தெரியும்! அதுவுமில்லாம உலகத்துலயே பிராஸ்டிடுட்கிட்ட பேரம் பேசுறத துவங்கி வச்சதே நீங்கதான்! டிரெஸ்ஸ கழத்து! தேவையில்லாம டைம் வேஸ்ட் பண்ணாத!" என்று சொல்லி என்னுடைய ஷாட்சை அவளே கழற்றத் துவங்கினாள்.

நான் அவசரமாக அவள் கையை விலக்கி, "நா இதுக்காக வரலை!" என்றேன். அவள் முகத்தில் ஒரு கேள்விக்குறி.

அவள், "என்ன சொல்ற? அப்புறம் எதுக்கு இங்க வந்த?"

நான், "உங்கிட்ட கொஞ்சம் பேசணும்!"

"என்கிட்டயா?" மீண்டும் அவள் முகத்தில் ஆச்சர்யம்.

"ஆமா! உங்ககிட்டதான்! நீங்க இந்த தொழிலுக்கு எப்டி வந்தீங்க? ஏன் வந்தீங்க?"

அவள் முகம் பயத்தில் மிரண்டது. அவள் என்னிடம், "இங்கே எதுவும் பேசாதே! நாம ரெண்டு பேரும் இங்க இருந்து உயிரோட வெளிய போக முடியாது! வந்த வேலைய முடிச்சிட்டு கௌம்பு! லிப்ல கிஸ் பணக் கூடாது! பூப்ஸ டச் பண்ணக் கூடாது! மஸ்ட் யூஸ் காண்டம்!" என்று மூன்று நிபந்தனைகளைச் சொல்லியவாறே ஒரு காண்டம் பாக்கெட்டைக் கடித்து பிய்க்கத் துவங்கினாள்.

நான் அவளது அருகே அமர்ந்து அவளது தோளைத் தொட்டேன். அவள் என்னைப் பார்த்துக் கொண்டே காண்டமை வெளியில் எடுத்து நீட்டினாள். நான் அமைதியாக அவளைப் பார்த்து சிரித்தேன். அவளது முகம் ஒரு வெறுமையான சிரிப்பை அணிந்திருந்தது. நான் அவளிடம் உடைகளை எடுத்து அணியுமாறு சொன்னேன். மீண்டும் அவள் முகத்தில் ஒரு குழப்பக் கோடுகளைக் கண்டேன்.

அவள் என்னை ஒரு பயந்தாங்கொள்ளியாக நினைத்திருக்கக் கூடும் அல்லது என்னுடைய ஆண் தன்மையின் மீது அவளுக்கு

ஒருவித கேள்விக்குறி எழுந்திருக்கக் கூடும். குறிகள் உயராதபோது எழுவது கேள்விக்குறிகள்தானே? அவள் தன்னுடைய உடைகளை எடுத்து அணியத் துவங்கினாள். நான் அவளிடம், "நீயொரு பேரழகி! உன்னை ஒரு விலைமகளிராய்க் காண்பதில் எனக்கு மிகுந்த சங்கடம்!" என்றதும் என்னை நிமிர்ந்து பார்த்தாள்.

அவளுடைய வாடிக்கையாளர்களில் எத்தனை பேர் இந்த வார்த்தையை அவளிடம் சொல்லியிருப்பார்களோ? அவளது முகத்தில் அப்படியொரு மலர்ச்சி. அதையும் மீறிய சோகமொன்றும் இருந்தது.

"நா அழகா இல்லைன்னா எனக்கு முப்பது வெள்ளி கொடுத்து இங்க கூட்டி வந்துருக்க மாட்டீல்ல? இங்க வர்றவங்க எல்லாரும் மொதல்ல சொல்லுற வார்த்தை யூ ஆர் பியூட்டிஃபுல்! எல்லாம் முடிஞ்சதும் அவங்களோட அண்டர்வேரைத்தான் தேடுவாங்க!"

"ஆனா நாந்தா அண்டர்வேரைக் கழற்றவே இல்லையே? அதனால தேட வேண்டியது இருக்காது?" என்று சொன்னதும் அவளுக்கு அப்படியொரு சிரிப்பு. நான் அவளது மேலாடையை எடுத்து அவளது தலைவழியாக மாட்டத் துவங்கினேன். அவள் அதை சற்றும் எதிர்பார்க்கவில்லை போலும். என் கண்களையே பார்த்துக் கொண்டிருந்தாள். அந்தத் துணி அவளது கண்களை சிலநொடிகள் மறைத்து கீழிறங்குவதைக் கூட விரும்பாமல் சட்டென கைகளால் இழுத்துக் கீழிறக்கி விட்டுக் கொண்டே என்னிடம், "எதுக்கு என்னை இங்க கூட்டிட்டு வந்தீங்க?" என்றாள்.

அவளுக்குச் சொல்வதற்கான பதில் எதுவும் என்னிடமில்லை. அவளது சொந்தக் கதையைக் கேட்டு அதை ஒரு ஆவணப் படமாகவோ ஒரு குறும்படமாகவோ மாற்றி அவளே அந்தத் தொழிலை விட்டுப் போன பின்பும் கூட காலத்துக்கும் அவளது கடந்த காலத்தை ஒரு சாட்சியாகவோ, கருப்பான நினைவாகவோ மாற்றும் ஒரு முயற்சி என்னிடம் இருப்பதையும் அவளிடத்தில் சொல்ல எனக்கு விருப்பமில்லை. அவளிடம் சொல்ல ஒன்றே ஒன்று மட்டுமிருந்தது. "உன்னைப் பார்த்தால் என்னுடைய பழைய காதலியின் சாயல் எழுவதை உணர்கிறேன்!" ஆனால் நான் அதைச் சொல்லவில்லை. பதிலே சொல்ல முடியாத ஒரு கேள்வியை எதிரில் நிற்பவர்கள் கேட்டால் அவர்களை மடைமாற்றும் ஒரு பழைய யுக்திதான் என்றாலும் அவளை சங்கடப் படுத்த விரும்பாமல் நான் இவ்வாறு ஒரு கேள்வியைக்

கேட்டேன், "நீ ஏன் ஆரம்பத்திலேயிருந்து என்னை கூர்மையாகப் பார்த்துக் கொண்டிருக்கிறாய்?"

கேட்டுவிட்டு நான் அவளையே பார்த்துக் கொண்டு அமைதியாக நிற்க அவள் கண்ணீரோடு என்னைப் பார்த்தாள். எனக்கு ஒரு கணம் அதிர்ச்சியாகி விட்டது. நான் அவளிடம், "எதுக்காக அழுவுற?" என்றதும் அவள் என்னிடம்,

"உன்னைப் பார்க்கையில் செத்துப் போன என்னுடைய கணவனின் சாயலில் இருக்கு! சண்டையில் மரித்துப் போனான்! அவன் என்னை மிகவும் நேசித்தவன்! அவனது மரிப்புக்குப் பின்னர் ஒரு சதிகாரன் என்னை நர்ஸ் வேலை வாங்கித் தருவதாகக் கூறி இங்கே கூட்டி வந்து என்னை விற்றுவிட்டான்!" என்று சொல்லி அழுதாள்.

உலகம் முழுவதிலும் நிகழும் கதைதான் என்றாலும் எனக்கு முதலில் நேரில் ஒருத்தி சொன்னதைக் கேட்டு நான் உறைந்து போய் நின்றிருந்தேன். முழுதாகப் பத்து நிமிடங்கள் முடிந்து அந்த அறையை விட்டு வெளியேறினோம். அவள் நேராக அந்த சீனாக்காரனிடம் போய் பதினைந்து டாலர்களை நீட்டினாள். அவன் லேசாகச் சிரித்தான். வெளியில் வந்தோம். அவள் என்னிடம் பதினைந்து டாலர்களை நீட்டினாள். இப்போது எனக்குக் குழப்பம். ஏன் என்பது போல அவளைப் பார்த்தேன். அவள் என்னிடம்,

"நீ எதுக்கு இங்க வந்தேன்னு எனக்குத் தெரியாது! ஆனா நா இங்க எதுக்கு வந்தேன்னு எனக்குத் தெரியும்! இந்த வேலையத்தான் நா செய்யிறேன்னு யாருக்கும் தெரியாது! தெரியவும் கூடாது! அதுபோக இங்க வந்தோமா சூட்டத் தணிச்சமான்னு இல்லாம யார்கிட்டயும் போய் எதுவும் கேக்காத! எல்லாருக்கும் ஒரு கதை இங்க இருக்கு! எல்லாரும் ஏதோவொருத்தர்கிட்ட சிக்கிட்டு, சிரிச்சிட்டு, கால விரிச்சிட்டு, காசு வாங்கிட்டு, கடன அடச்சிக்கிட்டு எப்படா ஊருக்குப் போவோம்னு வாழறாங்க! இது வேற ஒரு ஒலகம்! வெளிச்சத்துல இங்க வேல கிடையாது! இங்க உள்ள இருட்டு மாதிரிதான் எங்க வாழ்க்கையும்! இந்தா வச்சிக்கோ! வேலை செய்யாம உன்னோட காசு எனக்கு வேண்டாம்! அதே சமயம் அந்த விடுதிக்கான கட்டணத்தை நாம அங்கே இருந்ததால கண்டிப்பாக் குடுக்கணும்! அந்த விடுதிக்காரன்

நமக்காக எந்த சமாதானமும் செய்ய மாட்டான்!" என்று சொல்லி முடிக்கவும் நான் தலையைக் கவிழ்ந்தபடி நின்றேன்.

என் கண்களில் கண்ணீர் வடிவதைக் கண்டு ஒருநிமிடம் திகைத்துப் போய் என்னுடைய கையில் டாலர் நோட்டுகளைத் திணித்து விட்டு, "உனக்கு வேற ஏதாச்சும் கேக்கணும்னா, இந்த நம்பருக்கு நாளைக்கி சாயங்காலம் கால் பண்ணிட்டு ஹார்பர் ஃப்ரண்டுக்கு வா!" என்று சொன்னாள். நான் அவளை ஏறிட்டுப் பார்க்கவேயில்லை. இம்முறை அவள் கண்கள் நனைந்தன.

என்ன நினைத்தாளோ தெரியவில்லை. தன்னுடைய முதல் நிபந்தனையை அவளே உதறிவிட்டு என்னுடைய முகத்தைக் கீழ் நோக்கி இழுத்து என்னுடைய உதட்டில் ஒரு நீண்ட முத்தத்தை பெருமூச்செறிய அழுத்தமாகத் தந்து என் கண்களை சில வினாடிகள் பார்த்துவிட்டு விறுவிறுவென திரும்பி நடக்கத் துவங்கினாள். நான் குனிந்து என்னுடைய கைகளிலிருந்த அந்த டாலர் காகிதங்களைப் பார்த்தேன். அருகில் இருந்தும் அவை என் கண்களுக்குச் சிறியதாகத் தெரிந்தன. அவளை நிமிர்ந்து பார்த்தேன். தொலைவில் இருந்தாலும் பெரிதாகத் தெரிந்தாள். ஜேக்கின் வார்த்தைகள் என் காதுகளில் ஒலித்தன,

"சிங்கப்பூர்லயே ரொம்ப சீப்பாக் கெடைக்கிற விஷயம்னா பொண்ணுங்கதான் குரு! ரெண்டு பாக்கெட் சிகரெட் வாங்குற காசுதான்!"

அவனது அந்தக் கருத்து வெறும் குப்பையாகத் தோன்றியது. எத்தனை கோடி கொட்டிக் கொடுத்தாலும் எவளொருத்தியிடத்திலும் கிடைக்காதவொன்று எனக்குக் கிடைத்திருந்தது. அவள் தந்த அந்த முத்தம் என்னுடைய உதட்டில் ஒரு மிகப்பெரிய வலியை உண்டாக்கியிருந்தது. கலங்கின கண்களோடு அவளை மீண்டும் ஏறிட்டுப் பார்த்தேன். தூரத்தில் நடந்து இருட்டில் கரைந்து போனாள். அவளது பெயரைக் கூடக் கேட்கவில்லை.

அதுசரி! வானத்துக்கு வானமென்ற பெயரை யார் வைத்திருப்பார்கள்? பெயரே வைக்காமல் போயிருந்தாலும் கூட அதன் பெயர் வானம்தான்! வானமாகிய அந்த வனம் இருளைக் கடந்து நடந்து போய்க் கொண்டே இருந்தாள். இரவு தன்னைத் தளர்த்தத் துவங்கியிருந்தது.

000

சின்னதம்பியின் சின்னதம்பி

வானம் கருகருவென மாறத் துவங்கிய நேரம். செல்லாயி தன்னுடைய வீட்டின் முற்றத்து வெளியில் கிடந்த ஆடுகளைக் கிடைக்குள் கொண்டுபோய் அடைத்து சாத்திக் கொண்டிருந்தாள். கோழிகள் கூட்டுக்குள் கிடந்து கிய்யாமுய்யா'வென கத்திக் கொண்டிருந்தன.

"ஏ கோழி செவங்களே! சத்தம் போடாம கெடங்களாம்டே!" என்று சலித்துக் கொண்ட செல்லாயி, "ஏடி ச்சித்தியேய்... சித்தப்பெய்ன் இனியிம் வரலியாடிய்!" என்ற குணசீலியின் குரல் கேட்டுத் திரும்பினாள்.

"ஏ காஞ்ச காவாலிப் பேவுள்ள! எட்டி வாட்டீன்னன்னா செவிக்குருத்தப் பிச்சிப் புடுவேங் கேட்டுக்கா? ஒளக்கு காணுங் கெடந்துகிட்டு நாக்குக்க நீட்டத்த பாக்கலியா? சித்தப்பன என்ன திடீர்த் தேட்டம்வெண?"

"சாய்ந்தரம் வரம்ப உள்ளிவட வாண்டிண்டு வாரம்ன்னி சித்தப்பெஞ் சென்னாவ! அதாய்ங் கேட்டனம்மா!"

"உள்ள வடயத் திங்கியதுக்கே ஊட்டுல ஆளில்ல! இதுல உள்ளி வட ஒண்ணுத்தாங் கேடு ஒங்க சின்னையனுக்கு? உடுத்த துணியே ஒருமை இருக்காது அந்த மனியனுக்கு! வாங்கிட்டு வந்தா தருவாரு?"

பின்புறம் சைக்கிள் பெல்லின் சப்தம் கேட்டுத் திரும்பினால் அங்கே சின்னத்தம்பி வாசலில் கூரைத் தட்டியைத் திறந்து சைக்கிளை முற்றத்துக்குள் கொண்டுவந்து நிறுத்தி ஸ்டாண்டைப் போட்டார்.

"ஏச் சித்தப்போ! நாங்காலம்பற கேட்டத வாண்டிண்டு வரேல்லியா?"

“ஒன்னிய மறப்பனா மக்களு? இந்தா... பிள்ளைக்கி உள்ளிவடையும் மோதகமும் ரெண்ட்ரெண்டண்ணம் வாங்கியாந்தம்லே!”

இதைக் கண்ட செல்லாயி, “எம்மோ! அதாம் மேக்க மழ கருத்துருக்கு போலுக்கு? போன வாரஞ் சந்தைக்கிப் போயிட்டு சைக்கிள மறந்து வச்சிக்கிட்டு நடந்து வந்தாரு ஒங்க சித்த ஆப்பேன்! மொவளுக்கு மட்டும் மறக்காம ஓதுக்குல வட வாங்கிட்டு வந்து குடுத்துருக்காம் பாத்தியா மக்கா?”

குணசீலியின் முகத்தில் மகிழ்ச்சி. சின்னத்தம்பி அவளிடம், “மோளே! ஒங்க சித்தியாருக்கு ஒண்ணக் குடுத்து மிச்சத்த தின்னு மோள!”

“இஞ்ச எவளுக்கு வேணும் ஒங்க சீமையிலவித்த உள்ளிவட?” என்று சிலிர்த்துக்கொண்ட செல்லாயியை நோக்கி சின்னத்தம்பி,

“எடியேய்! பச்சப் புள்ள திங்கிய சாதனத்துல கொதி வுழுந்துறப் புடாதுல்லாம்மாளு?”

“ஓமா! இந்த மயிருல வச்ச உள்ளி வடையத்தாங் கொதிச்சிக்கிட்டு நிக்கியனா நாய்ன்? போவுவோய்த் தூற!”

“நாங்காலம்பறயே தூரியாச்சில்லாட்டிவெண? இப்பள எஞ்சொர்ந்து வரும்?”

“ச்சீய்! சவக்களிச்ச மனியென்! சின்னப் புள்ளயக் கிட்ட வச்சிக்கிட்டு பேசிய வார்த்த கொள்ளாம்? போயி மேல கழுவும்! நாம்போயி சோத்தவடிச்சி எறக்குகய்ன்!” என்றவாறே வீட்டினுள் நுழைந்தாள் செல்லத்தாயி.

சின்னத்தம்பியின் அண்ணன் நல்லதம்பியின் மகள் குணசீலி ஆறாம் வகுப்பு படித்துக்கொண்டிருந்தாள். சின்னத்தம்பி ஊருக்குள் கோரைப்பாய் விற்பனை செய்துவந்தார். ஞாபக மறதி கொஞ்சம் உண்டு. கடனுக்குப் பாய் விற்றால் அது மறந்து போகுமென்பதால் யாருக்கும் கடன் கொடுப்பதில்லை. ஆனால் சில நேரங்களில் ‘தான் யாருக்கும் கடன் கொடுக்கக் கூடாது’ என்னும் கொள்கையை மறந்து யாருக்காவது கடன் கொடுத்து விட்டு யாருக்குக் கொடுத்தோம் என்பதை மறந்து விடுவதுண்டு.

செல்லாயிக்கும், சின்னத்தம்பிக்கும் திருமணமாகி இருபது வருடங்களாகியும் பிள்ளை பாக்கியம் இல்லாதிருந்தது. பாக்கியம்

மட்டுமே இல்லையென்றாலும்கூட மற்ற ப்ரவர்த்திகளில் எந்த கூடுதல் குறைவுமில்லை. இருவருக்கும் அவ்வளவு அன்னியோனியம்.

காமத்துப் பாலைக் கொதிக்க வைத்துப் பருகுவதில் செல்லாயிதான் மிடுக்கி. அதில் சின்னத்தம்பி அங்நற்றம். கொஞ்சம் சுணக்கம் காட்டுவார். வயது நாற்பது கடந்த கரியதேகமும் உடல்வாளிப்பும் கொண்ட சின்னதம்பியையும், காப்பி பொடி கலரில் மெலிந்ததேகம் கொண்ட செல்லாயியையும் பார்க்க பனைமரத்தின் அருகில் நிற்கும் பாக்குமரம் போல இருக்கும்.

சின்னதம்பி வியாபாரம் முடிந்து வந்து சடவில் அக்கடாவெனப் படுத்தாலும்கூட நள்ளிரவில் செல்லாயியால் எழுப்பப் பட்டுவிடுவார். முற்றத்தில் ஆடுகளும், கோழிகளும் கிடப்பதால் கன்னக்கோலர்களின் கண்காணிப்புக்காக திறந்து கிடக்கும் கதவுகள் மாதத்தில் ஆறுநாட்கள் அடைபட்டுவிடும். ஆடுதிருடிகளின் கவனத்திற்கு இந்த ரகசியம் செல்லாத காரணத்தால் செல்லாயியின் ஆடுகளும் கோழிகளும் கசாப்புக்கடைகளில் தொங்குவது சாத்தியம் இல்லாததாக ஆகிப் போயிருந்தது.

குணசீலியின் வீட்டில் அவள் ஒற்றைக்கு ஒரு பிள்ளையாதலால் இரண்டு வீட்டிலும் அவள் செல்லப்பிள்ளை. என்ன தின்பண்டங்களையும், சாதனங்களையும் கேட்டாளானால் உடனடியாக் கிடைக்கும். சின்னதம்பி உடலைக் கழுவி விட்டு உள்ளே நுழையவும் அவரிடம் செல்லாயி,

“ஓய்! கோவாலாசாங் கடைலெர்ந்து காயத் திருமேனி எண்ணய வாங்கிட்டு வரச் சொன்னம்லா? வாங்கியாந்தீறா?”

“நீ காயத்திருமேனி எண்ணையா கேட்ட? நா வெளக்கெண்ணைல்லா வாங்கியாந்தேன்?”

“யாம்னா நா மூலக்குறு வந்துல்லா கெடக்கியைய்ன்? வெளக்கெண்ணைய தேச்சிக்கிட்டு திரியதுக்கு? வேற எல்லா காரியங்களும் ஓர்மைல இருக்கும்? நாஞ்சொல்லுகது மட்டும் மறந்துரும் மானங்கெட்ட மனியேன்?”

“ஏசாதட்டீ! இன்னைக்கிம் ஓர்மைல இல்ல கேட்டியாம்மாளு! மறந்துட்டேன்!”

“வேற எவளுக்க ஒருமைல கெடந்து லாத்துக்கீரு? குறுக்கு நோவுகுன்னு ஒருவாரமா நாயா கெடந்து கொலச்சிக்கிட்டு கெடக்கியெய்ன்? அந்த எண்ணைய தேச்சித்தான் நட்டெல்ல நிமுத்தணும்! பொங்கி பொறிச்சி போட ஒருத்தி இங்கன கெடக்கியம்லா? எனக்க பாடு சூடெல்லாம் பாக்கியதுக்கு மத்தவன்... சின்னக்கெழவனாக்கும் வருவான்? ஊரு முச்சூடும் அளந்துகிட்டு வூட்டுல வந்து எம்பொறப்பேன்னு சள்ளய மலத்திக்கிட்டு நிமுந்துறணும்? நானும் ஒரு மனுசின்னு இங்கன கெடக்கம்லா? என்னையச் சொல்லணும்?”

“எட்டீ! சத்தியமா ராத்திரி வரம்ப வாங்கியாரம்ளா?”

“இனிமே ராத்திரியா? இன்னேரத்துக்கு இனி எஞ்ச போறீராம்?”

“எம்மோ! மேலுமுழுக்க களியில கெட்டியா? இன்னக்கி எள்ளோல குடிச்சிக்கிட்டு வந்தாத்தான் நல்லார்க்கும்!”

“இன்னக்கி ராத்திரிக்கி நடயச் சாத்திரலாமாவோய்?”

“பின்ன என்ன? பேஷா சாத்திரலாய்ன்? லேசா ரெண்டு சொட்ட நாக்குல ஏந்துனா கொது கொதுன்னி இருக்கும்லா?”

“யாம்னாக்க குடிச்சீட்டு வந்து குப்புறப் பாஞ்சிருவாம்லா? ஓமக்கெல்லாம் என்னத்துக்குவோய் ஒரு பா யாவாரம்? ஊரு முச்சூடும் பாய வித்துக்கிட்டு ஊட்டுல பாய வுட்டு உருண்டு போயி தரையில உருளியவனுக்கு சாராயம் ஒண்ணுதாங் கொறச்சமயிரு?”

“செவத்தப் போட்டுச்சுடு! இன்னக்கி ராத்திரி பாராம்ட்டியே! சின்னத்தம்பிக்க காரியத்த?”

“ம்க்கும்! ஆராசனைக்கி கொறயில்ல! ஆடியதுக்கு அம்ம வரணும்ன்னி செல்லுவாவியல்லா? அந்த மாதிரிதாம் ஓமக்க கத!”

“இன்னக்கி என்னத்தடே ஆக்கி வச்சிருக்க?”

“கீரிமீன் சாளைய சட்டிபத்த வச்சி, உப்பும்புளியும் நுள்ளிப்போட்டு ரெசம் வச்சிருக்கேன்!”

“செல்லாயின்னா செல்லாயிதாம்! நா நேரம காலம போயி ஒரு குப்பியச் சாத்திக்கிட்டு வந்துருகேன்! நீ ஒறங்கிறாத கேட்டியா?”

“போறதெல்லாஞ்ச் செரி! பேயி கெடக்கிய நேரத்துல வரப்புடாது! சமயத்துல வந்தீருன்னா உள்ள கிடப்பீரு? அல்லேங்கி திண்ணையத்தாங் குத்தணும் பாத்துக்காரும்!”

“செர்ம்மாளு! இந்தா அஞ்சே நிமுசத்துல வாரேம் பாருட்டி!” என்றவாறே சைக்கிளைத் தட்டிக்கொண்டு சின்னதம்பி கிளம்பினார்.

எட்டரைமணி இருளில் வயல்வெளிகளைக் கடந்து பேயங்குழி ஆற்றின் கரைவழியாக மிதித்து அண்ணாமலையின் விளைக்குள் போய் சைக்கிளை ஓரம்கட்டி, கொஞ்ச தூரம் இருட்டுக்குள் நடந்து போனார். கொஞ்ச தூரத்தில் சாராயம் காய்ச்சிக் கொண்டிருந்தார்கள். ஆட்கள் ஆங்காங்கே அமர்ந்து அரிக்லாம்பு விளக்கு வெளிச்சத்தில் சாராயம் குடித்துக் கொண்டிருந்தார்கள்.

சின்னதம்பியும் போய் ஒரு குப்பியை வாங்கி ஒரு தென்னை மட்டையின் மீதமர்ந்து வாயில் வீழ்த்த, அது பட்டுப்போல தொண்டைக்குள் இறங்கியது. அப்போது சின்னதம்பியின் பக்கத்தில் வந்தமர்ந்தான் மாட்டு பாலன்.

“என்ன சின்னதம்பியண்ணே! நேரமாயிட்டு போலுக்கு? இல்லைன்னா நேரத்திக்கி வந்துட்டு போயிருவிய?”

சின்னதம்பி தரையில் இரண்டு துப்பு துப்பி விட்டு, “யாரு பாலனா? வாப்போ! இருட்டுக்குள்ள ஆளு புடி கெடைக்கல்ல கேட்டியா? லேசா ஒரு வாயி குடிக்கியா?”

“இந்தா சொல்லிருக்கேம்ணே! இன்னிக்கி நம்ம பிலாக்கோட்டு மாடங்கோயில்ல பத்தாங்கொடைல்லா? அங்க சினிமாபிச்சரு போடுகாவ! அதா ஒரு குப்பிய ஏந்திக்கிட்டு போலாம்ன்னி வந்தேய்ன்! படங்காணியதுக்கு பிள்ளையளு வரும்லா?”

“பிச்சரு போடுகாவளா? என்ன பிச்சரோ?”

“அதெல்லா ஒண்ணுங் கேட்டுக்கிடலண்ணே! படம் போடுகதா சொன்னானுவா! நீயும் வாயாம்! ஒரு ஒத்தா இருக்கும்!”

“இல்லப்போ! நாஅஞ்ச வந்தன்னி வையி! வீட்டுல மத்தவ ஒனக்க மைனிக்காரி நாய அவுத்து வுட்டுருவா? காலத்த வரக்கிம் அவ அறம்பாடியத எவங் கேக்கியது?”

“அதெல்லா ஒண்ணுமில்லண்ணே! படம் நேரத்த முடிஞ்சிருங் கெட்டியா? சீக்கிரமே வூட்டுக்குப் போயிரலாம்!”

முதலில் மறுத்த சின்னத்தம்பி ஒருகுப்பி முழுவதையும் விழுங்கினபிறகு தெளிவுபிறந்து செல்லாயியை எதிர்க்கும் திறன் பெற்றிருந்தார். கூடஇரண்டு குப்பிகளைக் கொள்முதல் செய்துகொண்டு இரண்டுபேரும் சேர்ந்தே போனார்கள். போகும் வழியில் செட்டியாரின் கடையில் ஒரு பெரிய குப்பி நல்லெண்ணை வாங்கிக் கொண்டார்கள். மாட்டு பாலன் சின்னத்தம்பியிடம்,

“என்னண்ணே இன்னேரத்துக்கு நல்லெண்ணை?”

“இல்லடே தம்பி! ஒங்க மைனிக்காரி குறுக்கு வலிக்கின்னு சொன்னா கேட்டியா? பத்துநாளா சொல்லிக்கிட்டு கெடக்கா! நாந்தா மறந்து மறந்து போயிருவேன்!”

“செரிதான்! வூட்டுல பிலிம்ஷோ காணிக்க போனவனத்தாங் கூட்டியாந்துட்டனோ? குறுக்கு வலிக்கி எதுக்கு நல்லெண்ணை?”

“இதுவும் நல்ல எண்ணைதான மக்கா! எது போட்டுத் தடவுனா என்ன? மேலு சொஸ்தமான போறாதா?”

“ஹிஹி! இப்பம் புரிஞ்சிட்டுணே!”

“அப்டியெல்லா ஒண்ணுமில்ல பாலேன்! நீ வேற?”

என்பதாகச் சின்னத்தம்பிக்கு வெட்கம் வந்து விட்டது. இருவரும் பேசிப் பேசி கோயிலுக்குப் பக்கத்தில் வந்திருந்தார்கள். வாடகைக்கு எடுக்கப்பட்டிருந்த தொலைக்காட்சியில் “டைரக்ஷன் பி.வாசு” என்று போடும்போது மாடங்கோயில் வளாகத்துக்குள் நுழைந்தார்கள். கோயிலைச் சுற்றிலும் கடல்மண்கொண்டு போர்த்தப்பட்டு ஆட்கள் தரையில் பாய்விரித்து அமர்ந்திருந்தார்கள். பாலன் சின்னத்தம்பியிடம் சொன்னான்,

“எண்ணே பாத்தியா? கடசில ஒனக்க பேரு கொண்ட படத்தப் போட்டுருக்கானுவ?”

“இதென்ன படமுடே?”

“சின்னத்தம்பி!”

“ஓ அப்புடி ஒரு படம் வந்துருக்கா?”

“ஆமா! போன வருசம் வந்த புதுப்படம்!”

“யாரு குடுத்தது?”

“ஜீவாஜிக்க மொவன் பிரேவு குடுத்த படம்! குஸ்புதா ஜோடியா குடுத்துருக்கா! நாம்பாக்கணும் பாக்கணும்னி நெனச்ச படம்! பிரேவு டவுளாய்க்ட்டுன்னு நெனக்கியெம்! போஸ்டருல ரெண்டு பிரேவு நின்னானுவா!”

“ம்க்கும்! இவுனுவளுக்க மனம்போனாக்குல போஸ்ட்ரு அடிச்சி ஒட்டுவானுவா! நாங்கடசியா பாத்த படம் எம்ச்சியாரு குடுத்த ஆயிரத்துல ஒருவங் கெட்டியா! அதுல இப்டித்தாம் போஸ்டருல மூணு எம்ச்சியாரு நிக்கிய மாதி ஒட்டிருந்தானுவ! உள்ளுக்க போயி பாத்தா ஒரு எம்ச்சியாருதா வந்தாரு! ஆனாலும் தலைவம்லா! ஏமாத்தலாமோ?”

திரைப்படங்கள் பற்றிய ஆய்வுக்குறிப்புகளை எடுத்துக் கொண்டே படம் பார்க்க அமர்ந்தார்கள். வீட்டில் செல்லாயி திண்ணையில் அமர்ந்திருந்தாள். கணவன்போன பாதையில் கண்கள் கிடக்க மனதுக்குள் அங்கலாய்ப்பு.

‘இந்தக் கொள்ளிமுடிவாம் வூட்டுக்கு வாற பாதைய மறந்து எஞ்சபோயி கெடக்கியானோ? மணி பத்தாவுகு! இன்னுமா அந்த மண்ணுக்க வச்சிய சாதனத்த நக்கிட்டு நிக்கியான்! இன்னக்கி வரட்டும்? பிசுற கழத்தியேய்ன்! செத்தபெய! இதே சோலி தேய்ளிக்கி?’

கோவில் வளாகத்தில் படம் கிளைமாக்ஸை எட்டியது. கூடியிருந்த ரசிகர்களின் கண்கள் கண்ணீரால் மினுங்கின. சிலபேர் கோரம்பாய்க்குள் முகத்தைப் புதைத்து அழுதவண்ணமிருந்தார்கள். சிலர் போர்வைக்குள் கண்களைப் புதைத்து வைத்திருந்தார்கள். காதல் ஜோடிகள் ஒரே போர்வைக்குள் மூடி கொண்டு அழுதார்கள். அத்தனை சோகம்.

“காதல்கொண்டு வாழாத கதைகள் என்றென்றும் உண்டு! கதைகள் இங்கு முடியாது! மீண்டும் தொடரட்டும் இங்கு!” என்று குஷ்பூ கண்ணீர்மல்க தலைவிரி கோலமாகப் பாடியது அந்த வீ.சி. ஆருக்கே பொறுக்காமல் கேசட்டைக் கடித்து வைத்ததில் படம் பாதியில் நின்றது. உள்ளூர் பிளம்பர்கள் எழுந்துபோய் வீ.சி. ஆரின் வாய்க்குள் கையைவிட்டு கேசட்டை வெளியில் எடுத்து பண்டுகம் பார்த்தார்கள். இடையில் லேசாகக் கண்ணயர்ந்த சின்னத்தம்பிக்குக் குழப்பம். பாலனிடம் கேட்டார்,

“எப்போ பாலேன்! இது எந்த ஊரு மக்கா? நா எப்புடி இஞ்ச வந்தைய்ன்?”

“சரியாப் போச்சி கெட்டியாண்ணா? ஒனக்க ஓர்மைல சாணியள்ளி வீசுகதுக்கு? இது நம்ம பிலாக்கோடு! நம்ம ரெண்டுவேருந்தானே சேந்து குடிச்சிக்கிட்டு வந்தோம்?”

“அப்புடியாப்போ? பிலாக்கோட்டுலயா கெடக்கேன்? இன்னிக்கி வூட்டுல சீயடி நாயடி செருப்படிதாங் கேட்டுக்கா மக்கா?”

“அதெல்லா ஒண்ணுமில்லண்ணே! போன ஒடனே மைனிக்க வாய அடச்சிட்டு படுத்துக்கா! ஒனக்குத் தெரியாதா?”

“ஆமா! இங்க என்ன படம் போடுகானுவோ?”

“வெளங்கியாச்சி! அதையும் மறந்துட்டியாண்ணே?”

“ஆமடே மக்கா!”

“சின்னத்தம்பி!”

“என்னப்போ திடீர்னு அண்ணன பேரச் சொல்லி விளிக்க?”

“அடக் கோட்டிக்காரா! படத்துக்க பேருதாஞ் சின்னத்தம்பி?”

“அப்புடி ஒரு படம் வந்துருக்கு என்னா? கொள்ளாம்! யாரு குடுத்தது?”

“பிரெபூ!”

“ஆரு? இந்த ஜீவாஜிக்க மோனா?”

“ஆமா!”

“ஜோடி யாரு?”

“குஸ்பூ?”

“குசுப்புவா? அந்த பாம்பாய்க்காரப் புள்ளையா? என்ன கதை?”

பாலன் படத்தின் கதைச் சுருக்கத்தைச் சொல்லவும் சின்னத்தம்பிக்கு நினைவு வந்து விட்டது.

“ஆங்! இப்பம் நியாவம் வந்துட்டு! கடைசியா அந்தப் புள்ள கெடந்து எண்டம்மோன்னு கெடந்து ஒப்பாரி வச்சிக்கிட்டு தரையிலா உருண்டால்லா?”

“அதேதாம்!” என்றான் பாலன். சமயமும், போதையும் வெகுவாகி விட்டதை உணர்ந்த சின்னத்தம்பி எழுந்து பாலனிடம்,

"எப்போ பாலேன்! நாங் கௌம்பியம்டே! நீ எழுத்து போடிய வரைக்கிம் பாத்துட்டு வூட்டுக்குப் போய்ச்சேரு! எங்கூட்ல என்னிய பிதுக்கிருவா! இந்தா வாரேம்னி செல்லிக்கிட்டு வந்தய்ன்!"

"நேரா வூடு போய்ச் சேருணே! போற வழியாது நியாவமிருக்கா? இல்ல கூடால வரணுமா?"

"அதெல்லாம் நாம் போயிருவம் பாத்துக்கா!"

என்றபடியே எழுந்து நடந்து சைக்கிளின் அருகே வந்து போதையில் உருட்டத் துவங்கினார். கோயில்வளாகம் தாண்டியதும் முழுக்க கொல்லாங்காடு. விளக்குவெளிச்சம் இல்லாத ஒத்தையடிப் பாதை இருளில் நீண்டு கிடந்தது. சின்னதம்பியின் மனதுக்குள் ஒருசிறிய பீதி. போனமாதம் தூக்குப்போட்டு செத்துப்போன நாகமணியின் உருண்டையான கண்கள் நினைவுக்குவரவே சைக்கிளில் டைனமோவை அழுத்தி சீட்டில்ஏறி உட்கார்ந்து மிதிக்கத் துவங்கினார்.

மடியில் இருந்த குப்பியை எடுத்து பல்லால் கடித்துத்திறந்து சிறிதளவு வாய்க்குள்தெளித்து பெடல்களை மிதிக்க கொஞ்சம் தைரியம் வந்து விட்டது. சைக்கிளின் முகப்புவிளக்கு வெளிச்சம் சாலையை ஓரளவுக்கு அடையாளம் காட்டியதில் பயணம் சீராக இருந்தது. அப்போதுதான் திடீரென முழுக்க உடலில் வெள்ளையாய் பூசப்பட்ட உருவம் கையில் அரிவாளோடு எதிரில் ஓடிவர சின்னதம்பி மிரண்டு கீழே உருண்டார்.

"எடே யாருல அது?" என்ற குரல்கேட்டு சுதாரித்த சின்னத்தம்பி எதிரில் வந்தது 'சாமியாடி சுந்தரம்' என்று அறிந்துகொண்டு எழுந்து,

"அட செத்தபெயெலுக்கு பெறந்த எடவாடு! நீறாவேய்? எதுக்கு இப்புடி திங்கு திங்குன்னு ஓடியாரீரு? நாம்லா பேடிச்சிப் போனே!"

"சாமின்னா பயரணும்லாடய்?"

"நாம்லா பேயி வந்தாலே பேடிச்ச மாட்டேன்! சாமி வந்தா பயப்புடுகதுக்கா?"

"அப்ப யாம்டே தரயில உருண்டுகிட்டு கெடக்கா?"

“அது... அதுவந்து... கல்லுதட்டி உருட்டி வுட்டுட்டுல்லா! எல்லாஞ்செரி ஏழாஞ்சாமத்துல எஞ்சவே எழவுடுக்க போய்ட்டு வாரீரு?”

“சுடுவாட்டுக்குத்தாம்! பாவப்பட்ட மாடனுக்கு வேற எங்ஙன போக்கடி?”

“ஆடியது கள்ளச்சாமி! இதுல சுடுகாட்டுக்கெல்லாம் போக்குவரத்து பிரயாணம்?”

“எனக்க தாத்தம்மேல வந்து! எங்கய்யம்மேல வந்து! எனக்கமேல மாத்தரம் சாமி சரியா அப்பிப்புடிக்காம அப்பப்ப உட்டுவாங்கிருங் கேட்டியா சின்னதம்பி? அதுக்குன்னி கள்ளச்சாமின்னெல்லாஞ் சொல்லப்புடாது பாத்துக்கா! சங்கடம் வருகுல்லா?”

“அதுசெரிதாவோய்! சுடுகாட்டுக்காது போனீரா? இல்லைன்னா பக்கத்துல எங்கயாது வெளைக்காத்த படுத்துக் கெடந்துகிட்டு வாரீறா?”

“ஏ சுடுகாட்டுக்குத்தாம் போயிட்டு வாரம்டே! இவுனுவோ சுத்திச்சுத்தி ஆளுவச்சி கண்காணிக்கானுவல்லா? மறுவ நாம்போவலைன்னா ஊருக்கார பெயலுவளுக்கு தெரிஞ்சிரும்! நம்மள சுடுகாட்டுக்கு எலும்புநக்க அனுப்பிக்கிட்டு அவுனுவோ படையலு சோத்தத்திங்கியதென்ன? படம் போட்டு ஊர்சூந்து பாக்கியதென்ன? தலதெறிப்பானுவ! சுடுகாட்டுக்குத்தாம் போயிட்டு வாரேம்! இங்க பாத்தியா சாம்பலு!”

என்று சுந்தரம் தன்னுடைய திருமுகத்தைக் க்ளோசப்பில் காட்ட சின்னதம்பி மீண்டும் மிரண்டார்.

“தள்ளி நில்லும்வே! எழவுல பயமாருக்கு! சுடுகாட்டுக்குப் போனீரு சரி? அதுக்குன்னு நீருயாவே இப்புடி சப்பள சளவளான்னி ஓடிவந்திரு?”

“நீயாது சைக்கிள்ள வார! நா நடந்துல்லா வரணும்! செவம் பியா நடமாடிய காடுல்லா! ஊர்ப்பட்ட பிரதேங்கள இங்கன அடக்கிருக்கு! எதுக்கேதுவாம் எந்திச்சி எதுக்க வந்துட்டா என்னெய்ய?”

“வே நீரு சாமில்லாஓய்? ஒமக்கென்னவேய் பேயக்கண்டு பீச்சலு?”

“சாமியாடீன்னாலும் நானும் மனுசந்தானடே?”

“நானுங் கோயில்ல இருந்துதா வாரேன்! சின்னத்தம்பின்னி ஒரு படம் போட்டானுவா? செவத்த படமாம்படம் ஒமக்க மோற கணக்கா இரிக்கி!”

“அது நல்ல படந்தானப்போ? நா பாத்திரிக்கியெய்ன்!”

“ம்க்கும்! மூணு அண்ணம்மாருவா! தங்கச்சிக்க மூஞ்சிய எவங்கண்டாலும் மண்டயசெரச்சி ஒத்தபக்கம் மீசையவழிச்சி அற குடுத்து தெருவோட அனுப்புகானுவா? இப்புடியுமா மண்டப்பயலுவா இருப்பானுவோ? ஒலகத்துல இல்லாத தங்கச்சி மைரு!”

“தங்கச்சி ஒத்தக்கி ஒருத்தில்லாப்போ! அதும் பேயம்பழங்கெணக்க! கெவனமா இருக்கணும்லியா?”

“ஓம்ம மாதிரி ஆட்கள் அந்த ஊருல இருக்கம்பதானே கெவுனமா இருக்கணும்? நீரு இஞ்ச இருக்கம்ப அங்க என்ன பந்தஸ்து கொறச்சல்?”

“கிகிகி! படம் முச்சூடும் பாத்தியா? ஜீவாஜிக்க மொவனுக்க ஆக்டு எப்புடி?”

“அய்யா அஞ்சிரூவா குடுத்தா அஞ்ஞூறு ரூவாய்க்கி நடிப்பாரு! மொவேங் கொள்ளாம்! இந்தப் படத்துல கோம்பையனா நடிச்சிரிக்காய்ன்! அந்தப்புள்ள குய்ப்பூவ சும்மசொல்லப்டாது! கெழங்குமாரி தளதளன்னி இரிக்கிய்வ்!”

“பாம்பாய்க்காரில்லா! மொழுவுபொம்ம கணக்கதா இருப்பா! அவளுக்காண்டியே நா மூணுதடவ அந்த படங் கண்டெய்ன்!”

“மொதல்ல அருவாள கீழதாத்து வையிம்! சாமிதா வுட்டு வாங்கிட்டுல்லா! பொறவு யா நிமுத்திகிட்டு நிக்கீரு? மூஞ்சியள்ள கோடு போட்டுறாதயும்! நல்லாருப்பீரு!” என்றவாறே குப்பியை மடியிலிருந்து எடுத்த சின்னதம்பி இரண்டு மடக்குகள் குடித்ததைக் கண்ட சுந்தரத்துக்கு ஆசைபிறந்து,

“எடே எனக்கு செத்தோல ரெண்டு சொட்டு தாயாம்ப்போ! நாக்கு விறுவிறுங்கி!”

“ஓமக்குத்தாம் படையலு வச்சிருப்பாவல்லியா? பத்தாதோ!”

“அது செவத்த என்னக்கி வாண்டுனானுவளோ! ஒரு குப்பி முச்சூடுங் குடிச்சிங் கூட சிக்கே ஏற மாட்டேன்னுட்டு!”

என்று சொல்லி சின்னதம்பியிடம் குப்பியை வாங்கி ஒரு உறி உறிஞ்சிவிட்டு கொடுக்கவே சின்னதம்பி வீட்டுக்குக் கிளம்ப எத்தனம் கூட்டினார். சுந்தரம் சின்னதம்பியைத் தடுத்து,

“எப்போ! படம் பாத்தல்லா! எதுத்தாப்புல ஏதாச்சும் வண்டியளு வந்தா ரெண்டு ஸ்கூட்டருன்னு நெனச்சி கவுண்டமணி கணக்கா நடுவுல போயிராத! ராத்திரில ஓலலோடு அடிச்சிய டிம்போக்கள் எதிர்ல வரும்! பத்தரம் கிகிகி!”

“பரியாசமாவே அடிக்கீரு? நீரும் போம்போ பாத்துபோவும்! போன மாசஞ்செத்தாம்லா நாவமணி! அவ அன்னாதான் நிக்கியான்! கண்ணகண்ண உருட்டிக்கிட்டு!”

“எடே நீவேற நாஞ்சும்மால்லா சொன்னய்ன்! நீ பயங்காட்டுதியே?”

என்றவாறே சுந்தரம் பயந்துகொண்டே நடந்து போனார். சைக்கிள் வீடுவந்து சேர்ந்தது. கூடவே ஒரு உருவமும் தன்னுடைய பின்பக்கத்தில் வந்ததை சின்னத்தம்பி கவனித்திருக்கவில்லை. நாய்கள் தொடர்ச்சியாக ஊளையிட்டுக் கொண்டிருந்தன. வாசலில் உட்கார்ந்து கண்ணயர்ந்து போயிருந்த செல்லாயியிடம் சின்னத்தம்பி மெதுவாக வந்து,

“ஏளா செல்லா! என்னட்டி வழிநடையில கெடந்து ஒறங்கிய? செவமே!”

கண்விழித்த செல்லாயி கடும்கோபத்தில், “நீரு இவ்ளோ நேரம் எங்க ஊருமாடு மேய்ச்சடைக்க போனீரு? எப்ப கௌம்புனீருன்னி ஓர்மயிருக்கா ஓய்? நீரெல்லா ஒரு மனியனா! வூட்ல ஒருத்தி பூதங் காத்துட்டு கெடப்பான்னி தெரியாதா? நாயிவ வேற கொலைக்கி! கூடவே வரம்போ எதாம் பிரேதத்த கூட்டிக்கிட்டு வந்தீரோ என்னவோ? அந்த நாகமணிப் பெய வேற பேயா அலஞ்சிட்டு கெடக்காம்னு ஊருக்குள்ள சொல்லுகாவ!”

“நாவமணியா? யாருட்டீ அது?”

“போன வாரந் தூங்கிச் செத்தாம்லாவே? கமலத்துக்க மாப்பள?”

“அவனா? அந்த கூய்வுள்ள எதுக்கு எனக்கப் பொரத்த வரப்போகு? எனக்கப் பொறத்தால வந்தாம்னா அவனுக்கு அதாங்கடசியா இருக்கிம்ட்டி!”

என்று சொல்லிவிட்டு அந்த உருவம் நின்றதாகச் சொல்லப்பட்ட இடத்தை உற்றுநோக்க அந்த இருட்டான இடத்தில் நின்ற அந்த உருவமானது ஒருபக்கத்தில் மறைந்து நின்றது.

"உள்ள வாரும்! இன்னிக்கி ஒம்மள என்ன செய்யம்ன்னி பாருவோய்!"

என்று அடைமழையாகப் பொழிந்தபடியே எழுந்து உள்ளே போனாள். அதற்குச் சின்னதம்பி முகம் நிறைய வெட்கத்தோடு,

"என்னட்டீ செய்யிவா தொட்டி மூழி?"

என்று சொல்லியவாறே கைகழுவி விட்டு திண்ணையில் வட்டச்சம்மணம் போட்டு அமர்ந்தார். செல்லாயி உள்ளே இருந்து சாப்பாட்டுத் தட்டையும் சோத்துப் பானையையும் எடுத்துக் கொண்டு வந்துவைத்தாள். சகலபதார்த்தங்களும் வரவே சின்னதம்பி அவளிடம்,

"எம்மாளு முட்ட பொரிச்சலியாடியே?"

"கொட்டயெல்லாம் பொரிச்சிய நேரந்தான இது? தந்தத தின்னும்! முட்ட வேணுமா முட்ட? ஏவலு லாந்துக நேரத்துல!"

சின்னதம்பி சாப்பிட்டவாறே, "எம்மோ நீ சாப்டியாம்மாளு?"

"ஓமா! நீரு வாரதுவரைக்கும் காத்துக் கிடக்கதுக்கு எனக்க வயிறு என்ன வாமடையா? நாந்தின்னு நாலாமணிநேரம் ஆச்சி!"

சின்னதம்பி சாப்பிட்டு கொண்டிருக்கையில் செல்லாயி, "ஆமா வரம்ப எண்ணைய வாங்கிக் கெடந்துருவம்னுட்டு போனீரு? எண்ணய வாங்கிட்டு வந்தீறா?"

"எண்ணையா? எதுக்குட்டீ எண்ண இன்னேரத்துல?"

"கெடந்தாச்சி! ஒமக்கு அரணாக்கொடி ஓர்ம உண்டாவே மனியா?"

"ஓ தேங்காண்ணையா? அத காலம்பர வாண்டுனா போறாதா?"

"மரியாதையா சோத்தத் தின்னுட்டு வாரும்! எனக்கு ஆவேசம் வருகு?" என்று செல்லாயி சொல்லி முடிக்கவும் சின்னத்தம்பி சாப்பிட்டு முடித்த போது போதை உச்சத்தில் ஏற திண்ணையில் அமர்ந்து பாடத்துவங்கினார்.

“வதனமே சந்த்ர பிம்பமோ!”

“வந்தம்னா சவுட்டி குறுக்கெலும்ப ஒடச்சிப்புடுவம் பாத்துக்காரும்! நட்டாநடுராத்திரியிலா திண்ணையில கெடந்து ஓலம் வச்சியீரு? எந்திச்சி உள்ள வாரும்வோய்!”

என்று செல்லாயி கத்த தியாகராஜ பாகவதர் மயிரிழையில் தப்பிப் பிழைத்தார். சின்னதம்பி பாயில்படுக்கவே செல்லத்தாயி பாத்திரத்தைத் துலக்கி வைத்து, விளக்கை அணைத்துவிட்டு வந்துபார்க்க சின்னதம்பி குறட்டை விட்டுத் தூங்கிக் கொண்டிருந்ததைக் கண்ட செல்லத்தாயிக்கு கோபம்வந்து இப்படிச் சொன்னாள்,

“குடிச்சீட்டு வந்து கெடந்துருவம்னு சொல்லிட்டு போனவங் கெடக்ககெடப்ப பாரு! தூக்க ஆளத்த சவங் கணக்கா!”

இதைக்கேட்டு நமுட்டுச் சிரிப்போடு செல்லத்தாயியை எதிர்பாராமல் சின்னதம்பி வாரியணைத்து,

“இஞ்சவாட்டி செறுக்கியுள்ளா! யாரட்டி செவம்’னு சொல்லுக! நாந்தாஞ் சொன்னம்லா! ராத்திரிக்கி ஒன்னய பொளிச்சிருவம்னு?”

என்று சொல்லியவாறே செல்லத்தாயி எதிர்பாராமல் அவளது கையைப் பிடித்திழுக்க அவள் தடுமாறி தன்னுடைய வலதுகால்முட்டியை சின்னத்தம்பியின் கால்களின் நடுவில் ஊன்ற வெளியில் இடிஇடித்தது. சின்னத்தம்பியின் கதறல்சப்தம் இடியின் சப்தத்தில் கரைந்துபோனது. மிதிவாங்கிய சின்னத்தம்பியின் ஊளையும் வெளியில் பெய்தமழையும் விடியவிடிய ஓயவேயில்லை.

நியாமாக இப்போதைக்கு சின்னத் தம்பிக்கு அவசியத் தேவையான காயத்திருமேனி எண்ணை கோபால் ஆசான் கடையில் சின்னத் தம்பியால் கொள்முதல் செய்யப்படாமல் அலமாரியில் அடுக்கப் பட்டிருந்தது. காயத்திருமேனிக்கு பதிலாக வாங்கி கோவில் வளாகத்திலேயே மறந்து வைத்துவிட்டு வந்த நல்லெண்ணையை அதிக போதையில் சாராயம் என்று எண்ணி குடித்த மாட்டு பாலனை கோவணமும் கையுமாக ஆற்றங்கரையில் கிடத்தியிருந்தது. காலையில் சின்னதம்பி வீட்டுக் கிடையிலிருந்த இரண்டு ஆடுகள் களவு போயிருந்தன.

○○○

சாலமுதுவின் குட்டிச்சாளை

"ஏ நம்ம சாலமுது ட்ரேன்ல அடிபட்டு செத்துட்டானாமே!" என்று புதுக்கிராமத்து ஊருக்குள் வந்து அம்மன்கோயில் முன்பாக நின்று கொண்டு கூவிய கிட்டுவை மக்கள் துக்கத்தோடு பார்த்தனர். அதிலும் இந்தச் செய்தியைக் கேட்ட ஊர்ப்பெண்டிரின் சாளமுது மீதான காதலானது கறுக்கரிவாளின் கைப்பிடி கழன்றது போன்ற கையறு நிலை.

கனத்த இதயத்தோடே கிட்டுவிடம் மக்கள் விசாரித்தார்கள், "எலே என்னத்தல சொல்லுக? நம்ம சாலமுதா? எப்பம்டே! நாங்கூட நேத்து அவனுக்கு பத்து ரூவா பாக்கி வச்சனப்பா? ச்சை! வாயத் தொறந்து சக்கரம்ன்னி கேக்கக் கூட மாட்டானே? நல்லவனுக்குக் காலமில்லடே! கடவுளே ஒனக்குக் கண்ணில்லையா?"

"அவன மாதிரி ஒரு தங்கத்த இனியுங் காண முடியுமான்னு கேட்டா! உண்டும்னு சொல்ல முடியாது! இல்லைன்னும் சொல்ல முடியாது!"

"அவனுக்க பேர மாதிரியே அமுதம்லாடே அவன்? அவனுக்க புள்ள குட்டியெல்லாம் என்ன பாடுபடும்!" என்று சாலமுதுவின் புகழ்பாடினார்கள் சிலர்.

"மீனு விக்கியவனுக்கு தண்டவாளத்துல என்னய்யா பணி?" என்று நீலகண்டன் வன்மத்தைக் கக்கினார்.

"எப்பா! இனிமே மீனு மீனுன்னு சத்தங் கேக்கம்பயெல்லா வாசலு காக்க வேண்டியதில்ல!" என்றவாறே ஒருவர் கண்கலங்கி நின்ற தன்னுடைய மனைவியை முறைத்துப் பார்த்தவாறே நிம்மதியடைந்தார்.

"எம்மா! செத்துட்டானா? எருநூத்தம்பது பாக்கி குடுக்கணும்! இனி அது லாவம்!" என்று தின்றுவிட்டு சூப்பிப் போட்ட தெரச்சி மீனின் முள் காயுமுன்னர் தீய்ந்து போன சாலமுதுவின் ஆத்துமா

குறித்து மகிழ்ச்சியடைந்தாள் ஒரு பெண்மணி. நிறைய பெண்கள் கதவை மூடிவிட்டு புழக்கடையில் போய் அழுதார்கள்.

புதுக்கிராமம் ஊரில் ஆதிகாலத்தில் மீன் விற்ற சந்தந்தோணி என்றழைக்கப் பட்ட செய்ண்ட் ஆண்டனி லாரியில் அடிபட்டு மரித்ததையடுத்து ஊருக்குள் மீனைக் கொண்டு வந்தது சாலமுது என்னும் சாகுல் ஹமீதுதான். ஆள் நல்ல மஸ்தான் போன்ற உடலமைப்பும் மீசையற்ற இந்திப்பட கதாநாயகன் போன்ற முகமுமாக ஆள் அம்சமான பேர்வழியாதலால் பெண்களின் ஏகபோக வரவேற்பைப் பெற்றான். மீன்களும் தடபுடலாக விற்றன.

சாலமுது ஊருக்குள் திறந்த மார்போடு வளைய வரும் சமயங்களில் புதுக்கிராமத்து ஊர் ஆண்களுக்கு லேசான எரிச்சலும், கடுப்பும் உருவாகின. இடிதடியான உடலமைப்பும், கூர்மையான கண்களும், அதைவிடக் கூர்மையான கத்தியும் சாலமுதுவிடம் இருந்த காரியத்தால் ஒருவனும் வாயே திறக்கவில்லை. தங்கள் வீட்டு வாசலைப் பாதுகாக்க வேண்டிய அவசியமும் அவர்களுக்கு ஏற்பட்டது.

ஊருக்குள் இருந்த பெண்மணிகள் சாலமுதுவை நினைத்து கனாக் கண்டாலும் கூட சாலமுதுவைக் கண்டாலே ஆகாத ஒருத்தி அந்த ஊருக்குள் இருந்தாள். அவள்தான் தூயமணி.

‘தூணக் கண்டா ஆரத் தழுவு! தூயமணியைக் கண்டாத் தூர விலகு’ என்பதுதான் புதுக்கிராமத்து ஊரின் சொலவடைகளில் முக்கியமான ஒன்றாகும். ஐம்பது வயதான தூயமணியின் கணவன் வளையாபதி பத்தாண்டுகளுக்கு முன்னர் அதிர்ஷ்டவசமாக செத்துப் போனான். அவனைக் கர்த்தர் தூயமணிக்குத் தப்புவித்து தன்னுடைய கரங்களோடு அணைத்துக் கொண்டார்.

தூயமணியின் உடம்பில் மூன்று வாய்கள் உண்டு என்று சொல்வார்கள். அவள் தொண்டையைத் திறந்தாளெனில் ஆலயமணிச் சப்தம் கூட அடக்கி வாசிக்கும். அத்தனை ஓசையான ஆள். இரண்டு மகன்களில் ஒருவன் ஓமனிலும், இன்னொருவன் துபாயிலும் இருந்தார்கள். காசுக்கு பஞ்சமில்லையென்றாலும் பேரம் பேசுவதில் தூயமணிக்கு நிகர் அதுகாறும் பிறந்திருக்கவில்லை. பெரும் பிசுக்கி. அப்படித்தான் ஒருநாள் காலையில் மீன் வாங்கப் போன தூயமணி சாலமுதுவிடம் கேட்டாள்,

“எப்போ சாலமுது! என்ன மீனு வச்சிருக்க?”

தரையில் குத்தவைத்திருந்த சாலமுது தூயமணியிடம், "சாள கெடக்கு!" என்றான்.

"அது கெடக்குன்னு கண்டாலே வெளங்குகு! என்ன மீனு வச்சிருக்கன்னு கேக்கியேன்!" என்று தூயமணி சொல்லவும் சாலமுது தனது லுங்கியை இழுத்து அண்டர்வேரை மூடிவிட்டு சொன்னான்,

"மீனு வாங்க வந்தவ பாத்தரத்த பாத்தா மதி! தாழ என்ன நோட்டம்?"

"மொத கண்ணுல படுகததானே பாக்க முடியும்? நெத்திலிய வச்சிக்கிட்டு சாளைன்னி சொன்னா எப்புடி? சரிடே என்ன மீனெல்லாம் கொண்டாந்த?"

"சாள கெடக்கு! நெத்திலி கெடக்கு! கொழுயாள, சூற கெடக்கு? ஒனக்கென்ன வேணும்னு சொல்லு!"

"ஒரு ரெண்டு ருவாய்க்கி மீனு தாயாம்!" என்று தன்னுடைய கையிலிருந்த பையை நீட்டினாள்.

"ரெண்டு ரூவாய்க்கி மீனுக்க முள்ளு கூட கிட்டாது! வந்துருக்கியே பையயும் ஆட்டிக்கிட்டு?" என்று சாலமுது சொல்லவே தூயமணிக்குக் கோபமான கோபம், "எப்போ! மீனு இருக்குன்னா இருக்குனு சொல்லு! இல்லையின்னா இல்லைன்னு சொல்லு! அத வுட்டுகிட்டு நீட்டம், குட்டையின்னு சொன்னான்னா நல்லாருக்காது கேட்டுக்கா!"

"நல்லாயிருக்கா இல்லையான்னு சாளைய வாங்கிட்டுப் போயி சுட்டு சூப்பிப் பாத்தால்லா தெரியும்?"

"ஆமா ஒலவத்துல இல்லாத சாளையல்லா வச்சிருக்காம்! ஒனக்க ஒணந்த மீனு மயித்த நீயே வச்சிக்கா!"

"நீ கேட்டாலும் ஒனக்கு மீனு இல்ல கேட்டியா? எள்ளோால கர்ணக்கெழங்கு வாங்கிட்டுப் போயி சூப்பு வச்சி ச்சூப்பு! போ அந்தால!" என்று சாலமுது பதிலளிக்கவும் அங்கிருந்தவர்கள் சப்தமாகச் சிரிக்கக் கண்டு தூயமணி கடுமையான கோபத்துக்காளானாள்.

"இங்க என்ன உறிஞ்சிப் போட்டுக்கிட்டா ஆடுகாவ? என்ன கு... ணைக்கிப் பல்லுக் கூ...யக் காட்டுகானுவளோ தெம்மாடியாளு!

வூட்டுல இருக்காளுவல்லா அவளுவகிட்ட போயி இளிங்களாம்ல! நல்ல இழுத்து வச்சி அறுப்பாளுவ?"

என்று சொல்லிக் கொண்டே சாலமுதுவிடம், "துலுக்கனுக்கும் மீனு யாவாரத்துக்கும் என்னடே சம்மந்தம்?"

"யாம்மோ! துலுக்கனுக்க மீனு தொண்டைக்கிக் கீழ எறங்காதோ? வாங்குகது குண்ணே முக்கா ரூவாய்க்கி ரெண்டு துண்டு சூற! இதுல இவுளுக்கு ஏசுநாதர்கிட்ட குடுத்தா மீனு விக்க முடியும்? கடல் கன்னி கையாலதா மீனு வாங்குவாளாம்!" என்று சொன்னதும் கூட்டம் மீண்டும் சிரித்தது.

"மூடுங்கல வாயி மயித்த!" என்று சொல்லிவிட்டு அங்கிருந்து நடந்து போனாள். கூட்டம் மீண்டும் சிரித்தது. தூயமணிக்கு சாலமுதுவை எப்படியாவது பழி வாங்கிவிட வேண்டும் என்ற வெறி உருவானது. அதற்கு அவள் தேர்வு செய்ததுதான் நெப்டன் என்றொரு எதிரி. செத்துப்போன செயிண்ட் அந்தோணியின் மகள் வழிப்பேரன். மீனாட்சிபுரத்தில் இருந்த அவனது வீட்டுக்குச் சென்ற தூயமணி நெப்டனிடம்,

"எப்போ தம்பி என்னைய ஓர்ம இருக்கா?"

நெப்டன் நெற்றியைச் சுருக்கியவாறே, "தெரியலையே பாட்டி!" எனவும் தூயமணிக்கு கோபம் வந்து விட்டது,

"என்னையப் பாத்தா ஒனக்கு கெழவி மாறியா தெரியி?"

"அப்டியெல்லாமில்ல! வந்த காரியத்த சொல்லுங்கோ!"

"தம்பி இப்பம் எஞ்ச யாவாரம் பாக்கிய?"

"நா சுசீந்தரம் ஏரியாவுலயும், வழுக்கம்பாறையும் பாக்கியேன்! யாங் கேக்குதிய?"

"நாம் புதுக்கிராமத்துல இருந்து வாரேன்! ஒங்க தாத்தனாரு எங்கூர்லதான் மீனு யாவாராம் பாத்தாரு! அவுரு கொண்டாற மீனெல்லாம் அவ்ளோ ருசியா இரிக்கிம்! இப்பம் சாலமுதுன்னி ஒரு சள்ளயமலத்தி ஊருக்குள்ள மீனு கொண்டாராம் பாத்துக்கா! மீனு ஒரு வகைக்கிக் கொள்ளாது! செவம் ஆளுஞ் சப்பட்ட! அவன ஒழிவாக்கணும்! எப்புடி?"

“ஒருத்தனுக்க பொழப்பயெல்லா நாங் கெடுக்க மாட்டம்மா! நீங்க வேற ஆளப் பாருங்கோ! பொறப்புடுங்க!” என்று சொல்லிவிடவும் தூயமணிக்கு ஆவேசம் வந்து அங்கிருந்து கிளம்பினாள்.

“செத்த பெயல்! பெரிய புடுங்கியில்லவா? நாயந் தர்மம் பேசியாய்ன்! எனக்குத் தெரியாத கூறுல்லா கூயிவுள்ளை சொல்லித் தருகு! தாத்தம்ன்னா இன்னேரத்துக்கு நாங் கூப்டவொடனே வந்து சீலைக்காத்த மொணஞ்சிருப்பாம்! அந்த சாலமுது நாய நானே அடக்கியேன்!” என்று வழிநெடுக அவனைக் கரித்துக் கொண்டே ‘சாலமுதுவுக்குப் போட்டியாக தானே மீன் விற்பது’ என்று வடசேரி மீன் சந்தைக்குள் நுழைந்து ஒரு நார்ப்பெட்டி மற்றும் மண்பானைகள் விற்கும் கடைக்கு முன்பாகப் போய் நின்றாள்.

“வே கடக்காரரே! அந்த பாப்பெட்டி என்ன வெலையோ?” என்று அங்கிருந்த ஆளிடம் கேட்க அவர்,

“என்ன அத்தியாவசியத்துக்கு வாங்குகியோ?”

“மீனு யாவாரத்துக்கு!”

“மீனு விக்கிய பொட்டி வாங்க வந்தவளுக்கு என்ன பொட்டி வாங்குகதுன்னு தெரியாது! நீயெல்லா மீனு வித்து நக்குன மாதிரிதான்! எந்த ஊரும்மோ ஒனக்கு?”

“புதுக்கிராமமோ!”

“ம்க்கும்!” என்று சொல்லிவிட்டு, “அந்தா கெடக்கு பாரு!” என்று ஒரு கூடையைக் கையைக் காட்ட அங்கே மீன்கள் விற்கும் கூடைகள் இருந்தன. அதிலொன்றை எடுத்துக் கொடுத்தார்.

“பொட்டி எத்தர்ருவா?”

“முப்பதுருவா!”

“வெல கூடுதலா இருக்கே?” என்று சொல்லிவிட்டு ஜாக்கெட்டுக்குள் இருந்து காசை எடுத்துக் கொடுத்துவிட்டு திரும்பி நடந்தவளிடம் கடைக்காரர் இப்படிச் சொன்னார்,

“பொட்டி பெருக்க பெருக்க வெலையும் கூடுதலு! பழைய பொட்டின்னாலும் காணுகதுக்குக் கொள்ளாம்!”

தூயமணி நேராக நடந்து மீன் கடைக்குள் வந்தாள். வகைவகையாக மீன்கள் இருந்தன. கொஞ்சம் அதிக மீன்கள் காணப்பட்ட ஒரு கடைக்கு முன்பாக வந்து நின்று கொண்டு கடைக்காரரிடம்,

“மீனுகளெல்லா யாது வெலையோ? கனம கெடக்கே!”

“கண்ணு போடாதம்மாளு! என்ன மீனு வேணும்னு சொல்லி செணம் வாங்கிட்டுப் போ!”

தூயமணி தன்னுடைய கையிலிருந்த பெட்டியை அவருக்கு முன்பாக நீட்டி, “இந்தாரும் இது நெறச்சி இருவது ரூவாக்கி மீனு தாரும்!”

கடைக்காரர் அதிர்ச்சியடைந்தார், “ஏம்மா ஒனக்கென்ன தலைக்கி சோமில்லையா? இருவது ஓவாய்க்கி ஒரு கடவத்த கொண்டாந்துருக்க? மடி நெரச்சி அனுப்புகதுக்கு நீ என்ன சூலியாம்மோ? வந்துருக்கியே வட்டெளவி? மாறி நில்லு ஆளுவ வரண்டாமா?”

தூயமணியின் முகம் மாறிவிட்டது. வழக்கம் போல கோபித்துக் கொண்டால் முதலுக்கே மோசம் வந்து விடும் என்பதால் கொஞ்சம் தன்மையாகப் பேசத் தொடங்கினாள்.

“எண்ணோ! யாவாரம் பாக்கியதுக்குத்தாம்ணே மீனு வாண்ட வந்தைன்! நீங்க என்னடான்னா இப்புடிச் சொல்லுதிய?”

“என்னது யாவாரம் பாக்கியதுக்கு வந்தியா? இருவது ரூவாய்க்கி மீன வாங்கி ஒரு இருவதாயரத்துக்கு வித்துருவியா?”

“இந்தப் பெட்டி நறயா மீனு கொள்ளணும்னா எவ்ளோவாகும்?”

“இது சில்லறக் கடம்மாளு! இங்க வந்து விக்கியதுக்கு மீனு வாங்க வந்துருக்க! ஒரு மீனுக்க வெலையே பத்துருவா? சின்ன முட்டத்துக்குப் போனாலே யாவரத்துக்கு மீனு கிட்டும்! நாள விடியதுக்குள்ள அங்க போயி வாங்கு!”

“அங்க என்ன வெல?”

“லேலத்துல சொல்லுவாவ! தோது போல புடிச்சிக்கா!” என்று அவர் சொல்லவே வெறும் பெட்டியோடு வீடு வந்து சேர்ந்தாள். மறுநாள் ரஜினி நடித்த பாண்டியன் என்றொரு படம் வெளியாகவிருந்தது. விடியாத அதிகாலையில் ஐந்து மணிக்கு

வீட்டைவிட்டு மீன் கூடையோடு கிளம்பியவளை டீக்கடைகளில் அமர்ந்திருந்தவர்கள் வினோதமாகப் பார்த்தார்கள்.

“என்னடே கறுக்குமட்ட காலம்பரயே எங்க போகு கூடையக் கொண்டுகிட்டு?”

“எவனுக்க கொடமொளகாய கொத்தோட அத்து கூடையில போட்டுக் கொண்டு வரப் போறாளோ?”

“மக்கம்மாறு பாரீன்ல சொகுசா வேல பாத்துக்கிட்டு சக்கரம் அனுப்பியானுவ! இந்த முடிவாளுக்கு அத எடுத்து செலவு செஞ்சா என்ன சோக்கேடோ? சக்கரம் இருந்தாலும் அத அனுபவிக்கியதுக்கு ஒரு யோகமும் கூறும் வேணும்! இந்தச் செறுக்கியுள்ளைக்கி அது கெடையாதுல்லா! இந்தா போறதப் பாரு?” என்று பேசிக் கொண்டார்கள்.

கூடையும் கையுமாக தூயமணி நடந்து போனதைப் பார்க்கும்போது ஒரு தென்னைமரம் கையில் கூடையோடு நடந்து போனது மாதிரி இருந்தது. ஒழுகினசேரி குமார் தியேட்டர் முன்பாக ஒரு பெரிய ரஜினி கட் அவுட் வைத்து மாலை போட்டிருந்தார்கள்.

அந்த கட்-அவுட்டைப் பார்த்ததும், “அட்டைக்கி என்ன மைத்துக்கு மாலையோ? அதும் அறுவது அடி ஒய்யாரத்துல?” என்று தூயமணியைச் சலிப்பு தொற்றிக் கொண்டது. ஒரு பஸ் வரவே அதில் ஏறிக் கொண்டு கண்டக்டரிடம், “சின்னமுட்டம் போற பெஸ்சு எங்க நிக்கிம்?” என்று கேட்க அவர்,

“ஸ்டேடியத்துல எறங்கிக்காம்மோ!”

“டிக்கெட்டு எத்தர் ரூவா?”

“எழுவத்தஞ்சி பைசா!” என்று சொல்லவே தூயமணி தன்னுடைய பொக்காரையிலிருந்து மூன்று நாலணா துட்டுகளை எடுத்துக் கொடுக்க கண்டக்டர் ஒரு டிக்கெட்டைக் கிழித்துக் கொடுத்தார். அப்போது மணி அதிகாலை 5.30. ஸ்டேடியத்தில் இறங்கி அடுத்த பத்தாவது நிமிடத்தில் அடுத்த பஸ் வந்தது. கன்னியாகுமரிக்குப் போகும் சூப்பர் ஃபாஸ்ட். அதில் ஏறி டிக்கெட் விலையைக் கேட்க கண்டக்டர் ஐந்து ரூபாய் என்று சொல்லவே தூயமணி அதிர்ச்சியடைந்து, “என்ன சார்! இந்தா கெடக்கிய சின்னமுட்டத்துக்கு அஞ்சிருவாவா? ஒழுனசேரிலேர்ந்து இங்கா வரைக்கிம் எழுவத்தஞ்சி பைசாத்தானே வாங்குனாரு?”

“அப்பன்னா நீ மருவுடியிம் ஒழுனசேரிக்கே போயிரும்மா! எதுக்கு சின்னமுட்டம் வரைக்கிம் வாற?”

“ஒழ்னசேரியில மீனு கிட்டாதுல்லா?”

“ஏம்மா காலம்பரயே சீவன வாங்காத! பின்னுக்கு ஒரு பஸ்ஸு வருகு! அதுல சின்ன முட்டத்துக்கு மூணு ருவாதான் டிக்கெட்டு! அதுல ஏறிப் போ!” என்று சொல்லி தூயமணியை இறக்கிவிட்டார்.

ஒரு முப்பது நிமிடங்கள் கழித்து கன்னியாகுமரி போர்டு போட்ட பஸ் ஒன்று வரவும் ஏறினாள். அதில் மூன்று ரூபாய்தான் டிக்கெட் கட்டணம். இரண்டு ரூபாயை மிச்சப் படுத்திய திருப்தி தூயமணியின் முகத்தில் அப்பட்டமாகத் தெரிந்தது. பஸ் போய்க் கொண்டே இருந்தது. மணி ஆறரை. பஸ் வழியில் அண்ணா பேருந்து நிலையத்தில் ஒரு இருபது நிமிடம் நின்றது. அங்கிருந்து கிளம்பி சுசீந்திரத்துக்குப் போன போது மணி 8. தூயமணி முதலில் ஏறிய பஸ் கன்னியாகுமரிக்குப் போய்விட்டு திரும்பி வந்து கொண்டிருந்தது. தூயமணி சலித்துக் கொண்டாள்.

‘எத்தன பேருக்கு அஞ்சி ரூவா டிக்கெட்ட குடுத்து ஏமாத்துனானோ கண்டக்கட்டரு தொட்டிப்பய?’

அப்போது எதிரில் சாலமுது தன்னுடைய பஜாஜ் எம்80-ல் மீன் எடுத்துக் கொண்டு அந்த பஸ்ஸைக் கடந்து போனதைத் தூயமணி பார்த்து விட்டாள். தூயமணிக்கு கோபமான கோபம்.

‘ரெம்பத் துருசமாப் போறான்! நீ போலே... நானும் மீன எடுத்துக்கிட்டு வந்து ஒனக்கு வச்சிருக்கேன்!’ என்று மனதுக்குள் கருவினாள்.

சுசீந்திரத்திலிருந்து நேராகப் போக வேண்டிய கன்னியாகுமரி பேருந்து வழுக்கம்பாறையிலிருந்து இடது பக்கமாகத் திரும்பி மருங்கூரை நோக்கிச் சென்றது. வயல்வெளிக்காற்றும், அதிகாலையில் எழுந்த சடவுமாகச் சேர்ந்து தூயமணியை உறக்கத்தில் கிடத்தியது. அப்படியே பேருந்தானது மருங்கூர் சென்று அங்கிருந்து மறுபடியும் இலங்காமணிபுரத்துக்கு வந்து கொட்டாரம் போய் அங்கிருந்து மீண்டும் இடதுபக்கமாகத் திரும்பி வட்டக்கோட்டைக்குச் சென்று ஆட்களை இறக்கிவிட்டுவிட்டு கன்னியாகுமரி டிப்போவுக்கு வரும்போது மணி பத்து.

உலகப் பேருந்து பிரயாணிகள் வரலாற்றிலேயே வடசேரியிலிருந்து சுமார் பதினெட்டு கிலோமீட்டர் தூரமுள்ள கன்னியாகுமரிக்கு நான்கு மணிநேரம் பயணம் செய்த ஒரே நபர் தூயமணிதான் என்னும் காரியம் அவளுக்கு உறைக்குமுன்னர் கண்டக்டர் வந்து எழுப்பினார். "எம்மோ! வடசேரில ஏறுனா! எங்க எறங்கணும்? பஸ்ஸு மருவுடியிம் நாரலுக்குப் போகு கேட்டியா?"

"அய்யோ! சின்ன முட்டம் கழிஞ்சிட்டா? நாம்லா தூங்கிட்டேன்?"

"சின்னமுட்டத்துக்கு உள்ள பஸ்ஸு போவாது! இங்க எறங்கி நடந்துதாம் போவணும்! எறங்கு!" என்று கண்டக்டர் சொல்லிவிடவே தூயமணி பஸ்சிலிருந்து இறங்கினாள். நேரம் அதிகமாகிவிட்டதை உணர்ந்த தூயமணியைப் பதட்டம் தொற்றிக் கொண்டது. அங்கிருந்த ஆட்டோக்காரரிடம் விசாரித்தாள், "எண்ணே சமயம் என்ன ஆவுகு?"

"மணி பத்து இருவது!"

"இங்கேருந்து சின்னமுட்டத்துக்கு எவ்ளோ தூரம் போவணும்?"

"ஒரு கிலோமீட்டரு நடக்கணும்! வண்டில ஏறும்மா! இந்தா கொண்டோயி ஊட்டுருகேன்! அஞ்சி ரூவா தந்தா போரும்!"

"எம்மாடி எங்கோடி! அங்காயிருந்து இங்கா வரைக்கிம் வரதுக்கு மூணு ரூவா? இந்தா கெடக்க சின்ன முட்டத்துக்கு அஞ்சி ருவாயா?"

"நீ நடந்தே போம்மா! இந்தா பக்கத்துலதான் இரிக்கி!" என்று ஆட்டோக்காரர் சொல்லிவிட தூயமணி 'நடரா ராஜா நடராஜா' என்று வக்கு வக்கென நடக்கத் துவங்கினாள். சின்ன முட்டத்துக்கு வந்து பார்த்தால் அங்கே ஒரு காக்காய் குருவி கூட இல்லை.

அங்கே ஒருவன் ஒரு சாக்கில் எதையோ அள்ளிக்கொண்டு வந்து கொண்டிருந்தான். அவனிடம் போன தூயமணி, "எண்ணோ! இங்க மீனு லேலம் போடுவாவல்லா! அது எங்கன இரிக்கி!"

நிமிர்ந்து மேலும் கீழும் பார்த்துவிட்டு, "லேலம் நடக்கிய எடம் கொள்ளாம்! லேலமெடுக்க வந்த சமயந்தா கொள்ளாது! இன்னிக்கி வெள்ளன லேலத்துல போன மீனுவளெல்லாம் இன்னேரத்துக்கு சட்டியில மெதக்கும்! நீ என்னடான்னா இப்ப வந்துருக்க? போய்ட்டு நாளைக்கி வாம்மா!" என்று சொல்லவே தூயமணிக்கு ஆற்றாமை.

'இந்த பெஸ்ஸு டிரைவரு கொம்மய...ளி கெடந்து உருட்டம்பயே வெளங்கிச்சி இன்னைக்கி பொழுது வெளாங்காதுன்னி! இவுனுவளுக்கெல்லா எதுக்கு அரசாங்கம் சம்பளங் குடுக்குன்னு வெளங்கயில!'

கையில் சாக்குடன் நடந்து போன மனிதனை நிறுத்தி, "ஓங்க கையில என்ன வச்சிரிக்கிதிய?"

"உதிரி மீனு!"

"நாங்கொஞ்சம் சக்கரந்தந்தா அத எனக்கு விப்பேளா?"

"ஆனா இதுல பல மீனுவளு பறந்து கெடக்குமே?"

"அதுனால காரியமில்ல! எனக்குத் தந்துருங்களாம்! அம்பது ரூவா தாரேன்!"

என்றதும் அவன் மறுவார்த்தை பேசாமல் சாக்கை அவிழ்த்து அத்தனை மீன்களையும் அவளது கூடையில் கொட்டிவிட்டான். கோழிகளுக்கோ உரத்துக்கோ போடப்போகிறாள் என்று நினைத்து அவனும் ஐம்பது ரூபாயை வாங்கிவிட்டுப் போய்விட்டான்.

'எப்பா! நல்லா ஏமாத்திட்டேன்! அம்பது ருவான்னவொடனே பெயலுக்குப் பெரந்தையலுக்கு வாயி தர வரைக்கிம் தாந்ததப் பாக்கணுமே?'

என்று தூயமணிக்கு தன்னுடைய வாய்த்திறமையின் மீது அசாத்திய நம்பிக்கை வந்துவிட்டது. உண்மையில் அந்த மீன்கள் லேலம் விடும்போது நொந்து போன காரணத்தால் மீனவர்களால் கழித்துப் போடப் பட்டவைகள்தான் என்பது தூயமணிக்குத் தெரியாது.. அதை எடுத்துச் சென்ற மனிதன் அதை உரக்குண்டில் இட்டு உரமாய் மாற்றத்தான் கொண்டு போனான். பண்டு செத்தால்தானே சுடுகாடு தெரியும்?

கூடைக்குள் தகதகவென மின்னிய மீன்களில் இருந்து சற்றைக்கெல்லாம் நாற்றம் வீசத் துவங்கியது. மீண்டும் நடந்து வந்து பேருந்து நிலையத்தில் நிற்கும்போது மணி பன்னெண்டரை. ஒவ்வொரு பஸ்ஸாக வந்தது. கூடையிலிருந்து அழுகிய நாற்றம் வந்ததால் ஒரு பஸ்சிலும் அவளை ஏற்றவில்லை. சரி லோக்கலில் கொஞ்சம் மீன்களை விற்கலாம் என்று பக்கத்திலிருந்த ஒரு தெருவுக்குள் புகுந்து சத்தம் கொடுத்தாள்.

“மீனு வாண்டலியோ மீனு மீனெய்!”

எந்த வீட்டிலிருந்தும் அனக்கமில்லை. மீண்டும் கூவிக்கொண்டே நடந்ததில் ஒருவீட்டிலிருந்து ஒரு பெண்மணி வெளியில் வந்து விசாரித்தாள்.

“இன்னேரத்துக்கு மீனு கொண்டாந்துருக்கியளே! என்ன மீனு கெடக்கினும்?”

அதில் என்னென்ன மீன்கள் இருக்கின்றன என்பது தூயமணிக்குத் தெரியாது என்பது தூயமணிக்கே தெரியாது.

“அது வந்து... வந்து.... ஆங் நெத்திலி பாற சூற!”

“எங்க காட்டுங்க பாக்கட்டு?” என்றவளிடம் கூடையிலிருந்த மூடியைத் திறக்கவும் அவள் முகத்தைச் சுழித்து அதிலிருந்து எழுந்த நாற்றத்தால் அங்கேயே வாந்தி எடுத்தாள். இவளது சப்தம் கேட்டு வீட்டுக்குள்ளிருந்து ஓடிவந்த அவளது கணவன் அங்கு நடந்த கூத்துக்களைக் கண்டுவிட்டு கடுப்பானான்.

“எந்த ஊரு பொம்பள ஒனக்கு! இந்த அழுவுன மீனுவளத் தூக்கிட்டு தெருவுக்குள்ள வந்துருக்க?” என்று சப்தம் போடவும் ஆட்கள் கூடிவிட்டார்கள். அதைக்கண்டு பயந்து போன தூயமணி அழத் துவங்கினாள். அங்கிருந்த ஒருத்தர் சொன்னார்,

“எடே பாக்க லேசா புத்தி பெசகு மாதிரி தெரியி? விட்டுருவோம்! என்று சொல்லிவிட்டு தூயமணியிடம், “ஏம்மா! இதையெல்லாங் கொண்டு போயி தூர வீசிட்டு ஊட்டுக்குப் போஎன்னா?”

என்று சொல்லவும் தூயமணி முகத்தை வெட்டிவிட்டு, “தூர போடணுமாமே? முழுசா அம்பது ரூவா குடுத்தாக்கும் லேலம் புடிச்சைன்! சக்கரத்த உண்டாக்குனவனுக்குத்தாம் அதுக்க அரும தெரியிம்?” என்று பதில் சொன்னதும் அங்குள்ளவர்கள் உறுதி செய்தார்கள்.

“முழு பைத்தியம்! செவம் உச்சி நெறஞ்சி நிக்கி!”

அங்கிருந்து கிளம்பி ரோட்டில் நடக்க ஆரம்பித்தவளை நாய்கள் துரத்த கூடையிலிருந்த மீனைத் தூரமாக வீசிவிட்டு ஓட ஆரம்பித்தாள். அங்கிருந்து அஞ்சு கிராமம் வரைக்கும் நடந்தே வந்து ஒரு பஸ்ஸில் ஏறினாள். இவள் மீது வீசிய நாற்றத்தில் யாரும் இவளது அருகில் யாரும் உட்காரவில்லை. ஒற்றை ஒருவனைப்

பழி வாங்க இத்தனைத் துன்பங்களா? தூயமணி சுக்கு நூறாக உடைந்திருந்தாள். சாலமுதுவின் மீதிருந்த கோபம் பலமடங்காகப் பெருகியிருந்தது. காலையில் கையில் கூடையோடு போனவள் மாலையில் வீசின கையும் வெறுங்கையுமாக வருகிறாளே? என அத்தனைக் கண்களும் தூயமணியின் மீதேயிருந்தன.

'இவனுவளெல்லாம் பொட்டச்சியவே பாத்ததில்லியா? நாறியளு!' என்றவாறே வீட்டுக்கு வந்து சேர்ந்தாள். நாட்கள் கடந்தன. சாலமுது வருவதும், மீன்கள் விற்பனை செய்வதும் போவதுமாக இருந்தான். தூயமணிக்கோ விழுங்கவும் முடியாத துப்பவும் முடியாத சூழல். திடீரென ஒருநாள் சாலமுது வரவில்லை.

அன்றைக்கு தூயமணி ஒழுகினசேரிக்குப் போனாள். அப்போது தண்டவாளத்தில் ஒருவர் அடிபட்டு செத்துப் போனார் என்றும் அவரது சைக்கிளில் கொஞ்சம் மீன்கள் இருந்தன என்றும் தகவல் வந்ததையடுத்து செத்துப் போன ஆளைப் பார்க்கையில் அந்த உருவமானது சாலமுதுவின் உருவத்தை ஒத்ததாக இருந்ததாகவும், அது சாலமுதுவின் வண்டிதான் என்றும் தானே அந்த விபத்தைக் கண்ணால் கண்டதாகவும் தூயமணி சண்முகம் ஸ்டோர்ஸ் முன்பாக வந்து நின்று கொண்டு அறிவித்தாள்.

கடையில் சாதனம் வாங்கிக் கொண்டு நின்ற புதுக்கிராமத்தைச் சேர்ந்த கிட்டு இதைக் கேட்டு அதிர்ந்து தண்டவாளத்தை நோக்கி ஓடிப்போய்ப் பார்த்தால் அங்கிருந்தவர்கள் பாடியை ரயில்வேகாரர்கள் எடுத்துச் சென்று விட்டதாகக் கூறவே கிட்டுவுக்கு மிகுந்த துக்கம் ஏற்பட்டது.

'சே! நல்ல மனுசம்லா? அவனுக்கா இந்த நெலம?'

என்று ஊருக்குள் வந்து சொல்ல ஊரில் அதிர்ச்சியும் துக்கமும் கவலையும் கலக்கமும் கெக்கலிப்புமாக ஒரு கலவையான மனநிலை உருவானது. தொடர்ந்து நான்கு நாட்களாக ஊருக்குள் மீன் வரவில்லை. சாலமுதுவின் கதையும் காற்றோடு கலைந்தது. தூயமணிக்கும் தான் ஒருவனைத் தற்காலிகமாகத் தோற்கடித்துவிட்டதாகவும், ஆனால் சர்வ நிச்சயமாக செத்தது சாலமுது இல்லை என்பதும் தெரிந்திருந்தது.

அதுபோலவே ஐந்தாவது நாள் அதிகாலையில் திடீரென மீன் கூடையும், கையுமாக வந்து நின்ற சாலமுதுவைக் கண்ட ஆட்கள் மிரண்டு போய் ஓடினார்கள்.

"எம்மோ சாலமுதுக்க பிரேதம்லா வந்து நிக்கி?" என்றவாறே தெறித்தார்கள்.

சாலமுதுவுக்குக் குழப்பம், "யாவ் ஓடுகானுவோ ஷைத்தான்மாருவா!"

கிணற்றுக்கு நீரெடுக்க வந்த பெண்களும் அடித்துப் புரண்டு ஓடினார்கள். சாலமுதுவுக்கு மீண்டும் குழப்பம். 'என்னவோ நடந்துருக்கு!' என்றவாறே ஊர் அம்மன் கோவிலின் முகப்பில் அமர்ந்து கொண்டான். வெளிச்சமாக விடியவே ஆட்கள் தூரத்தில் நின்று கவலையாகப் பார்த்துக் கொண்டிருந்தார்கள்.

சாலமுது எழுந்து முதல்வீட்டு பத்மாவிடம் போய் நின்று கொண்டு, "எக்கா! எதுக்குக்கா எல்லாரும் ஓடுகிய? வெளில வாயாம்!"

பத்மா கதவுக்குப் பின்னால் பதுங்கியவாறே நின்று கொண்டு வீட்டுக்குள்ளிருந்து குரல் கொடுத்தாள்,

"எண்ணே! நீதாஞ் செத்துப் போய்ட்டல்லா? எதுக்கு வெள்ளனயே எனக்க வீட்டுக்க மும்பு வந்து நின்னுக்கிட்டு சல்லியஞ் செய்யித?"

"என்னது நாஞ் செத்துட்டனா? எந்த நாயி சொல்லிச்சி?"

"நடுத்தெரு கிட்டாந்தாஞ் சொன்னாம்!"

"கொலையாடிவுள்ள அப்புடியா சொல்லிச்சி?" என்று சாலமுதுவுக்குக் கோபம் வந்தது.

பத்மா மெதுவாகக் கதவைத் திறந்து பார்க்கவும் அவளிடம் சாலமுது, "எக்கா எனக்க மூத்த லாத்தாவுக்க ரெண்டாம் மொவளுக்க நிக்காஹுக்கு எருதூர்கடைக்கிப் போயிட்டேம் பாத்துக்கா! அதுக்குள்ள பொரளியக் கௌப்பிருக்கானுவோ? இரு நாங்கேட்டுக்கிடுதேன்!" என்றவாறே நடந்து கிட்டுவின் வீட்டின் முன் நின்று கொண்டு கதவைத் தட்டினான். கதவைத் திறந்த கிட்டு பயத்தில் அதிர்ந்து சத்தம் போட்டான்,

"எப்போய் பேயி நிக்கி!" என்று ஓடினவனைத் தடுத்த சாலமுது, "எலேய் ஊருக்குள்ள வந்து என்னலே சொல்லி வச்சிருக்க எறப்பாளிப் பயல? எல்லாவனும் என்னையக் கண்டு உறிஞ்சிப் போட்டுகிட்டு ஓடுகானுவோ?"

கிட்டு நடுங்கிக் கொண்டே "எண்ணே நீ இன்னுஞ் சாவல்லியா?"

“என்னடே சொல்லுத ஒனக்க முன்னுக்கு இந்தா முழுமுழுன்னு நிக்கியது கண்ணுக்கு வெளங்கலியோ?”

“இல்லண்ணே! நாலு நாளக்கி மிந்தி நீங்க டிரேனுல வுழுந்து செத்துப்போனதா ஒழுனசேரில நின்னுக்கிட்டு நம்ம தூயமணிதாம் பழக்கமுட்டுகிட்டிருந்தா! அதக் கேட்டுக்கிட்டுதாம் போயி பாத்தேம்! அப்ப நீ இன்னுஞ் சாவல்லியா?”

சாலமுதுவுக்குக் கோபம், “யாம்டே நா இப்பச் சாவணுமா?”

“ஹிஹி! அப்டிலாம் இல்லண்ணே! நீ நல்ல இருந்தாச் செரிதாம்!”

“யாரு சொன்னான்னி சொன்ன?”

“இந்தா பின்னூட்டுல கெடக்குல்லா தூய்மையான மணி செவம்? அவதாஞ் சொன்னா!”

“இன்னிக்கி அவள??? என்ன செய்யம்னு பாரு!” என்றவாறே தூயமணியின் வீட்டுக்குள் நுழைய அங்கே மாராப்பு விலகி ஒரு காலைக் குத்தங்காலிட்டு படுத்திருந்த தூயமணியைக் கண்டு அவள் மேல் கோபத்தில் பாய்ந்தான்.

“என்னையவா செத்துட்டன்னி சொல்லுக?”

ஆண்கள் தோற்குமிடம் என்று ஒன்றுமில்லை. அவர்கள் என்றுமே வெற்றிக்குத் தப்பி வாழ்பவர்கள். தோல்வி என்பது என்றுமே படுகுழிதான் என்பது அவர்களுக்கும் தெரியும். அங்கு சாலமுது தோற்றான். தூயமணி வெற்றி பெற்றாள்.

“வயசு புள்ளைக எங்களாலயே சாலமுதுவ வளைக்க முடியலை! அம்பது வயசு அரசமரம் நீ! நீயா அவன வளைக்கப் போறவ?” என்று மார்தட்டிச் சொன்ன சுந்தரியிடம் போய்த் தூயமணி சொன்னாள்.

“என்னவோ சொன்னியே சாலமுது குட்டிச்சாளைய கொண்டுகிட்டு நடக்காம்னு... வ்லாங்காக்கும் கெடக்கு தாய்ளி மொவங்கிட்ட?”

○○○

சுயம்பு

கட்டடத்தலத்தில் நான்கு பிணங்களையும் வரிசையாகக் கிடத்தி நாமச்ச வேரைப் போட்டு தேங்காய்ச் சவுரி போர்த்தி, விறகை அடுக்கி நான்கு மூலையிலும் களிமண் கொண்டு பூசி ஒரு சவுரியில் தீயைப் பற்ற வைத்து விட்டு எழுந்தான் பன்னீர். சிதைகள் ஈரமாய்ப் புகைந்து கொண்டிருந்தன.

நோய் வாய்த்துப் படுக்கையில் கிடந்த கணவன் பாலையனின் மருத்துவச் செலவுக்காக வாங்கின கடன் தொல்லை தாளாமல் தீயிட்டுக் கொளுத்திக் கொண்ட பேச்சியம்மாள் மற்றும் அவளது மூன்று பிள்ளைகளின் எரிந்த சடலங்களை ஊர்க்காரர்கள் சுடுகாட்டில் கொண்டுவந்து கிடத்தியிருந்தார்கள். அவளுக்குக் கடன் கொடுத்தவர்கள் அவளைத் திட்டிக் கொண்டே அழுதார்கள். பேச்சியம்மாளுக்காகவும், அந்தப் பிள்ளைகளுக்குமாய் அழத்தான் அங்கே யாருமில்லை.

வடக்கிலிருந்து இங்கே வாய்க்கப் பட்டு வந்தவள் பேச்சியம்மாள். துஷ்டிக்கு வந்திருந்தவர்கள் பழையாற்றில் இறங்கிக் குளித்துக் கொண்டிருந்தார்கள். அதோ எரிந்து கொண்டிருக்கும் பேச்சியம்மாள் பலரது வாய்களுக்கும் அவலாய்ப் படித்துறையில் மெல்லப் பட்டுக் கொண்டிருந்தாள்.

அதுகாறும் ஊரிலுள்ள பலரது கண்களையும் உறுத்திய அவளது உடல் உறுப்புகளை நெருப்பானது உருக்கிக் கொண்டிருந்தது. இவர்களது வார்த்தைகள் அதுவரைக்கும் தீப்பற்றியிராத பேச்சியம்மாளின் காதுகளுக்குக் கேட்டிருக்குமோ என்னவோ அவளது உடல் மாத்திரம் வெப்பம் தாளாமல் எழுந்து அமர்ந்தது. அதை ஒரு கழியால் அழுந்தப் பிடித்துக் குழியில் படுக்க வைத்த பன்னீர் பக்கத்தில் நின்று கொண்டிருந்த சுயம்புவிடம்,

“எலேய் சொயம்பு! இந்த மனுசனுவளுக்க சீரக் கண்டியா? எதுக்குப் பொறந்தம்னே தெரியாம ஒரு ஜெனனம்! ஒரு கலியாணம்!

கெட்டுன கெடப்புக்கு மூணு புள்ளப்பாடு! எடையில சீக்கு? அவனால கடன்! அவனுக்குக் கெட்டுப்புட்டு வந்தவளுக்க காரியம் பொளிவு?அதுக்கும் பொறத்தால நாலு பேரு தீயில வெந்து கருகி ஒரு சாக்காலம்? என்னத்தடே ஜீவியம் இது?"

என்று சொல்லிவிட்டுத் திரும்பிப் பார்க்க அங்கே சுயம்பு கண்ணீர் மல்க நிற்பதைக் கண்டு பன்னீர் அதிர்ச்சியில் கேட்டான்,

"லே சொய்ம்பு! என்னடே ஒருநாளுமில்லாத திருநாளா இன்னிக்கி அழுக? பொக கண்ண உறுத்துகா? கண்ணீரு கெட்டி நிக்கி?"

அந்தப் புகை மண்டலத்தில் அழுது கொண்டே நின்று கொண்டு குழியில் கிடத்தப் பட்டிருந்த சடலங்களைப் பார்த்தவாறே சுயம்பு சொன்னான்,

"இல்ல பன்னீரண்ணே! எத்தனயோ பொணங்கள இங்கன போட்டு கொளுத்துகோம்! வேறென்னத்தயெல்லாமோ செஞ்சி சாக்காலத்த தேடிக்கிடலாம்! சீவனோட மேனியில தீய வச்சிக் கொளுத்திக்கிட்டு வரக்கூடிய ஆளுவளக் கண்டா எனக்குத் தாங்க முடியல கேட்டியா? இதுக முச்சூடும் எரிஞ்சி தீருக வரைக்கிம் நம்மாலயே கிட்ட நிக்க முடியிலியே? மேலு முழுக்க வளந்து புடிக்கிய தீயில இந்த ஜென்மங்க என்ன பாடு பட்டுருக்கும்? அதும் இந்தச் சின்ன பிள்ளையள நெனச்சாதான் வெப்ராளமா இருக்கு!"

பன்னீர் அப்போதுதான் சுயம்புவின் முகத்தை நேரிட்டுப் பார்த்தான். அதில் இருந்த ஒரு இறுக்கம் அதுவரைக்கும் பன்னீர் சுயம்புவிடம் காணாத ஒன்று. பன்னீரும், சுயம்புவும் ஒழுகினசேரி பலபட்டறைச் சுடுகாட்டில் இருந்த பல்வேறு சமுதாயச் தகனமேடைகளின் வெட்டியான்கள். பன்னீர் அந்த ஊர்க்காரன். சுயம்பு எந்த ஊர்க்காரன் என்று தெரியாது. ஆனாலும் இரண்டு பேர்க்கும் குடும்பமெல்லாம் கிடையாது. அந்தச் சுடுகாடுதான் இரண்டு பேருக்கும் வீடு, படுக்கையறை, கழிவறை எல்லாம். அரசமரத்தின் கீழ் நின்ற சுடலைதான் கண்ணில் கண்ட கடவுள். முதலிலேயே அங்கே வந்து சேர்ந்தது பன்னீர்தான். கல்யாணம் காட்சி எதுவும் காணாதவன். ஒரு மழைநாளின் இரவில் வந்து சேர்ந்தவன் சுயம்பு. இருவருக்கும் ஒருவருக்கொருவர்தான் துணை.

சுடலையும், பன்னீரும் எப்போதும் பிரிந்ததில்லை. தேவைகள் அதிகமில்லையாதலால் வருமானம் அன்றன்றைக்குப் போதுமானதாக இருந்தது. மரணத்திற்கேது தட்டுப்பாடு?

ஆகையால் எப்போதும் அங்கே பிணங்கள் வருவதுண்டு. ஆனால் இப்படி அதீத துக்கத்தின் முகமாக வரும் பிணங்கள் அவர்கள் இருவருக்கும் மிகுந்த சஞ்சலத்தை அளிக்குமாதலால் அன்றைக்கு மாத்திரம் ஒரு குப்பி பிராந்தியின் துணை தேவைப் படும். இதுவும்அம்மாதிரியான ஒரு தினம்தான். பன்னீர் சுயம்புவின் கண்களைப் பார்த்து,

“லே மக்கா சொய்ம்பு! எனக்கிட்ட எதையோ ஒளிக்கேன்னு தெரியி? ஆனா என்னன்னு தெரியில!”

சுயம்பு அழுது கொண்டேயிருந்தான். பன்னீர் புறப்பட்டுப்போய் ஒழுகினசேரி பழைய ரோட்டில் இருந்த ஏ.ஆர்.ஒயின்சில் ஒரு அரைக்குப்பி பிராந்தியை வாங்கிக் கொண்டு வந்தான். தூரத்தில் சிதை எரிந்து கொண்டிருந்தது. அரச மரத்தினடியில் அமர்ந்து இரண்டு குவளைகளில் ஊற்றப் பட்ட பிராந்தி இருவரது தொண்டைகளிலும் சப்தமில்லாமல் இறங்கியது. அப்போதும் சுயம்புவின் கண்களில் கண்ணீர் வந்ததைக் கண்ட பன்னீருக்குத் துக்கம் தொண்டையை அடைத்தது.

“எலே சொய்ம்பு! என்னிக்கிமில்லாம என்னப்போ இது? ரொம்ப அழுகியே?” சுயம்பு பதில் சொல்லாமல் எங்கேயோ பார்த்துக் கொண்டிருந்தான். பன்னீரும் விடவில்லை.

“மக்கா சொயம்பு! இப்பம் நம்ம ரெண்டு பேர்ல ஒருத்தரு செத்துட்டா நம்மள எந்தக் குழிக்குள்ளயிட்டு எரிக்கச் சம்மதிப்பானுவோ?”

சுயம்பு மீண்டும் அமைதியாக இருந்தான். மீண்டும் பன்னீர் அழுதவாறே, “சொயம்பு லேய்! ஒனக்கிட்டத்தானே கேக்கேன்! நாஞ்செத்தா எந்த சமுதாயக் குழியில எரிப்பானுவோ?”

சுயம்பு பன்னீரிடம் பேச்சியம்மாளின் சிதையைக் கைகாட்டினான். பன்னீர் மீண்டும் சுயம்புவிடம், “நீ செத்தா?”

சுயம்பு இன்னொரு குவளை பிராந்தியை ஊற்றிக் குடித்தான். பன்னீர் மீண்டும் சுயம்புவிடம், “நாஞ்செத்தா நீதாம் மக்கா என்னைய கொளுத்தணும்! ஆனா சொய்ம்பு... எனக்கு முந்திக்கிட்டு நீ செத்தீன்னா எனக்க குழிலதா ஒன்னிய எரிப்பங் கேட்டியா மக்கா!”

சுயம்பு தொண்டையைச் செருமியவாறே, "எனக்க பொணத்த அந்த சமுதாயக் குழிக்காத்த எரிக்க இந்த மனுசம்மாருவ சம்மதிக்கக் கூடியவனுவளா இருந்துருந்தா நா எதுக்கு இங்க வந்துருக்கப் போறேன்?" என்று சொல்லிவிட்டு நெஞ்சைப் பிடித்துக் கொண்டு விடுவிடுவென நடந்து தெற்கு நோக்கிச் சென்றவனைப் புரியாமல் பார்த்துக் கொண்டிருந்தான் பன்னீர். சாப்பாடு வாங்கச் செல்வானாயிருக்குமென்று பன்னீர் கண்ணயர்ந்தான். கண்விழித்துப் பார்த்தபோது மணி பன்னிரெண்டைத் தாண்டியிருக்கலாம். பன்னீரது பக்கத்தில் ஆறு இட்லிகள் மற்றும் சாம்பார் பொதியப் பட்ட பொட்டலம் ஒன்று கிடந்தது.

பேச்சியம்மாளின் சிதையருகே ஒரு உருவம் நின்று கொண்டு கவட்டைக் கம்பைக் கொண்டு தீயைக் கிளறிக் கொண்டிருந்தது. மசமசத்துக் கிடந்த கண்களோடு அந்த உருவத்தை கண்ட பன்னீர் அந்த உருவத்துக்கு ஒரு கையில்லாததைக் கண்டு மிரண்டு போனான். அங்கிருந்து ஒரு ஃபர்லாங் தூரத்தில் புத்தேரி அருகே மனிதக்கை ஒன்றைக் கவ்விக் கொண்டு ஒரு நாய் வேகமாக ஓடிக் கொண்டிருந்தது.

கொச்சி மெயில் திருவனந்தபுரம் தாண்டி கருநாகப் பள்ளி சிக்னல் அருகே அந்த இருளிலும் ஒளியைப் பாய்ச்சிக் கொண்டே தடதடத்துப் போய்க் கொண்டிருந்தது. அதன் என்ஜின் டிரைவர் ஸ்ரீதரன் இரண்டு மணி நேரத்துக்கும் முன்னர் அந்த எஞ்சினில் விழுந்து அடிபட்டுச் செத்துப் போன எவனோ ஒரு பெயர் தெரியாத மனிதனை நினைத்துக் கதறி அழுது கொண்டிருந்தார். அந்த ரயில் பாதையானது எஞ்சினின் முன்பாக ஒரு பிணம் கிளரும் கழியைப் போல நீண்டு கொண்டே போனது.

○○○

மண்டன்மார் கதைகள்

காதல் என்னும் சோக்கேடு எல்லாருக்கும் வரும் போகும்! ஆனாலும் அதையெல்லாம் கடந்து அடுத்தக் காதல் அல்லது காதலியை நோக்கி நகர்ந்து விடுவோமல்லவா? அப்படி ஒருவன் நகர்ந்த கதைகள்தான் கீழ்வருவன! இங்கே 'நான்' என்பதை ஒரு கதை சொல்லித் தெண்டியாக பாவித்துக்கொள்ளுங்கள் வாசக பாவங்களே!

அஞ்சலிக்கு அஞ்சலி

நானும், அஞ்சலியும் கேண்டீனில் எதிரெதிரே அமர்ந்திருந்தோம். அவள் என் கண்களைப் பார்த்துக் குழைந்தபடியே கேட்டாள்,

"இனி ஒருக்கிலும் காணான் பற்றாதே கண்ணுகள ஒருதிவசம் ஒடுவில் கண்டால் சேட்டன் எந்து செய்யிம்?"

நான் அப்போதுதான் அவளது கண்களை முதன்முதலில் பார்ப்பது போலப் பார்த்தேன்.

"சேட்டா பறயூ...!" அவள் சிணுங்கினாள்.

"அது எந்தாடி இங்கன ஒரு சோத்தியம்? யாரு கண்ண இப்ப யாரு கடைசியா பாக்கப் போறாங்க?"

"ஞான் சோதிக்குன்னல்லே? பறா!" என்றாள் பிடிவாதமாக...

எனக்கோ கடுப்பு. 'இந்த சேச்சிகளே இப்படித்தான்... படிக்கியம்ன்னு சொல்லிக்கிட்டு தமிழ்நாட்டுக்கு வாறது? இங்கன நம்மள மாதிரி கோந்தம்மார வளச்சிப் போட்டுகிட்டு மூணு வருஷமும் லாவணி பாடிக்கிட்டு கடசி வருசத்துல லையன்னா வாசிச்சிட்டு போவாளுவோ! நாம கடைசியா அவளுவ பொறப்பட்டுப் போன கேரளா அரசு பஸ்ஸ மொறச்சிப் பாத்துகிட்டே பஸ்ஸ்டாண்டுல சட்டையப் பிச்சிக்கிட்டு பிச்சையெடுக்கணும்?'

“அஞ்சு! இப்ப ஒனக்கு என்ன பண்ணனும்? என்கூட பிரேக் அப் பண்ணிக்கணுமா? ஊங்கூருல எதுனா கஞ்சிப் பெயலுவள கல்யாணம் பண்ணப் போறியா? என்றேன் கோபமாக... சட்டூரென அவளது கண்கள் சிவந்து போனது.

அஞ்சலி கல்லூரியில் எனக்கு இரண்டு வருடம் ஜூனியர். ஊர் கொச்சின். அப்பா ரயில்வே போலீஸில் எஸ்.ஐ. அம்மா டீச்சர். வீட்டிற்கு ஒற்றைக்கு ஒரு மகள். நான் மூன்றாமாண்டு படிக்கும்போது அவள் முதலாமாண்டில் சேர்ந்தாள். முதல்நாள் வகுப்புக்கு வந்த அன்றே அவளைக் கிண்டல் செய்த இரண்டாமாண்டு ஜூனியர் ஒருவனது செவுளை நான் பெயர்க்கவே அவள் என் இதயத்தைப் பெயர்த்து அவளது நெஞ்சோடு ஒட்டிக் கொண்டாள்.

அவளது கண்களை நேருக்கு நேராகப் பார்ப்பது அத்தனைக்கும் கடினமான காரியமாகத் தோன்றும். வடக்கும் தெற்கும் சேராத காந்தப் புலமாய் அவை இருக்கும். அவளது வலது கண்ணின் வெள்ளை விழியில் ஒரு மச்சமொன்று உண்டு. அவள் ஒருமுறைக்கு இன்னொரு முறை திரும்பிப் பார்த்தாளானால் அன்றைக்கு எனக்குக் காய்ச்சல் வருவது உறுதி. அந்த வருடம் முழுவதும் நாங்கள் சேர்ந்து சுற்றாத நாட்களே இல்லை. எங்களது மீட்டிங் ஸ்பாட் பெரும்பாலும் எங்கள் கல்லூரியின் லைப்ரரிதான். அங்கு வைத்துதான் உதடுகளைப் படிப்பது எங்ஙனம் என்று அவளும் நானும் கற்றுக் கொண்டோம்.

எனக்கு கொஞ்சம் மகிழ்ச்சி வந்து விட்டாலும் அவளிடம் ‘சூத்ரதாரன்’ படத்தில் வரும் ‘ராவின் ஆரோ வெண்ணிலாவின் ஜாலகங்கள்!’ என்னும் பாடலைப் பாடச் சொல்லுவேன். அத்தனை அற்புதமாகப் பாடுவாள். அதுபோக துக்கமாக இருந்தால் ‘நீலத்தாமர’ படத்தில் வரும் ‘அனுராகவிலோஜனனாயி’ பாடலைப் பாடச் சொல்லுவேன். இது எங்களுக்கு ஒரு ஷீலம்.

என்னுடைய இறுதியாண்டு முடிந்ததும் எனக்குப் பெரும் சங்கடம். தினந்தோறும் பார்த்த ஒருத்தியை இனிமேல் பார்க்க முடியாது என்றபோது எழுந்த சங்கடம் மரணத்தை விடக் கொடியதாக இருந்ததை உணர்ந்தேன். செமஸ்டர் லீவுக்கு நான்தான் அவளை பஸ் ஏற்றி கொச்சினுக்கு அனுப்பிவிட்டு அவள் திருவனந்தபுரம் போய்ச் சேரும் வரையிலும் வடசேரி பேருந்து நிலையப் படிக்கட்டுகளில் படுத்துக் கிடந்தவாறே போனில் பேசிக் கொண்டிருந்தேன். கூடங்குளம் அணு உலையை விட அதிகமாய்க்

மண்டன்மார் கதைகள் ❖ 83

கொதித்த ஃபோன் சடாரென மரணத்தைத் தழுவியது. அந்த விடுமுறை நாட்கள் விட்டேற்றியாகக் கழிந்தது. அம்மாவும் என்னிடம் கேட்டாள்,

“எலேய்! என்னடே வைக்கோல் படப்பு தீப்புடிச்சதக் கண்ட கன்னுக்குட்டி மாதிரி திரியித? என்ன காரியம்?”

நான் சோகமாக, “அது வந்து அஞ்சலிம்மா!”

“அஞ்செலியா! நா மட்டுமே இங்கனக்குள்ள ஆறேழு எலியக் கண்டுருக்கேனே! பொறு! ஓங்கய்யன்கிட்ட சொல்லி பாசாணம் வாங்கிட்டு வரச் சொல்லுகேன்!” என்றவாறே காப்பி போட்டுக் கொண்டிருந்தாள். எனக்கோ வெப்ராளம்.

‘இந்தம்ம வேணுக்கும்னே சொல்லுகாளா! அம்மைன்னு கண்டு நா ஒன்னிய சீவனோட உடுகேம்! இல்லைன்னா நடக்கதே வேற பாத்துக்கா!’

என்று கோபத்தில் எழுந்து வெளியே போய்விட்டேன். தினமும் போனில் மணிக்கணக்கில் பேசுவோம். அவளது அம்மா, அப்பா, ஆச்சி, சித்தப்பா, பெரியப்பா என்று அந்தக் குடும்பம் மொத்தமும் பேசுவார்கள். அதன் பின்னர் விடுமுறை முடிந்து கல்லூரி துவங்கியது. அஞ்சலி வந்தாள். சனிக்கிழமையும், ஞாயிற்றுக் கிழமையும் அவளை ஹாஸ்டலில் இருந்து வீட்டுக் கூட்டிக் கொண்டு வந்து விடுவேன். நானும் அவளும் சேர்ந்தே இருந்தோம்.

இப்படியாக இதோ அவளது மூன்றாமாண்டு பிராஜக்டுகள் எல்லாம் கைடன்ஸ் கொடுத்து தேர்வும் முடிந்து நாளைக்கு கிளம்பப் போகிறாள். கிளம்பும் முன்னர் மேற்கொண்டு என்ன செய்யலாம் என்று விவாதிக்கவே இங்கே வந்தோம். ஆர்டர் செய்த தேநீர் வருமுன்னர்தான் நான் அவளிடம் சள்ளையை இழுத்து வைத்திருந்தேன். அவளது கண்கள் கலங்கிப் போய் என்னிடம்,

“சேட்டன்! எந்து பறஞ்சு? ஞான் நின்னைய் விட்டுப் போவும்னு பரஞ்சல்லே?”

என்று அழத் துவங்கினாள். அதுவரைக்கும் அவளை நான் அழ வைத்ததுமில்லை! அழ விட்டதுமில்லை. ஏதாவது பேசி சண்டை வரும்போதெல்லாம் அவள் அழுமாறு தெரிந்தால் அவளது

உதடுகளை என்னுடைய உதட்டுத் தடுப்பணையால் மூடுவது எனது வாடிக்கையாக இருந்தது.

“எடீ கரையல்லே! ஆட்கள் காணுன்னுண்டு! கரையாதடி கொச்சே!” என்றவாறே நான் அவளைச் சமாதானப் படுத்தினேன். ஒரு அரைமணிநேரம் விசும்பியிருப்பாள். நான் அதுவரையிலும் ஐந்து சமோசாக்களும், அவளுக்கு ஆர்டர் செய்த டீயோடு சேர்த்து மூன்று டீக்களும் குடித்திருந்தேன். அவள் என்னை முறைத்துப் பார்த்தாள். ‘உன்னுடைய அந்த முட்டைக்கண்கள் முறைக்கவும் செய்யுமா?” என்று கவிதையாய் நான் எழுப்பிய வினாவைக் கேட்டு சிரித்தாள்.

“சேட்டா! நின்னோடு ஒரு கார்யம் பறையானுண்டு! நாள ஞான் நாட்டிலேக்கிப் போகும்போள் சேட்டன் என்னோடு வா! அம்மையிம் அச்சனும் நின்னோடு குறச்சி ஸம்ஸாரிக்கானுண்டென்னு பறஞ்சு!”

எனக்கு அதிர்ச்சி, “என்னடி சொல்லுக? நானா அங்கயா? எம்மோ நா வரல்ல கேட்டியா? எனக்குப் பேடியாயிட்டுண்டு!”

“ஓஹ் பின்னே! பேடிக்கின்ன செக்கணுண்ட மோந்தக் காணாலோ?” என்றதும் எனக்கு வெட்கம் வந்து விட்டது.

“போடீ போத்திண்ட மோளே!”

“சேட்டா ஞான் சீரியஸாய்ட்டு பறயுகா! நீ நாள என்னோடு வரலெங்கில் என்னைய ஆர்க்காம் புடிச்சி கட்டி வய்க்கும்! நீ பின்னே வாய் நோக்கிக் கொண்டே திரியும் அத்தரையே உள்ளு!”

நானும் வேறு வழியின்றி அடுத்தநாள் பெட்டி சட்டி எல்லாவற்றையும் கட்டிக் கொண்டு கொச்சினுக்கு வண்டியேறினேன். பஸ்ஸில் ஏறி ஜன்னல் பக்கம் அமர்ந்தவள் என் கைகளுக்குள் நுழைந்து கொண்டு மடியில் சரிந்து களியக்காவிளை தாண்டுமுன்னர் உறங்கிப் போனாள். திருவனந்தபுரத்திலிருந்து ரயில். அங்கும் அப்படித்தான். ரயில் புறப்பட்டதும் மடியில் படுத்து உறங்கினாள்.

‘இதுக்கு இந்த நாயி தனியாவேப் போயிருக்கலாம்!’ என்று எண்ணினாலும் தேவதைகள் உறங்கும் போது வதைக்கலாகுமோ? என்று காற்றிலாடும் அவளது கார்கூந்தலைக் கையால் வருடியபடியே கொச்சினுக்கு வந்து சேர்ந்தோம். ஸ்டேஷன் வாசலிலேயே வரவேற்க அவளது அப்பாவின் போலீஸ் ஜீப் நின்றது.

‘அடப்பாவிகளா! இப்படியாடா வரவேற்பீங்க?’ எனக்குக் ‘கெதக்’ என்றிருந்தது. வீட்டிற்குப் போனோம். அவளது ஓட்டு மொத்தக் குடும்பத்திற்கும் என்னைத் தெரியும். நான் ஜாலியாகப் பேசும் தத்தக்கா பித்தக்கா மலையாளத்தைக் கேட்டு கெக்கே பிக்கேவென சிரிப்பார்கள். அவளது வீடு ஒரு கேரளத்துத் தரவாடு. சுற்றுக்கெட்டு வீடு. வீட்டின் முன்னால் தேக்குமர ஊஞ்சல். வீட்டின் பின்னால் குளம் என்று மலையாள சினிமாவில் பார்ப்பது போலவே இருந்தது. ஆட்களும் பாலீஷாகவே இருந்தார்கள். இரண்டு நாட்கள் கோயில், குளம் என்று கொச்சினைச் சுற்றிவிட்டு கிளம்பும் நாளொன்றில் அவளது அம்மா என்னைத் தனியாக அழைத்தாள். அப்போது அஞ்சலி எனக்கு ஒரு கிஃப்ட் வாங்குவதற்காகச் சென்றிருந்தாள். நானும் கொஞ்சம் தயக்கத்தோடே சென்றேன். என்னை உட்காரச் சொல்லிவிட்டு அஞ்சலியின் அம்மா கண்ணீரோடே பேசத் துவங்கினாள்,

“மோனே! நின்னே இவிடே உள்ளோர்க்கு அத்தரைக்கிம் இஷ்டவா! அஞ்சலியே நினக்குக் கெட்டிச்சித் தராம் எனிக்கோ மற்றுள்ளோர்க்கோ ஏது சங்கடமுமில்லா! பக்ஷே?”

நான் அசையாமல் அமர்ந்திருந்தேன். அவள் மீண்டும், “எண்டே வலிய சேட்டன் மரிச்சி பத்து வர்ஷமாயி! அவன் மரிக்கும் போள் அவனுடே மகன் விஷ்ணுவுக்கு பந்தரண்டு வயசா! இப்பொழு அவனுட அம்மையிம் மரிச்சு! இனி விஷ்ணுவுக்கு யாதொருபெந்தமும் இல்லா! அஞ்சலியே அவனுக்குக் கெட்டிச்சி வைக்கலெங்கி அவன் ஒற்றப் பட்டுப் போகும்! இதில் அஞ்சலியுடே அச்சனுக்கு யாதொரு தால்ப்பரியமுமில்லா! அஞ்சலியிம் நின்னே கெட்டும்! நீ எனிக்கொரு உபகாரம் செய்யாவோ?” என்று என்னுடைய கைகளைப் பற்றிக் கொண்டாள்.

நான் பதறிப் போய், “அம்மா! என்ன செய்யணும் சொல்லுங்க!” என்றேன்.

“நினக்கு அஞ்சலிய ஒண்ணு மறக்காம் பற்றுவோ! அவள் இனி நினக்கு போன் விளிச்சா நீ அவளோடு மிண்டறது?”

என்னுடைய கண்களில் சாரைசாரையாகக் கண்ணீர் வழிந்தது. வெளியில் என்னைக் கூட்டிப் போக டாக்சி வந்து நின்றது. அஞ்சலியும் வந்து விட்டாள். நான் என்னுடைய தோள்ப்பையை எடுத்துப் போட்டுக்கொண்டு அவளது அம்மாவிடம் சொன்னேன்.

"அம்மா! ஞான் போவுகா!"

அஞ்சலி கோபத்தில், "சேட்டா! போய்ட்டு வராம்னு பறா!" என்று என்னுடைய கைகளில் ஒரு பரிசைத் தந்தாள். ஒரு வெறுமையோடு அதை வாங்கிக் கொண்டு காரில் ஏறினேன். எல்லோரோடும் கையைக் காட்டி விட்டு அஞ்சலியின் முகத்தைப் பார்த்தேன். அதில் பிரிவின் ஏக்கம் அப்பியிருந்தது. பஸ் ஏறியதும் ஜன்னலோரம் அமர்ந்தேன். நெஞ்சுக்குள் ஒருவித இறுக்கமும், துக்கமும் கனத்துக் கிடந்தது. ஜன்னல் வழியாக இந்த பூமியும், வானமும், மேகமூட்டங்களும் பின்னோக்கி ஓடிக் கொண்டிருந்தன. அந்த பரிசுப் பொருளைப் பிரித்தேன். நானும் அவளும் இணைந்து எடுத்துக் கொண்ட போட்டோ ஒன்றினை ஒரு ஃப்ரேமுக்குள் வைத்துத் தந்திருந்தாள். அதை ஜன்னலின் வழியாகக் காயலுக்குள் வீசி எறிந்தேன். எனக்குக் கண்ணீர் முட்டிக் கொண்டு நின்றது.

ஒரு நிறுத்தத்தில் எல்லாரும் தேநீர் குடிக்க இறங்கினார்கள். அந்தநேரம் அவள் நான்கு நாட்களுக்கு முன்னால் என்னிடம் கேட்ட கேள்வி ஒன்று நினைவுக்கு வந்தது.

"இனி ஒருக்கிலும் காணான் பற்றாதே கண்ணுகள ஒரு திவசம் ஒடுவில் கண்டால் சேட்டன் எந்து செய்யிம்?"

அதாவது 'இனியொருமுறை எப்போதும் காண முடியாத கண்களை ஒருநாள் கடைசியாகக் கண்டால் நீ என்ன செய்வாய்?' என்பதுதான் அது. அப்போதுதான் நான் ஒன்றைக் கவனித்தேன். கடைசியாக அவளது வீட்டிலிருந்து காரில் ஏறும்போது அவளது கண்களை நான் பார்த்திரவேயில்லை. ஸ்ரீகுமாரும், ஸ்ரேயா கோஷலும் உருகிக் கொண்டிருந்த பாடல் தூரத்தில் எங்கிருந்தோ கேட்டுக் கொண்டிருந்தது.

"புழையும் மழையும் தழுகும் சிறையில் புலகம் பதிவாய் நிறையே! மனசின் அடையில் விரியான் இனியும் மறன்னோ நீ நீல மலரே! நாணம் பூத்துப் பூத்து கொழியே! ஈனொம் கேட்டு கேட்டு கழியே! ராவோ யாத்ர போயி தனியே அகலே! ராக்கடம்பின் கந்தமோடே! ராக்கினாவின் சந்தமோடே வீண்டும் சேரில்லே!"

அதற்குமேலும் என்னால் அழுகையை அடக்கத் திராணியில்லாமல் சப்தமாக வெடித்துச் சிதறினேன். சுற்றிலுமிருந்த எல்லோரும் என்னையே பார்த்துக் கொண்டிருந்தார்கள்.

○○○

ஐஷூ என்றொரு அதிசயப்பூ

அப்போது நான் பத்தாம் வகுப்பு படித்துக் கொண்டிருந்தேன். ஒருநாள் காலை இடைவேளையில் நான் செய்திருந்த காரியம் எதிர்காலத்திலிருந்து ஒரு முத்தத்தை என்னுடைய உதடுகளில் 'பச்சக்' எனப் பதிய வைத்தது. பெண்கள் கழிவறையின் வாசலில் வழுக்கி விழுந்த ஐஸ்வர்யாவை நான் தூக்கிவிட்ட அடுத்த கணத்தில் அவளுக்கு என் மீது காதல் பூத்தது. இந்த அரிய நிகழ்வை எங்கள் தலைமையாசிரியை இந்திராணி மேடம் ஜன்னல் வழியாகப் பார்த்து எனக்கொரு பட்டப் பெயரைச் சூடினார்கள். 'மண்ணின் மைந்தன்' என்பதுதான் அது.

எங்கள் வகுப்பில் இருபத்தி ஆறு பயபுள்ளைகளும், இருபது பயல்களும் எங்களோடு சேர்த்து நான்கு பூனைகளும், பதினைந்து பல்லிகளும் இருந்தன. 'செத்த ஆட்டுக்கண்ணன்' என்றொரு ஆசிரியர் எங்களுக்கு ஆங்கிலப் பாடம் எடுத்து வந்தார். அவருக்கு வெற்றிலை உண்ணும் பழக்கம் இருந்ததால் அவரது கீழ்த் தாடை எப்போதும் வானை நோக்கியே இருக்கும். மேஜை டிராயரைத் திறந்து வைத்தால் எப்படி இருக்குமோ அப்படிதான் பெரும்பாலும் இருக்கும் அந்த கிணற்றுவாய். இடையிடையில் கடைவாயில் வழியும் வெற்றிலைச் சாறை 'கிஷிக்' என்ற சப்தத்தோடு உள்ளிழுத்து, அவரது வெள்ளைச் சட்டையை ரின் சோப்பிலிருந்து காப்பாற்றுவார். அப்படித்தான் ஒரு பாடவேளையின் மத்தியில் என்னிடம் அவர்,

"லேய்! பீனிஷ் பேட்'னா என்னன்னி சொல்லுடே!"

நான் அதிர்ந்து குலுங்கிவிட்டேன். 'இத்தனை பிள்ளைகளின் மத்தியில் எப்படி இதன் அர்த்தத்தை விளக்குவது?' என்னென்னவோ சொல்லிப் பார்த்தேன்,

"சார்...! பீனிஷ் பேட் அப்டின்னா நன்மைக்கு எதிரான சாதனம்! இல்லைன்னா மனித உடலின் சொல் பேச்சி கேளாத ஒரே உறுப்பு! புவிஈர்ப்பு விசையைக் கிஞ்சித்தும் மதிக்காத ஒரு தண்டாயுதம்! மனிதர்களின் மானத்தைத் தெருவில் கொண்டோயி நிறுத்தும்!"

அவர் கத்தினார், "லேய் தொட்டி முண்டம்! நா என்ன கேக்கியேன்! நீ என்னத்தடே கெடந்து ராட்டு சுத்துகா? பீனிஷ் பேட்'னா என்னலே?"

நான் சற்றும் தாமதிக்காமல், "கெட்ட கு...சாமணி சார்!" என்று சொல்லவும் வகுப்பே அமைதியில் உறைந்து அதிர்ச்சியடைந்தது. ஆட்டுக்கண்ணன் என்னை வைத்த கண் வாங்காமல் பார்த்தார். நான் அவரையே கூர்ந்து பார்த்தேன். அவர் என்னிடம்,

"மான ரோசமே கெடையாது இல்லியாடே ஒனக்கு? நீ இங்க படிக்க வாறியா? இல்லைன்னா பல்லி புடிக்க வாறியா? இல்ல தெரியாமதான் கேக்கேன்?"

நான் அமைதியாக இருந்தேன். மீண்டும் அவர், "எப்போ! நா ஓங்கிட்டதானே கேக்கேன்? வாயில என்ன பாதரசத்தையா கரச்சி ஊத்தி வெல்டிங் வச்சிருக்கு?"

நான் தலையைக் குனிந்து நின்றிருந்தேன். அவர் விடவில்லை, "ஒனக்க கு...சாமணிய தீய வச்சி எரிப்போம்! அது எந்திரிச்சி பறக்கான்னு பாக்கட்டும்!"

அப்போதுதான் எனக்குப் பிடி கிட்டியது. ஆட்டுக்கண்ணன் என்னிடம் கேட்டது பீனிக்ஸ் பறவையை...! நான் சோர்ந்து போனேன்,'அடேய் செத்தாட்டுக்கண்ணா! நீ வெத்தலைய சவச்சி சாவக் கெடந்ததுக்கு நானாடே பலியாடு? அது நாக்கா இல்லைன்னா நாதஸ்வரமா? கெடந்து ஊதுகு?'

மாணவ மணிகள் என்னைக் கண்டு இளிப்பாய் இளித்தார்கள். நான் சுவற்றில் கிடந்த பகத்சிங்கின் படத்தையே வெறித்தேன். ஆட்டுக்கண்ணன் லேசாக இளிக்கவே அவரது வாயிலிருந்து வெற்றிலை எச்சில் வடிந்து அவரது வெண்ணங்கியை அலங்கரித்தது. இப்போது நான் சிரித்துவிட்டேன். என்னை வகுப்பிலிருந்து கட்டாய ஓய்வு கொடுத்து வெளியேற்றி வெறியேற்றினார்.

நான் அப்போதுதான் ஐஸ்வர்யாவின் கண்களைப் பார்த்தேன். அதிலிருந்து வழிந்த காதலைக் கண்டபோது பழையாற்றில் வெள்ளம் வந்ததைப் போலவொரு அற்புதப் பிரவாகம். நான் மெல்ல அதனுள்ளே மூழ்கிவிட்டேன். பள்ளிவாளாகத்தில் இருந்து என்னுடைய சைக்கிளை மெல்ல நகர்த்திய சமயத்தில் தலைமையாசிரியை என்னைப் பார்த்து விசாரித்தார்,

"கிளாஸ் டைம்ல எங்கய்யா யாத்திரை?"

நான் நடந்த கதைகளை விவரிக்க அவர் முகத்தில் அப்படியொரு வெட்கம். என்னைக் கூப்பிட்டு லைப்ரரியில் சின்னச் சின்ன

வேலைகளைக் கொடுத்தார். நானும் அதைச் செய்தேன். மதிய இடைவேளையில் ஐஸ்வர்யா வந்து என்னிடம் கேட்டாள்,

"நீ என்னடே மக்கா... கிளாசுக்குள்ள ப்ரவர்த்தி கெட்ட பேச்செல்லாம் பேசுக?"

அப்போது எனக்கு வெட்கம் வந்து விட்டது. நான் மெதுவாக அவளிடம், "இனி பேச மாட்டங் கேட்டியா? ஆமா... நீ என்னைய லெவ் பண்ணுகியோ?"

அவளுடைய முகம் ஒரு நீலாம்பல் பூவைப்போல சிவந்தது. அவள் மீண்டும் என்னிடம், "ஆமா.... பீனிசுன்னா என்னடே மக்கா!"

அன்று முழுவதும் வெட்கத்தின் திருவிழாவைப் போல ஆகிப்போனது. எனக்கு அவளிடம் என்ன சொல்வதென்றே தெரியவில்லை. கைகளைப் பிசைந்தபடியே அவளிடம், "நம்ம சைன்சு புக்குல இருக்கு! நீ பாத்ததில்லியோ?"

"இல்லியே?"

"என்கிட்டயும் இருக்கு! ஆனா காட்ட முடியாது!"

"காட்டுடே மக்கா!" என்றவாறே அவள் கெஞ்ச நான் மறுத்தேன். அவளது முகம் வாடவே, தூரத்தில் ஒண்ணாம் வகுப்பு படிக்கும் ஒரு பயல் ஒண்ணுக்கு அடித்துக் கொண்டிருந்தான். நான் அவளிடம் அவனைக் கைகாட்டி,

"அந்தா புடிச்சிருக்காம் பாத்தியா! அதாம் பீனிசு!"

"ச்சீ எரப்பாளி! தொட்டி! நாணமில்லடோ ஒனக்கு?" என்று வெட்கப்பட்டு என்னைச் செல்லமாகத் திட்டிக் கொண்டே ஓடிவிட்டாள். எனக்கு கவலையாக இருந்தது. இந்த இந்தியப் பெற்றோர்கள்தான் எத்தனை மூடர்கள்? ஒரு பிறப்புறுப்பைக் குறித்து தங்கள் பிள்ளைகளுக்குச் சொல்லிக் கொடுத்தால்தான் என்ன கொள்ளையோ இவர்களுக்கு? 'தாங்கள் எப்படி பிறந்தோம்' என்பதையே ஒரு குழந்தை தன்னுடைய பதின் பருவத்தின் இறுதியில்தான் அறிந்து கொள்கிறது. ஆனால் இந்த நாட்டில், தாங்கள் இன்ன சாதி, இன்ன மதம் என்பதை குழந்தைப் பருவத்திலேயே கற்றுக் கொள்வதுதான் இந்த சமுதாயத்தின் சாபக்கேடு.

வகுப்பில் வந்து விசாரித்ததில் எவனுக்கும், எவளுக்கும் பீனிஸ் என்றாலும் தெரியவில்லை! ஃபீனிக்ஸ் என்றாலும்

தெரியவில்லை! எதையோ உதாரணத்துக்குக் சொல்ல வந்து, என்னையும் கேள்விகேட்டு அசிங்கப் படுத்தி, வகுப்பை விட்டுத் துரத்திவிட்டுவிட்டு, பாடத்தையும் ஒழுங்காய் நடத்தாமல் சென்றிருக்கிறது அந்த ஆட்டுக்கண்ணன் தா..ளிமோன்!

அவனுக்கென்ன? மாதம் பிறந்தால் வடுப்படாமல் அரசாங்கச் சம்பளம் வந்துவிடும். வந்த சம்பளத்தை அந்தத் தீய்ந்து போன விரல்களால் நக்கி நக்கி எண்ணி வட்டிக்கு விடுவான். அரசாங்கப் பள்ளிகள் என்றாலே அரக்கர்களின் கூடமாக மாறி, சப்தமின்றி தனியார் பள்ளிகள் வளர்ந்த காலம் அது. இன்று ஆலமரம் போல வளர்ந்து நிற்கிறது.

என் அப்பா என்னை ஒருமுறை அழைத்து சொல்லித் தந்திருந்தார். ஆகையால் மாத்திரமே எனக்கு 'பீனிஸ்' என்றால் தெரிந்திருந்தது. வீட்டிற்கு நான் ஒற்றைப் பிள்ளையாகையால் என்னை வெக்கம், மானம், சூடு, சொரணையில்லாமல் வளர்த்திருந்தார்கள். வீட்டில் இருக்கும் காலங்களில் இடுப்பில் அரைஞாண் கயிறு தவிர்த்து உடல் அனாதையாகவே திரியும். அப்படியொருநாள் திரிகையில் தலைகுப்புற விழுந்து 'மாணி' காயம்பட்டுப் போனது. அப்பா என்னையழைத்து,

"எலே மக்ளே! வீட்டுல கிடந்தாலும், வெளியில போனாலும் இதை உடுத்திக்கிட்டு போவலைன்னா பீனிஸ அணிலு கடிச்சிரும் பாத்துக்கா!" என்றவாறே ஜட்டியை எனக்கு அறிமுகம் செய்தார்.

எனக்கு அணில்கள் மீது அச்சம் உருவானது. நான் அவரிடம், "பீனிசுன்னா என்னப்பா?"

"மத்தவம்டே! கீழ கெடக்காம்லா? கரிச்சான்?"

"அது பம்பில்லாப்பா?"

"அது தமிழு! இங்கிலீசுல பீனிசு!"

அப்படியாகத்தான் அந்த 'இபிலீசுக்கு இங்கிலீசில் பீனிஸ்' என்று அர்த்தம் பிடிபடுவதை உணர்ந்தேன். இபிலீசு என்றால் சைத்தான் என்று பொருள்.

அதன் பின்னர் ஆட்டுக்கண்ணனின் வகுப்புக்குப் போவதில்லை. லைப்ரரியில் பணியாற்றினேன். பின்பான நாட்களில் பள்ளிக்குப் போவதையே தவிர்த்து முதல் பாடவேளை அட்டெண்டென்ஸ்

முடியவும், ஜன்னல் வழியாகக் குதித்து, பக்கத்திலுள்ள முத்து தியேட்டரில் போய் அமர்ந்து ஆங்கிலப் படம் பார்ப்பதும், மத்தியானம் பள்ளிக்குத் திரும்பி சாப்பிட்டுவிட்டு மறுபடியும் பக்கத்திலுள்ள தோப்பில் போய் உறங்கிவிட்டு சாயங்காலம் வீடு திரும்புதல் நிகழ்ந்தது.

ஆனாலும் ஐஸ்வர்யாவுக்கு அட்டெண்டென்ஸ் தவறாமல் கொடுத்துவிடுவேன். அவள் என் உயிரல்லவா? உயிரைப் பிரிந்து உலாவுதல் எங்ஙனம் தகும்?

'காயும் வரைக்கும் பூ! காயுமுன்ன தேன்!' என்ற அளவில் போய்க் கொண்டிருந்த நாட்களின் இறுதியில் என்னுடைய படுக்காளித் தனம் தலைமையாசிரியைக்குத் தெரிந்து விட்டது. அன்று எல்லோருக்கும் இறுதித்தேர்வு ஹால் டிக்கெட் வழங்கினார்கள். எனக்கு மட்டும் கிடைக்கவில்லை. தலைமையாசிரியை தன்னுடைய அறைக்குத் திரும்ப எத்தனிக்கையில் நான் எழுந்து,

"மேடம்! எனக்கு ஹால் டிக்கெட் தரலை!"

தலைமையாசிரியையின் முகத்தில் ஆச்சரியம். அவர் என்னிடம், "நீ யாருப்பா தம்பி? நியூ அட்மிஷனா? ஒன்னிய இந்த பிரதேசத்துலயே நாங் கண்டதில்லையே!"

"ஒஹ்ஹ ஹஹ்ஹ ஹோவ்!"

வகுப்பே அதிரச் சிரித்தார்கள். இந்த மண்டையர்கள் எப்போதுமே இப்படித்தான். கடுமையாக நடந்து கொள்ளும் ஆசிரியர்கள் யாராவது வகுப்புக்கு வந்து, மொண்ணையாக ஏதாவதொன்றை உளறினால் கூட அந்த பிதற்றலை என்னவோ ஒரு கடுமையான நகைச்சுவையாகப் பாவித்து பல்லைக் காட்டுவதை வழக்கமாகக் கொண்டிருந்தார்கள். நான் தலைமையாசிரியையைப் பரிதாபமாகப் பார்த்துக் கொண்டிருந்தேன். அவர் என்னிடம்,

"தம்பி! இந்த வருஷம் ஒனக்கு அட்டெண்டன்ஸ் சுத்தமா இல்லை! ஒரு போர்ஷனையும் நீ படிக்கவும் இல்லை! நீ பரிச்சை எழுதுனாக் கூட பாசாவ மாட்ட! நம்ம பள்ளிக்கொடத்துக்கு டிஸ்ட்ரிக் லெவல் பெர்செண்டேஜ் போயிரும் பாத்துக்கா!"

'ஆமா... பெரிய ஆக்ஸ்போர்டு யூனிவர்சிட்டில்லா! நாலு பிஞ்சி போன பெஞ்சி! அஞ்சி இத்துப் போன டெஸ்க்கு? கம்பியில்லாத்த ஜன்னலு! கொண்டியில்லாத கதவு! இதுக்குப் பேரு ஒரு

பள்ளிக்கொடம்? அதுக்கு அஞ்சாறு கோந்தம்மாரு வாத்தியானுவ! சாவியானுவ இல்லியே?' என்று என் மனம் கொதித்தாலும் கூட நான் அமைதியாக நின்று கொண்டிருந்தேன். தலைமையாசிரியை தொடர்ந்தார்,

"பரிச்ச எழுதி பெயிலு ஆவுகதுக்குப் பதிலா அடுத்த வர்சம் ஒழுங்கா கிளாசுக்கு வந்து படிச்சி பரிச்சை எழுதுனா பாசாயிரலாம்!" என்று சொல்லிக் கொண்டே தன்னுடைய அறையை நோக்கி நடந்தார். நான் பின்னாலேயே கெஞ்சிக் கொண்டே நடந்தேன்.

"மேடம்.. மேடம்.. ப்ளீஸ் மேடம்! என்னைய மன்னிச்சிருங்க! இந்த பரிச்சை நா எழுதலைன்னா ஆத்துக்குள்ள குதிச்சி செத்துருவேங் கேட்டேளா?"

"சாவு... எனக்கென்ன?"

"மேடம் மேடம்.. ப்ளீஸ் மேடம்! எங்க வீட்டுல என்னைய கொன்னுருவாவோ!"

"கொல்லட்டும்! செத்துரு! நீயெல்லாம் ஜீவிச்சி என்னத்துக்கு?"

"மேடம்! பிளீ......ஸ்ஸ்ஸ்! ஹால் டிக்கெட் கிடைக்கலைன்னா நா சாவுகத தவிர வேற வழியே இல்ல!"

திடீரென்று நின்று என்னைத் திரும்பிப் பார்த்தபடியே, "என்னடே மெரட்டுகியா?"

நான் நின்றுவிட்டேன். "மேடம்! நாங் கண்டிப்பா பாசாயிருவெம் மேடம்! நம்புங்க!"

"என்னத்த நெம்பணும்? நீ பாசாவ மாட்ட! வீட்டுக்குக் கிளம்பு! அடுத்த வருஷம் வா!" என்று சொல்லிவிட்டுத் திரும்பிப் பார்க்காமல் நடந்தார். நான் பின் தொடர்ந்தேன்,

"மேடம்! மேடம்! மேடம்! ப்ளீஸ் மேடம்!"

"சொல்லியாச்சில்லா! பின்ன எதுக்கு பொறத்தால வாற? போலே அங்கன!"

"மேடெம்ம்...!" என்று நான் கத்தி விட்டேன். மேடம் அரண்டு போய் திரும்பி,

“எதுக்குல இப்ப ஊளை போடுக? இது ஸ்கூலா! பார்லிமெண்டா? கூச்சல் போடுகதுக்கு?”

நான் அவரைத் தீர்க்கமாகப் பார்த்து, “மேடம்! எனக்கு ஹால் டிக்கெட் குடுங்க! நா மட்டும் பாசாவலைன்னா... மார்க் ஷீட்டோ, டீ.சியோ வாங்கக் கூட இந்த பள்ளிக் கொடத்து நடையச் சவுட்ட மாட்டேங் கேட்டுக்காங்க!” என்று அறைகூவல் விட்டேன்.

“சொன்னாக் கேளுடே! பெயிலாயித் தொலைச்சீன்னா நாந்தா சீ.ஈ.ஓவுக்குப் பதில் சொல்லணும்! தயவு செஞ்சி ஓடிரு!”

‘சீயிவோ நக்குனான்!’ என்று மனதிற்குள் எண்ணிக்கொண்டே, “கண்டிப்பா பாசாயிருவெம் மேடம்!” என்று கெஞ்சிய என் கண்களில் கண்ணீர் வடிந்ததைக் கண்டு மேடம்,

“ஒருமாதிரி மொதலக் கண்ணீர் வடிக்காதடே! ஒனக்கப் பம்மாத்து மயிரெல்லா எனக்குந் தெரியுங் கேட்டியா?”

நான் அழுதேன். தலைமையாசிரியை லேசாக மனமிறங்கி, “செரிடே! நா ஹால் டிக்கெட் தாரேன்! நீ பாசாவலைன்னா என்ன செய்யணும்?”

“நாந்தா சொன்னனே! இதோட படிப்ப நிறுத்திக்கிடுகெம்னு?”

“இந்தா வச்சிக்கா! பரிச்ச எழுது! தோத்தீன்னா எனக்க மூஞ்சிலயே முழிக்கப் புடாது என்ன?” என்று சொல்லிவிட்டு ஹால் டிக்கெட்டை என்னுடைய கைகளில் திணிக்கவும் நான் கண்ணீரைத் துடைத்து விட்டு தலைமையாசிரியையிடம்,

“வெரி தேங்க்ஸ் மேடம்!”

“ம்க்கும்... இங்கிலீசு மைத்துக்கொண்ணும் கொறச்சலில்ல! தோத்துக்கிட்டு இங்க வந்து நின்னு பாரு? சாணிய கரச்சி மோறையில ஊத்துகேன் ஒனக்கு?”

என்று சொல்லிவிட்டுத் திரும்பிப் பாராமல் நடந்து போனாள். என் மனதில் வெற்றிக் களிப்போடு நடந்து போய்க்கொண்டிருந்த போது எதிரில் ஆட்டுக்கண்ணன் வந்து கொண்டிருந்தார். நான் ஹால் டிக்கெட்டை முதுகுக்குப் பின்னால் ஒளித்து வைத்தேன். அவர் என்னிடம்,

“என்னடே ஒளிச்சி வைக்கா! ஏத்தம் பழமா?”

"ஏத்தங் கு...ண இரிக்கி வேணுமா? போவே அந்தால!"

"எலேய் இணுங்கிப் புடுவெம் பாத்துக்கா!"

"ஒருமாதிரி செரச்சித் தள்ளிருவாம்! போல அந்தாக்குல அண்டிக்கண்ணங் கொப்பன...ளி!"

என்று தள்ளைக்கி விளித்தபடியே நடந்து வந்து கொண்டிருந்தேன். 'ஹால் டிக்கெட்டே வாங்கியாச்சாம்! இந்த நாயிக்கி இனி என்ன மரியாதை? பீனிசு வாயன்!' என்ற எண்ணம்தான். வகுப்பில் வந்து பார்த்தால் ஒரே கொண்டாட்டம். பயல்கள் ஒருவர் மீது ஒருவர் இங்க் தெளித்துக் கொண்டாடினார்கள்.

ஐஸ்வர்யா என்னிடம் வந்து, "மக்கா! ஒனக்கு ஹால் டிக்கெட் கெடச்சாலே?"

"டடாய்ங்க்!" என்று சொல்லியவாறே ஹால் டிக்கெட்டை எடுத்து நீட்ட அவளுக்கு ஆச்சரியமான ஆச்சரியம்,

"எப்பூடி மக்கா? தயிர்வட எப்புடி தந்துட்டா?"

தலைமையாசிரியை இந்திராணியின் இன்னொரு பெயர் தயிர்வடை. நான் முகத்தைப் பெருமையாக வைத்துக்கொண்டே ஐஸ்வர்யாவிடம்,

"சும்மா ஒண்ணுங் கெடையாது கேட்டயா! மத்தவள ஒரு மெரட்டு மெரட்டிட்டம்லா? மொதல்ல தர மாட்டம்ன்னா... பாக்கெட்லெர்ந்து காம்போச எடுத்துக் காட்டுனேன்! ஹால் டிக்கெட் தாறியா? இல்லன்னா குத்தட்டான்னி கேட்டேன்! செவம் பயந்துட்டு தயிர்வட மூதி! நாம யாரு? ஹிஹிஹி!" என்று சொன்ன என்னை இழுத்துக் கொண்டு ஒரு மறைவில் போய் என் உதட்டோடு உதடு ஒரு முத்தத்தைப் பதித்துவிட்டு இப்படிச் சொன்னாள்,

"மக்கா! நீ லெவந்த்'ல சைன்சு குரூப்பு எடுத்துரு... என்ன மக்கா!"

அவளது முத்தம் தந்த அதிர்ச்சியில் நான், "பத்தாப்பு பாசானா எடுத்துருகம்ட்டி? நீயில்லாம நாமட்டும் எப்புடி படிப்பேன்?"

"பரிச்ச முடிஞ்சிட்டுன்னா அடுத்த மூணு மாசம் ஒன்னையப் பாக்க முடியாது!" என்று அவள் கண்ணீர் சிந்த நான் அவளை இழுத்துப் பிடித்து ஒரு முத்தத்தைக் கொடுத்தேன்.

"கவலப் படாதடே ஐசு! காலேஜியெல்லாம் படிச்சி முடிச்சிக்கிட்டு நாம ரெண்டு பேரும் கலியாணம் பண்ணிக்கிட்டு சாவுக வரைக்கிம் ஜாலியா இருப்போம் என்னடே மக்கா?"

"உண்மையாவா சொல்லுகடே நீ?"

"எங்கம்மைக்க மேல சத்தியங் கேட்டியா?"

அவள் முகத்தில் அப்படியொரு வெட்கமும் மகிழ்ச்சியும்... இந்தப் பதின்பருவத்தில் முளைக்கும் காதல் இருக்கிறதே... அதுவொரு ரசவாதம்! எப்படி நிகழ்கிறது என்பதே தெரியாது! அது கூடுவிட்டுக் கூடு பாயும் வித்தைக் கொப்பானது! இனக்கவர்ச்சி என்றெல்லாம் எளிதில் சொல்லிவிட்டுக் கடந்து போனாலும் கூட பள்ளிப் பருவத்துக்காதலை மறப்பது என்பது மரணம் வரைக்கும் சாத்தியப் படாத ஒன்றாகும்.

மாற்றி மாற்றி சட்டைகளில் இங்க் அடித்துக்கொண்டு விடை பெற்றோம். பத்து நாட்கள் ஸ்டடி லீவ். பரீட்சை துவங்கியது. எக்ஸாம் ஹால் வேறுவேறு என்பதாலும் பரீட்சை முடிந்து அவளைக் கூப்பிட அவளது அம்மா வந்ததாலும் ஐஸ்வர்யாவைச் சந்தித்துப் பேசிக் கொள்ள இயலவில்லை. கண்களால் பேசிக் கொண்டோம்! ஆனால் சுத்தமாகப் புரியவில்லை! கண்கள் என்ன இழவைப் பேசிவிடும்? ஐந்து தேர்வுகளும் முடிந்தன.

விடுமுறை நாட்களில் பாட்டி வீட்டுக்குப் பயணம். அத்தை மகள்களோடு சேர்ந்து ஊர் சுற்றல் என்று நாட்கள் பறந்தன. குடும்பத்தில் நான் ஒருத்தன் மட்டுமே ஆண்பிள்ளை என்பதால் பதினான்கு கொழுந்தியார்களுக்கு மத்தியில் கிடந்து தவித்துப் போனேன். யாரைப் பார்த்தாலும் ஐஸ்வர்யாவே கண்முன்பாக வந்துநின்றாள்.

பரீட்சை ரிசல்ட் வந்தது. மொத்தம் எங்கள் வகுப்பில் நாற்பத்தியாறு பிரகஸ்பதிகள் பரீட்சை எழுதியதில் மூன்று பேர் தேர்ச்சியடைந்திருந்ததாக தேர்ச்சிப் பட்டியல் சொன்னது. அதில் நானும், ஐஸ்வர்யாவும், இன்னொரு பிள்ளையும் இருந்தோம். மீதமுள்ள நாற்பத்திமூன்று கோந்தன்மார்களும், கோஞ்சட்டைகளும் காலி!

மார்க் சீட் வாங்கப் போன இடத்தில் ஒரே கலாட்டா. எல்லா மாணவர்களது பெற்றோரும் சேர்ந்து ஆட்டுக்கண்ணனைக்

கொல்ல முயன்றார்கள். பெரும்பாலான மாணவர்கள் ஆங்கிலப் பாடத்தில் தோற்றிருந்ததுதான் காரணம். நம்மை நம்பாமல் அசிங்கப்படுத்தியவர்களின் முன்னால் ஜெயித்துக் கொண்டு போய் நிற்பதுதான் உண்மையான வெற்றி. நான் தலைமையாசிரியை முன்பாகப் போய் நின்றேன்,

"மேடம்... வணக்கம் மேடம்! ஹிஹி சோமாரிக்கிதீயளா?"

அவர் வாயே திறக்கவில்லை. ஐஸ்வர்யாதான் பள்ளியின் முதல் மாணவியாக வந்திருந்தாள். எனக்கு மகிழ்ச்சி தாங்காமல் மேடத்திடம் கேட்டேன்,

"மேடம் நம்ம பள்ளிக்கொடத்துக்கு எத்தன பெர்சண்டேஜி மேடம்? ச்சீ.ஈ.வோ என்னத்த பறஞ்சாரு! நம்ம பள்ளிக்கொடத்துக்கு மெடலு உண்டுமா? வெளிய ஆட்டுக்கண்ணன கொல்லுகானுவளு! ஆளு மிச்சங் கிட்டுவாரா? பாடிய எரிப்பேளா? பொதைப்பேளா?"

"ஆளுகளப் போட்டு சீவன வாங்காதடே! மார்க் ஷீட்ட வாங்கிட்டுத் தூரப் போ!" என்று ஒற்றை வரியில் தலைமையாசிரியை பதிலளித்தார். நான் அதை வாங்கிக் கொண்டு வெளியில் வந்து ஐஸ்வர்யாவைத் தேடினேன். அவளைக் காணவில்லை. நாங்கள் எப்போதும் ஒரு பன்னீர் மரத்தினடியில் அமர்ந்து பேசுவது வழக்கம். அங்கு தேடினேன். அவள் அங்கே இல்லை. வராண்டாவில் போய் அமர்ந்தேன். சற்றைக்கெல்லாம் அவளது அம்மா வந்தாள். நான் அவளிடம் ஓடிப்போய்,

"எத்தே... ஐஸ் வரலியா?"

அவளது முகம் சோகமாக இருந்தது. நான் மீண்டும் அவளிடம், "அவதானத்தே ஸ்கூல் ஃபர்ஸ்ட்டு? அவ ஏன் வரலை?"

"ஒனக்குத் தெரியாதா தம்பி? அவளுக்குக் கலியாணம் ஆயிட்டு! அயிசு இப்ப சேர்மாதேவில இருக்கா?"

"டமீர்!" என்ற சப்தத்தோடு என்னுடைய நெஞ்சம் வெடித்தது. நான் பதறிப்போய் அவளிடம்,

"எத்தே நீங்க என்ன சொல்லுகியோ?"

"ஆமப்பா! அவ அப்பாவோட அம்ம திடீர்ன்னு படுக்கைல வுழுந்து கெடப்பாட்டுல ஆயிட்டா! பேத்திக்க கலியாணத்த பாத்துக்கிட்டுத்தாஞ் சாவுவேன்னு மானா மருவுனா! அதா

அவசர அவசரமா சொந்தத்துல ஒரு பையனப் பாத்துக் கெட்டிக்குடுத்துட்டோம்!"

"அவ படிக்கணும்னு ஆசப்பட்டாளே அத்தே!" என்னுடைய கண்களில் கண்ணீர். நெஞ்சம் கனத்துப் போனது.

"ஆசப்பட்டதெல்லா நடந்துருமா தம்பி? பொட்டப் புள்ளைகளுக்கு படிப்பெல்லாங் கனவுதாம்ப்பா! நானும் படிக்கலை! இப்பம் அவளும்! என்னத்த சொல்லுகதுக்கு?"

"பாட்டி செத்தாளா இல்லியா?"

"இல்ல தம்பி! அது இன்னும் எத்தன நாளு கெடந்து எனக்க ஆவிய வாங்கப் போவுதோ?"

"அந்த நாயிக்கி வெசங் குடுத்து கொன்னுருங்க!"

என்று சொல்லிவிட்டு நான் அழுதேன். அவள் என்னுடைய தோள்களில் தடவிக் கொடுத்துவிட்டு அங்கிருந்து அகன்று போனாள். அப்போது எனக்கு ஐஸ்வர்யாவின் அம்மா மீது மிகப்பெரிய காதல் உருவானது. காதல் என்பது இரண்டு கைகள் போன்றது! உண்பதற்கொன்று! கழுவுவதற்கொன்று! செவங்கள்!

எனக்குக் கண்ணீர் ஓயவேயில்லை! 'அவளில்லாத இந்த வளாகத்தில் இன்னுமிரண்டு ஆண்டுகள் எப்படிப் படிக்க?' என்று மீண்டும் தலைமையாசிரியையிடம் போய் மாற்றுச் சான்றிதழுக்காக விண்ணப்பித்தேன். தயிர்வடைக்குக் குழப்பம். ஆனால் ஐஸ்வர்யாவின் அம்மாவுக்கு 'எனக்கு என்ன நடந்திருக்கும்?' என்று யூகித்துவிட்டுச் சொன்னாள், "நல்லா படிக்கணும் தம்பி! கவனத்த வேறெங்கயும் சிதறவிட்டுறாத! இப்போதைக்கி படிப்புதா முக்கியம்!"

ஒருவேளை ஐஸ்வர்யா அங்கிருந்தாலும் அதைத்தான் சொல்லியிருப்பாளோ? என்று எண்ணியபடியே நான் அங்கிருந்து வெளியேறி மெதுவாக நடந்து போய் அந்த பன்னீர் மரத்தினடியில் அமர்ந்து கொண்டேன். மனம் ஒப்புக் கொள்ளவில்லை.

அன்றைக்கு அந்த மரம் பூத்துக் குலுங்கியது. எப்போதும் நான் ஐஸ்வர்யாவுக்கு அதிலிருந்து பூவொன்றைப் பறித்துக் கொடுப்பேன்! அன்று அந்த மரத்தில் பூக்கள் நிறைய இருந்தன! ஆனால் பூக்களை என்னிடத்தில் இருந்து வாங்கிக் கொள்ள அவளில்லை! அப்போது

மேலிருந்து ஒரு பன்னீர்ப்பூ என் நெற்றியில் விழுந்து கன்னத்தில் வழிந்து மடியில் விழுந்தது. ஐஸ்வர்யாதான் வருடியிருக்கக் கூடும்! அந்தப் பூ இனியெப்போதும் காயாது என்று தெரிந்து போனது. மீண்டும் அழுதேன்.

ஐஸ்வர்யாதான் என்னுடைய எதிர்காலம் என்று நம்பிய அந்த நம்பிக்கை உடைந்து போன தருணத்தில் உணர்ந்து கொண்ட அந்தத் தனிமை மிகுந்த வலியைத் தந்திருந்தது. சற்றுநேரம் அங்கேயே இருந்துவிட்டு அங்கிருந்து சைக்கிளை உருட்டியவாறே வீடு வந்து சேர்ந்தேன். அதற்கப்புறம் நான் அந்தப் பள்ளி வளாகத்தை மிதிக்கவேயில்லை.

ooo

நாயிண்டே சட்டி பொட்டி

கல்லூரியில் படிக்கும் போது நான் காதலித்த பெண்களில் மிக முக்கியமான நானூறாவது காதலி செலின். உயிரியல் துறை மாணவி. ஒவ்வொரு முறை அணுகும்போதும் அவள் என்னை நுண்ணுயிரிகளை விடவும் நுட்பமாகக் காதலித்தது போலத் தோன்றியது.

என்னுடைய தவறுகளை அவள் ஒருபோதும் பூதக்கண்ணாடியால் பார்த்ததில்லை. அவள் என்னுடைய முத்தங்கள் அனைத்தையும் பூஞ்சைகளின் மீது புதைத்துப் பாதுகாத்து வந்தாள். எப்போதும் பொது மன்னிப்பைக் கோரும் முகம் என்னுடையது. எல்லாத் துறைகளிலும் எனக்கு காதல் இருந்தது.

நானும் செலினை பாரபட்சம் பார்க்காமல் காதலித்தேன். அண்டர்வேருக்குள் இருந்து ரோஜாப்பூக்களை எடுப்பது. அவளது காது மடலில் கைவைத்து சாக்லேட் எடுப்பது, அவளது புத்தகத்திலிருந்து அவளுக்கு நான் எழுதியிறாத காதல் கடிதங்களை எடுப்பது போன்ற பில்லி சூனிய வித்தைகளைக் காட்டி வியக்க வைப்பேன். அதே போல ஒருநாள் அவளும் என்னை வியக்க வைத்தாள்.

தன்னுடைய புத்தகப் பைக்குள் இருந்து ஒரு கடிதத்தை எடுத்து நீட்டினாள். அது அவளது திருமண அழைப்பிதழ். மாப்பிள்ளையின்

பெயராக ஒரு கோந்தனின் பெயரை அச்சிட்டிருந்தார்கள். நான் கண்ணீர் விட்டு அழுதேன். கூடவே அவள் இன்னொரு கடிதத்தை எடுத்து நீட்டவே, மன்னிப்பு கடிதமாக இருக்கலாம் என்ற எண்ணத்தில் அதை வாங்கிப் பிரித்துப் படித்தால் எனக்கு ஆச்சரியம். அதில் என் கையெழுத்தில், கீழ்க்கண்டவாறு எழுதியிருந்தது.

"அன்பே சிவகண்ணகி! நான் பிரிசில்லா மீது காதலெல்லாம் கொள்ளவில்லை. அது வெறுமனே ஒரு நட்புதான். நீ விசாரித்தது போல அல்லாமல் எனக்கும் செலினுக்கும் இருப்பது ஒரு தூய அன்பு அவ்வளவே! கார்த்திகா என்னை ஒருமுறை காதலிப்பதாகச் சொன்னபோது நான் அவளிடம் உனக்கும் எனக்குமான காதலை எடுத்துச் சொன்னேன். பின்பு அவள் இரண்டு நிமிடங்கள் மவுன அஞ்சலி செலுத்தி விட்டுப் போய்விட்டாள். மேலும் நானும் ஆங்கில ஆசிரியை அஞ்சுகமும் நல்ல நண்பர்கள் என்பதைச் சொல்லிக் கொள்ள கடமைப் பட்டிருக்கிறேன்!" என்று துவங்கி அறுநூறு பெண்பிள்ளைகளின் பெயரைச் சேர்த்து "இப்படிக்கு, முடிவில்லாக் காதல் கொண்ட தூயோன், பிரபு!" என்று நிறைவு பெற்றது. நான் அசையவேயில்லை.

"எனக்கே களி கிண்டி தந்துருக்க இல்லியா தொட்டி?" என்றாள் செலின். நான் அவளிடம் மீண்டும் அவளைக் காதலிப்பதாகச் சொன்னவுடன் அவளது உதடுகள் என் கன்னங்களில் மழையைப் பொழிந்தன. காதலிகளின் எச்சில்கள்தான் கடைசிக் கவிதைகளாய் நிறைவு பெறுகின்றன. நான் அந்த திருமண அழைப்பிதழின் முன்பக்கத்தைப் பார்த்தேன். அதில் என் பெயரை இவ்வாறு எழுதியிருந்தாள்.

Mr/Mrs PRBU

'சை... இந்த நாயையா இத்தனை நாளும் மனதுருகிக் காதலித்தேன்? செவங்கள்! போய்த் தொலையட்டும்!' என்றவாறே அடுத்த கடிதத்தை எழுதத் துவங்கினேன்.

"அன்பே கவிதா! நீ ஒரு கவிதை!"

செலின் என்னைவிட்டுப் பிரிந்து சென்றாலும்கூட அவளோடு கழிந்த நாட்கள் அத்தனை ருசிகரமானவை. அப்படித்தான் ஒருநாள் மதிய உணவு இடைவேளையில் வராண்டாவில் நடந்து வந்து கொண்டிருந்த போது ஒரு வகுப்பினுள்ளிருந்துவிசும்பல்

சப்தம் கேட்டது. திடுக்கிட்டு உள்ளே எட்டிப் பார்த்தேன். ஒரு மாணவி டெஸ்கில் கவிழ்ந்து அழுதுகொண்டிருந்தாள். அவள் உடல் குலுங்கியது. நான் தொண்டையைச் செருமியதும் அவள் சடாரென நிமிர்ந்து என்னைப் பார்த்து அதிர்ந்து கண்ணைத் துடைத்தவண்ணம் எழுந்து நின்றாள்.

என் முன்பாக யார் அழுதாலும் என்னால் தாங்கிக் கொள்ளவே முடியாது. என் கண்களும் கலங்கி விட்டன. ஒருவர் எதற்காக அழுகிறார் என்பதே தெரியாமல் நான் கண்ணீர் வடிப்பதெல்லாம் என்ன மாதிரியான டிசைன் என்பது எனக்கே தெரியாது! ஆனால் அவள் கண்களைக் காணக் காதல் கோடி வேண்டும். அத்தனை அழகு அவள்! நான் அவளது அருகில்போய் அவளது நாடியைப் பிடித்து நிமிர்த்தி, "ஏன் அழுகிறாய் கண்மணியே?" என்றேன். ஒரு சொட்டு கண்ணீர் அவளது இடது கண்ணிலிருந்து அவளை விட்டுப் பிரிய மனமின்றி என் மணிக்கட்டில் விழுந்து மரித்தது. இல்லையில்லை! அது என் வியர்வைத்துளைகளுக்குள் புதையுண்டது.

செலினின் கண்ணீரைப் பலமுறை சுவைத்திருக்கிறேன். ஒருவேளை இவளும் செலினாகயிருக்கும் பட்சத்தில் அதை உறிஞ்சிக் கொள்வதில்எனக்கு எந்த தயக்கமும் இருந்திருக்காது! ஆனால் இவள் செலின் அல்ல! நான் அவளை மீண்டும் ஏறிட்டுப் பார்த்து, "ஏனடி அழுகிறாய் செல்லமே?" என்றுகேட்கவும் அவள் முகத்தில் ஒருவித தயக்கமும், அச்சமும், மகிழ்வும், கேள்விக்குறியும்....அவள் என்னைப் பார்த்து,

"ஏட்டன் எந்து பறஞ்சு?" என்றாள். இப்போது நான் அவளோடு கண்களால் கலவுதல் அவசியம் என்ற சூழல் அங்கே இருந்தது. மேலும் ஒரு கவித்துவ உரையாடலை அங்கு ஏறெடுக்கவேண்டிய நிர்ப்பந்தமும் எழுந்ததை நான் கவனித்தேன். ஒரு காதலை எங்கு வேண்டுமானாலும் முடிக்கலாம். ஆனால் துவக்கம் இனிமையானதாக இருத்தல் அவசியமல்லவா? நான் கனிவுடன் அவளிடம்,

"அதல்லா மோளே! கொச்சுட்டி எந்தா கரயுன்னே என்னு சோதிச்சதா?"

மீண்டும் அவளது கண்களில் கண்ணீர். ஒரு பெண்ணிடம் கண்களால் காதலைக் கரைத்து ஊற்றவேண்டிய கால அவசியம் எழும்போதெல்லாம் அங்கே கண்ணீரின் அத்தியாவசியம்

இருக்கும் என்னும் உண்மையின் முள் என் இதயத்தைத் தைத்தது. அவள் என்னைக் கூர்ந்து பார்க்க நான் மீண்டும் அவளிடம்,

"மோளே கரையல்லே! எந்து பிரஷ்ணமெங்கிலும் ஏட்டன் இவிடே உண்டல்லோ? பின்னெந்தா குட்டி கரையனே?"

அவள் மீண்டும் கண்ணீரோடே என்னைக் கண்டு, "எண்டே காமுகன் மரிச்சிப் போயி சேட்டா?"

"ஷவம் அது போட்டே! ஞான் இவிடே உண்டல்லோ? பின்னெந்தா?"

அவள் திடுக்கிட்டுப்போய் கண்ணீர்க் கண்களோடே என்னை முறைத்தாள். அதாவது ஒரு பெண் தன்னுடைய கண்ணீரின் முகாந்திரத்தைச் சொல்லி முடித்த மறுநொடி அந்தக் கண்ணீரைத் துடைக்கும் கரங்களாக உங்கள் நாவுகள் மாற வேண்டியது அவசியம். ஆனாலும் அது கொஞ்சம் ஓவர்தான் என்றே தோன்றியது. நான் விடவில்லை.

"மோளுடே பேரெந்தா?"

"பிரதீபா?"

"ஓஹ் பிரதிபையோ? பிரதிமா என்னு வச்சிருந்தாலுண்டல்லோ அது தன்னே ஷெரிக்கும் பங்கி? எந்தோ ஒரு தேஜசு?"

அவளது கண்கள் காய்ந்தன. பிரதிமா என்றால் மலையாளத்தில் 'சிலை' என்று அர்த்தம். அவள் சிணுங்கினாள். நான் மெதுவாக மினுங்கினேன்,

"குட்டி ஏது டிப்பார்ட்மெண்டா?"

"பேச்சிலர் ஆஃப் கொமெழ்ஸ்!"

"எந்தோ?"

"பீ கோம்!"

"பின்னே! அத ஷெரிக்கும் பறஞ்சிருந்தா மதியாயிருக்கும்! அது அவிடே நிக்கட்டே! குட்டி பறா! நிண்டே காமுகனுக்கு எந்து பற்றி?"

"இடுக்கியிலே ஆனையுடே சவுட்டு கொண்டு மரிச்சதா!"

“ஆ பிராந்தனுக்கு அவிடே எந்தா பணி! ஆனைக்க மும்பு போயி ஷைன் செஞ்சால் ஆன ஷிரெமிக்குமோ? அதென்னே சவுட்டியதாயிருக்கும்! இனி இவிடே சேட்டன் உண்டல்லோ! இனி குட்டி சங்கடப் படுறது கேட்டோ!”

எனக்கு அவளைக் காதலித்தே ஆக வேண்டிய கட்டாயம் இருந்தது. வணிகவியல் வகுப்பிலிருந்து அதுவரைக்கும் ஒருத்தியையும் காதலித்ததில்லை என்ற ஆக்கிராந்தமும் ஒரு காரணம். காதல் என்பது வெறும் வணிகம் மாத்திரம் அல்ல... ஒரு பெரும் வணிகத்திற்கான முகாந்திரம். நான் மெதுவாக அவளை அங்கிருந்து கிளப்பி அவளது கையைக் கோர்த்துக் கொண்டு சாப்பிடக் கிளம்பினோம்.

ஒரு பெண்ணோடு கைகோர்த்து நடப்பதென்பது ஒரு மயில் தோகையை விரித்து ஆடுவதற்கொப்பானது. ஒரு மயிலுக்கு தன்னுடைய தோகையின் நிறம் குறித்தோ அதன் வனப்பு குறித்தோ தெரியாது என்பது மயிலுக்கே தெரியாது. மயிலுக்குத் தோகை என்பது வெறும் மயிர்தான். நாங்கள் இருவரும் நடந்து அம்மச்சி கடைக்கு வந்து சேர்ந்தோம். அவள் என்னிடம் அவளது பழங்காதல் கதைகளைக் கூறத் துவங்கினாள்.

“சேட்டன் கேளூ! ஞான் ஆறாங்கிளாஸ் படிக்கிம்போளே ஒரு சேட்டன் எனிக்கி பிரேமக் கடலாசு தன்னதா? கொறச்சி தெவசம் கழிஞ்சப் போள் ஆ சேட்டன் கிணற்றில் வீணு மரிச்சு!”

நான் அம்மச்சியிடம் சொன்னேன், “அம்மச்சி ரெண்டு எலையப் போட்டு சோறு வைங்க!”

அப்போதெல்லாம் அம்மச்சி ஹோட்டலில்தான் மதியச் சாப்பாடு. அம்மச்சி தன்னுடைய கணவனான அச்சுதன் அப்பச்சனிடம் இரவுநேரங்களில் கையில் தீப்பந்தங்களோடு அந்த மலைவெளி முழுவதும் பிசாசுகள் அலைவதாகப் பேசிக் கொண்டிருந்தாள். பிரதீபா தொடர்ந்தாள்,

“எட்டாங்கிளாசில் பின்னேயும் ஒரு சேஷ்டன் வந்து என்னிடத்தே பிரேமம் பறஞ்சதா! ஞானும் சம்மதிச்சு! பிற்றொரு திவசம் ஆ சேட்டன் ராஜவெம்பால தீண்டி சத்து போயி!”

அம்மச்சி அப்பளம் கொண்டு வந்து வைத்துவிட்டு என்னிடம், “மோனே கொறச்சி புளிசேரி இடட்டே!”

"இட்டோளூ அம்மச்சி!"

பிரதீபா அம்மச்சியிடம், "வறுத்த மீனுண்டோ அம்மச்சி!"

"உண்டு! இடாம்!"

பிரதீபா மீண்டும் என்னிடம், "கேளூ சேட்டோ! ஞான் பத்தாங்கிளாஸ் படிக்கம்போ எண்டே இங்க்லீஷ் மாஷு என்னோடு வந்நு பிரோப்போஸ் செய்ததா! ஒரு ரண்டு திவசம் கழிஞ்சி ஸ்கூல் பெல்லுண்டல்லோ? அது மண்டைலெக்கி வீணு ஆ மாஷு மரிச்சதா?"

அவளது இலையில் நான்கு பொறித்த சாளை மீன்கள் வந்து அமர்ந்தன. அவள் தொடர்ந்தாள், "ஞான் எட்டாங்கிளாசிலேக்கே போயப்போள் அவிடே ஒரு ஏட்டன் எனிக்கி புரோப்போஸ் செய்து! ஆ சேட்டனும் ஒருநாள் புழையில் முங்கி மரிச்சு!"

நான் பக்கத்திலிருந்த சொம்பில் இருந்த மோரை 'மடக் மடக்' என்று குடித்தேன். பிரதீபா அந்த நான்காவது சாளையை முள்ளோடு கடித்து உறிஞ்சியபோது அவளது நாப்பதாவது காமுகன் லாரியில் அடிபட்டு செத்துப் போயிருந்தான்.

அப்போது வெளியில் 'டபீர்' என்றொரு சப்தமும் அதைத் தொடர்ந்து ஒரு நாயின் கதறலும் கேட்டதைத் தொடர்ந்து அம்மச்சி கத்தினாள், "ஓஹ் பின்னயும் நாயுடே சட்டி பொட்டி! ஈ சொக்கன்மார்களுடே உபத்ரவம்! ஞான் நிங்களைத் தல்லிக் கொல்லும் ஷவங்களே!" என்றவாறே எழுந்து தென்னை மரத்தில் கிடந்த தேங்காய்களைத் திருகி கீழே போட்டு நாய்க்கு கஞ்சி வைக்கும் சட்டியை உடைத்த குரங்குகளை விரட்டப் போனாள். நான் கண்கள் வீங்கி அமர்ந்திருக்க பிரதீபா என்னிடம்,

"சேட்டாயி! நீயாவது ஜீவனோடு ஜீவிச்சிருன்னு என்னைப் பிரேமிக்குமோ? என்னைக் கைவிடறது!"

நான் எழுந்து போய்க் கை கழுவிவிட்டு வந்தமர்ந்தேன். அதுதான் என்னுடைய சகோதர மனப்பான்மையை பிரதீபாவுக்கு உணர்த்த வேண்டிய சமயம் என்பதை உணர்ந்தேன்.

"சகோதரி பிரதீபே! பிரேமத்த விடயும் ஜீவிதம் வலியதா! ஜீவிச்சிருந்தால் வீண்டும் காணாம்! ஞான் ஒண்ணு போட்டே!"

என்றவாறே எழுந்து அம்மச்சியிடம், "அம்மச்சி! பிரதீபா கொச்சு சேச்சிக்கி இன்னுங்கூடி ரெண்டு சாளையிடு அம்மச்சி! கணக்கை எண்டே பற்றில் கேற்றிக்கோ! ஞான் போவுகா!"

என்று கதறியழுதவாறே அங்கிருந்து புறப்பட்டேன். அதற்குப் பின்னர் ஒன்றரை வருடங்களில் நான் என்னுடைய அன்புச் சகோதரி பிரதீபாவை ஏறிட்டும் பார்க்கவில்லை. காதல் என்றொரு கழன்ற குப்பாயம்!

○○○

ஆலீஸ் இன் மண்டன்மார் லேண்ட்

"எங்கப்பன் ஒரு ஆமத்தலையன்! பித்தல சொம்பு வாயன்! நீ அவன மதிக்காத என்ன மக்கா! அவனுக்கு ரெண்டு சவுட்டு குடுத்தாத்தான் உருப்புடுவான்! நீதான் என் சூரியன்! நீ உதித்தாள் நான் எலுவேன்! ஒனக்கு நா கேக்கு குடுத்து உடுகென்... தின்னு என்னா? வீட்டுக்கு வா உம்மா தாரேன்! உங்கூட்ல உங்கப்பன் கடுவம்பூனை இருக்கானா? நா அங்க வரட்டா! ஐ எவ் யூ."

அந்தத் துண்டுபேப்பரை அப்பா சத்தமாக வாசித்துவிட்டு எதிரில் நின்று கொண்டிருந்த இஸ்ரவேல் மாமனைப் பார்த்தார். மாமா கோபமாக என்னைப் பார்த்துவிட்டு அப்பாவைப் பார்த்தார்.

அப்பா மாமனிடம், "என்ன மாப்ள! கொப்பன பத்தி கட்டுர எழுதப் போறியா?"

மாமா கடுங்கோபத்தில், "ஒம்ம மொவேன் பாத்துருக்க வேலையக் கண்டூரா ஓய்! எம்மொவள லவ்வு பண்ணுகாராம்! இந்த வயசுலயே நெம்பிக்கிட்டு அலையத பாரும்!"

அப்பா என்னை வினோதமாகப் பார்த்தார். நான் அவித்த மரச்சீனிக் கிழங்கு சாப்பிட்டுக் கொண்டிருந்தேன். அம்மா ஒரு கிண்ணத்தில் சம்மந்தியைக் கொண்டு வந்து வைத்துவிட்டு முற்றத்தில் மாமனைக் கண்டதும்,

"வாடே! கெழங்கு திங்கியா?"என்று கேட்டதும் மாமன், "நா இங்க கெழங்கு திங்கியதுக்கு ஒண்ணும் வரல!"

“அப்பொம் பொறத்தால இருக்க கெணத்துல போயி சாடு...! செத்த பயல்!” என்று சொல்லிவிட்டு அம்மா வீட்டுக்குள் சென்று விட்டாள்.

அப்பா மாமாவிடம், “என்னடே கெடந்து சலம்பிக்கிட்டு நிக்க?” என்று கேட்டதும் மாமா, “ஓம்ம மொவன ஒரு வார்த்த என்னான்னு கேக்க மாட்டீரு இல்லியா ஓய்?”

“சொல்லுகத வெளங்குக மாதிரி சொல்லாம்டே!”என்று அப்பா சூடானார். நான் அப்பாவிடம், “எப்பா! சூடாறுகதுக்கு முன்னால ரெண்டு துண்டு கெழங்க எடுத்து வாயில போடுப்பா!” என்றவாறே சாப்பிட்டுக் கொண்டிருந்தேன்.

மாமாவின் வாயில் எச்சில் ஊறியிருக்க வேண்டும். செவம் திருதிரு’வென விழித்துக் கொண்டிருந்தது. அப்பா மறுபடியும் கேட்டார்,

“இதுல என்னத்தடே எழுதி கொண்டாந்துருக்க! செவம் ஒரு மயித்தயும் வெளங்க மாட்டங்கு!”

மாமனின் கண்களில் தீப்பொறி பறந்தது. “என்னாது நா எழுதுனனா? அப்ப மொவங்கிட்ட என்னான்னு கடசீ வரைக்கிம் கேக்க மாட்டீரு இல்லியா ஓய்? எம்மவளுக்கு இந்த நாயி எழுதுன லெட்டர் மயிருதா ஓம்ம கைல இரிக்கி வெளங்குவா? கொப்பன மாதிரிதானே புள்ளையும் திரியும்?”

அப்பா என்னைக் கேவலமாகப் பார்த்து விட்டு மாமனிடம் திரும்பி, “யாரு???? இவன் ஒம்மொவளுக்கு லெட்டர் எழுதுனான் இல்லியா மாப்ள?”

“ம்க்கும்! பின்ன? நீரே கேளும்! அந்தா உக்காந்துருக்குல்லா குத்துக்கல்லு மாதிரி?”

அப்பா மீண்டும் என்னைப் பார்த்துவிட்டு மாமனிடம்,

“எலேய்! ஏற்கனவே ஒங்க குடும்பத்துல இருந்து ஒரு பொண்ண கெட்டிக்கிட்டு மாரடி சொளவடி வாங்கிட்டு திரியேன்! அது பத்தாதா? எம் பயலாவது உருப்புடியாவாழ ஆசப்பட மாட்டனா நா!”

“அத ஒம்ம மொவங்கிட்ட சொல்லும் ஓய்! குடிச்ச பாலு ஒதட்டுல காயல! அதுக்குள்ள கலியாண ஆச! பத்துப் பன்னெண்டு வயிசுதா ஆகு! அதுக்குள்ள எந்திச்சி நடமாடுகு!”

அப்பா என்னிடம் வந்து, "மக்ளே! வரவர ஒனக்கு படிப்பு சீரழிஞ்சி தெக்க மாற போவுகே! என்னாச்சி?"

"என்னப்பா! ஒழுங்காத்தானே போகு? யாங் கேக்கீய?"

"இல்ல! இந்த பேப்பருல கொளத்து 'ளா' போட வேண்டிய எடத்துல பலத்து 'லா' போட்டுருக்கு! பழத்து 'ழ' போட வேண்டிய எடத்துல கொளத்து 'ளா' போட்டுருக்கு! நீயா இத எழுதுன? எதுனால இந்த எழுத்துப் பெழ?"

நான் கிழங்கு சாப்பிட்டுக் கொண்டிருந்ததால் வாய் திறக்கவில்லை. அப்பா மீண்டும் என்னிடம்,

"எடே! ஒனக்க தமிழ் வாத்தியான் அந்த மாசிலாமாமணிதான? அவனுக்கென்ன மண்டைக்கி வெளியில்லாம ஆயிட்டா! ஒழுங்கா பாடஞ் சொல்லிக் குடுக்கமாட்டுக்கான்!"

மாமன் முகத்தில் பெருமிதம். மாமன் என்னிடம், "கொப்பன் கேக்காருல்லா! சொல்லாம்ல! அது வாயா கடவாப் பொட்டியா? இதோட அஞ்சி கிலோ கெழங்க அமுக்கியாச்சி!"

நான் அப்பாவிடம், "எப்பா! சொல்லுகதுக்கு ஒண்ணுமில்ல! அந்த லெட்டர நா எழுதல! ஆலிஸ்தான் எழுதிருக்கா! நா தப்பே இல்லாம எழுதுவம்னு ஒனக்கு தெரியாதாப்பா?"

மாமா கொதித்தார், "என்னது எனக்க மொவளா? எம்மொவள நா எள்ளு போல பெத்து வளத்துர்க்கேன்! அவளுக்கு இதெல்லாம் எழுதத் தெரியாது...!"

நான் தீர்க்கமாக, "அவளுக்கு எழுதத் தெரியாதுன்னு எங்களுக்குத் தெரியும்... ஆனா இது அவதாம்ப்பா எழுதுனா! எனக்க கை எழுத்து இப்புடியா இருக்கும்? அந்த திருவக் குத்தி பல்லிய எனக்குக் கண்ணு கொண்டு காணப்புடாதுன்னு தெரியாதா?"

மாமா அக்கினிச் சிறகாகி, எரியும் விறகானார். அப்பா மீண்டுமொரு அதைப் படித்து விட்டு என்னிடம் அசூயையாக,

"ஆமா.... கையெழுத்து ஒரு மாதிரி நட்டடங்குத்தற இருக்கு! எலேய்... நானாடே கடுவம்பூன? செவத்துப் பேவுள்ள! என்னத்த எழுதி வச்சிருக்கு? பெத்த அப்பனயேஆமத்தலையம்னு கேக்கவ மத்தவன உட்டுக்கிட்டா தேடுவா? குக்குக்குகுக்கு...!"

அப்பா சத்தமாக பல்லை இளிக்கவே மாமன் என்னை முறைத்து விட்டு மீண்டும் கடுமையாக மறுத்தார்.

"எனக்க மொவ தங்கம்லா ஓய்?"

"அப்ப பேங்க்ல ஈடு வைக்கலாம்னு சொல்லு மாப்ள?" என்று அப்பா மீண்டும் நக்கலாகச் சொல்லவே மாமாவுக்கு பாம்பு கடித்த நிலை. நான் எழுந்து மாமாவின் சுசுகி சாமுராயின் டேங்க் கவரிலிருந்து ஒரு டிஃபன் பாக்ஸை எடுத்து வந்து திறந்தேன். அதில் இரண்டு துண்டு கேக் இருந்தன. கூடவே ஒரு துண்டுச் சீட்டும். அதில் இவ்வாறு எழுதி இருந்தது.

"எங்கப்பன் மோணையனுக்கு தெரியாம தின்னு! கொதி வச்சிருவான்! அப்புறம் வயித்த வலிக்கும்!"

இப்படிக்கு,

ஆலிஸ் இஸ்ரவேல், 4D, டதி பெண்கள் ஆரம்பப் பள்ளி.

மாமனின் முகம் ஒரு கொசுவைப் போல இருந்தது.

நீதி : கடவுள் எலியாவுக்கு காகத்தின் மூலம் உணவளித்தார்.

ooo

அணு(குண்டு) பல்லவி

"நீ என் மீது கொண்டிருப்பது காதலா? காமமா? இனக் கவர்ச்சியா? இல்லை உனது தனிமையைப் போக்கிக் கொள்ள உன் ஆழ்மனம் தேடும் தற்காலிகத் தீர்வா?"

நான் பல்லவியிடம் மீண்டும் மீண்டும் கேட்டுக் கொண்டிருந்தேன். நான் கேட்டது அவளுக்கு சற்று சலிப்பைத் தந்திருக்கக் கூடும். நானாக வந்து சொல்வதால் நீ என்னுடைய விருப்பத்தைக் கேள்விக் குறியாய் வளைத்து வைத்திருக்கிறாய்! ஆச்சர்யக்குறி எப்போதுமே வளைவதில்லை! ஒரு முற்றுப் புள்ளியின் மேல்பகுதியில் நிமிர்ந்தே நிற்கும்!

நான் மீண்டும் கேட்ட வண்ணமிருந்தேன். உனக்கு என் மீது வந்திருப்பது காதலா? காம.....

உதடுகளை வார்த்தைகளால் அடைப்பதை நிறுத்திவிட்டு தன்னுடைய உதடுகளால் பூட்டத் தெரிந்த அவளது உதடுகள் குறித்த ஆச்சரியம் என் கேள்விக்குறிகளை நிமிர்த்தி ஆச்சர்யக்குறியாய் மாறி நின்றது. என்னுடைய கண்கள் படபடத்தன. கண்ணீர் வந்தது.

'பாவிமட்டை! இத்தனை கனமான சரீரத்தால் இப்படியா நசுக்குவாய்? எத்தனை சிறியது இந்த கால் பெருவிரல்?'

ஒரு பெண்ணோடான நெருக்கம் எப்போதும் இப்படித்தான். நெருங்கினால் நசுங்கிவிடும்! விலகினால் நசுக்கப்படாத நச்சரவம் போல சுருண்டு கிடக்கும்! காதல் என்றால் என்ன? அது தரும் தீவினைகள் என்னவென்றெல்லாம் யோசிக்க முடியாத அந்த இறுக்கமான சூழலைத் தன்னுடைய இதழ்களால் நெருக்கித் தளர்த்திய பெருமூச்சு அவளிடமிருந்து சன்னமாய் வெளிப்பட்டபோது நானும் சுருங்கிப் போயிருந்தேன். அப்போதும் என்னிடம் ஒரு கேள்வி மிச்சமிருந்தது.

"நான் உன் மீது கொள்ளவேண்டும் என்று நீ எண்ணியது காதலா? காமமா? இனப்பெருக்கமா??? அய்யோ இல்லையில்லை... இனக்கவர்ச்சியா அல்லது உன்னுடைய தற்காலிக இச்சைகளையா?"

"அடக் கேள்விக்குப் பிறந்தவனே? உன்னையெல்லாமா ஒருத்தி காதலிப்பாள்?"

அவள் சற்றும் மனம் தளராமல் பதிலுரைத்தாள். அது ஒரு நீண்ட கடற்கரையாதலால் அந்த வார்த்தைகள் அங்கே எதிரொலித்து என்னுடைய மானத்தை வாங்காமல் காற்றில் கரைந்தது.

என்னுடைய பெண்களின் மீதான எச்சரிக்கை உணர்வை அவள் தன் மீதான விருப்பக் குறைச்சலாகவும், அவளது அழகின் மீதான சுயமேட்டிமை உணர்வாகவும் மாற்றி வெளிப்படுத்தியது எனக்குக் கொஞ்சம் கோபமாகவும் அதே சமயம் வியப்பாகவும் இருந்தது. உண்மையில் சொல்லப்போனால் மகளிர் கிறிஸ்தவக் கல்லூரி வாசலில் நின்று சைட் அடிக்கும் பெரும்பாலான மன்மதன்கள் இவளையெல்லாம் திரும்பிக் கூட பார்த்திருக்க மாட்டார்கள். அவர்களது விருப்பப் பட்டியலில் இவளது முகம் இருந்திருக்க வாய்ப்பேயில்லை.

பத்து மாணவிகள் ஒருசேர வந்து, இவளும் அவர்களோடு நடந்து வந்தாளானால் நான் சத்தியமாக இவளைக் கவனித்திருக்கக் கூட

மாட்டேன். ரொம்ப சுமாரான முகவாகு. ஆணோ பெண்ணோ? பொதுவாகவே எனக்கு எந்த முகங்களின் மீதும் ஈர்ப்போ கவர்ச்சியோ கிடையாது. முகம் என்பது மண்டையோட்டைச் சுற்றிலும் மயிரும் தோலும் பொதிந்த ஒரு பொட்டலம் போன்ற பிரதேசம். அவ்வளவுதான்! அதைத் தாண்டி மூளையும் அது சார்ந்த உயர்ந்த எண்ணங்களும்தான் ஒரு மனிதனின் அழகு என்பதை நான் உணர்ந்திருந்தேன்.

எத்தனை அவலட்சணமான முகத்தைக் கொண்டிருந்தாலும் ஒரு குழந்தை தன்னுடைய தாயை ஒருபோதும் வெறுப்பதில்லை. ஏனென்றால் அது தன்னுடைய தாயின் அன்பையும், தன் மீது அவள் காட்டும் அக்கறையையும் மட்டுமே விரும்புகிறது. ஒரு பெண்ணோடு சேர்ந்து கூட வாழ்வதற்கு அவளது முகம்தான் முக்கியப் பங்கு வகிக்கும் என்று நினைத்து முக அழகிகளை மட்டுமே நம்பி அவர்களது பிருஷ்ட பாகத்தின் பின்னால் திரியும் பன்னாடைகளின் எண்ணத்தை கரியைப் பூசித்தான் அழிக்க வேண்டும் என்று நினைத்துக் கொள்வேன்.

ஆறாம் வகுப்புப் படிக்கும்போது நான் ஆதர்சமாக நினைத்த ஒரு நடிகனின் படப்பிடிப்பு எங்கள் பள்ளியில் வைத்து நடப்பதைக் கேள்விப்பட்டு விடுமுறை என்றும் பாராமல் எங்கள் பள்ளியில் போய் நின்றோம். அவரது ஸ்டைல் எனக்கு ரொம்பப் பிடிக்கும். அவரது திரைப்படங்கள் என்றால் அம்மாவின் கிறிஸ்தவ ஒழுங்கு நடவடிக்கைகளையும் மீறி என் அப்பாவிடம் கெஞ்சிக் கூத்தாடி தியேட்டரில் போய்ப் பார்க்க ஏற்பாடு செய்து விடுவது வழக்கம்.

அந்த நடிகரை நேரில் பார்ப்பதென்றால் அதுவொன்றும் லேசுப்பட்ட காரியமில்லை என்பதை முடிவு செய்து விட்டுத்தான் நாங்கள் படப்பிடிப்புக்குப் போனோம். ‘நாங்கள் இந்தப் பள்ளியில்தான் படிக்கிறோம்’ என்று சொல்லியும் கூட படப்பிடிப்புக்குழு எங்களை வளாகத்திற்குள் அனுமதிக்கவில்லை. எங்கள் ஆசிரியர் வந்து எங்களை உள்ளே அழைத்துப் போனார்.

“ஓர்க்கிங் டேஸ்ல உங்களுக்கெல்லாம் பள்ளிக்கூடத்துக்கு வர வலிக்கும்! இல்லியாடே?” என்று அவர் பேசிய எகத்தாளம் எங்கள் காதுகளில் விழவேயில்லை. அங்கு ஓணான் போன்ற உருவம் கொண்ட ஒருவர் நாற்காலியில் உட்கார்ந்திருக்க ஒரு பையன் குடை பிடித்தபடி நின்றான். ஒருவர் அந்த ஓணானின் முகத்தில் எதையோ வைத்துத் தேய்த்துக் கொண்டிருந்தார்.

ஒரே சப்தக்காடு. ஜெனரேட்டர் வண்டிகளின் கூச்சல் ஒருபக்கம்! அங்கே ஒருவர் மைக்கில் ஊளையிட்டுக் கொண்டிருந்தார். எனக்கு எங்கள் தலைமையாசிரியையின் நியாபகம் வந்தது. அவளும் திங்கள்கிழமை காலையில் இப்படித்தான் அசெம்பிளியில் கூப்பாடு போடுவாள். பெண்பிள்ளைகள் தாவணி போடுவது எப்படி? இடுப்பு தெரியாமல் பாவாடை கட்டுவது எப்படி? ஒழுங்கீனமான துக்கிரிகள் எதற்காக பள்ளிப்படிப்பை மேற்கொள்ள வேண்டும்? மாடு மேய்க்க போவதுதானே உசிதம்? என்றெல்லாம் அவளது நீதி போதனைகள் இருக்கும். யாராவது ஒரு மாணவனோ அல்லது மாணவியோ மயங்கி பொதீரென தரையில் கபாலம் மோத கீழே விழும் போது அசெம்பிளி நிறைவு பெறும்.

அங்கே மைக்கில் கத்தியவர்தான் டைரக்டராம்! எனக்கு ஆச்சரியமாக இருந்தது. எங்களுக்கெல்லாம் எட்டாம் வகுப்பு முடிந்தவுடன் அரைக்கால் டவுசரிலிருந்து முழுக்கால் சட்டைக்கு மாறிவிடலாம். இந்த மூதேவி ஏன் இன்னமும் அரை டவுசரில் உட்கார்ந்திருக்கிறது என்று கேள்வி எழுந்தது. ஆனாலும் எங்கள் எண்ணம் முழுவதும் எங்கள் ஆதர்ச ஹீரோவைப் பார்த்து விடுவதிலேயே இருந்தது. நாங்கள் ஒரு மரத்தடியில் அமர்ந்து கொண்டோம்.

"ஷாட் ரெடி!" என்ற சப்தம் கேட்டதும் அந்த ஓணான் எழுந்து வந்தது. அப்போதுதான் நான் கவனித்தேன். அங்கே குடையின் கீழ் அமர்ந்திருந்ததுதான் நம்முடைய ஹீரோ. 'இவனா சினிமாவில் அத்தனைப் பாலீஷாக வருகிறான்?'

ஆனால் சினிமாவில் எங்களுடைய ஹீரோவின் கருத்துக்களும், ஏழைகளின் பால் அவர் கொண்டிருந்த இரக்கமும் சமாதானமும், இந்த சமுதாயத்தில் இருக்கும் வில்லன்களை அவர் கையாளும் பாங்கும், கிளைமாக்ஸ் சண்டைக் காட்சியில் அவர் கலக்குவதும் எனக்குப் பிடித்திருந்தது. ஒரு சாயலில் அவர் அழகாக இருப்பதாக எனது உள்மனம் சமாதானப் பட்டுக் கொண்டது.

ஒரு சண்டைக்காட்சியைப் படமாக்கினார்கள். ஹீரோ ஒரு பதினைந்து தடவை தலைகுப்புறப் பாய்ந்தார். காது, கழுத்து, முதுகு, கெண்டைக்கால் என்று அடிபடாத இடமே இல்லை. எனக்கு அழுகையே வந்து விட்டது. நம்முடைய தலைவர் எப்படியெல்லாம் கஷ்டப் படுகிறார்? நண்பர்களுக்குத் தெரியாமல் கண்ணீரைத் துடைத்துக் கொண்டேன்.

சற்றுநேரத்தில் ஹீரோவைக் கைத்தாங்கலாக அழைத்துப் போனார்கள். அப்போது மீண்டும் ஷாட் ரெடி என்றொரு சப்தம். எனக்கு மிகவும் கோபம் வந்து விட்டது.

"நம்ம தலைவன இன்னிக்கே கொன்னுப்புடுவானுவ போலிருக்கே கடவுளே?"

அப்போதுதான் அது நடந்தது. பஸ் போன்ற ஒரு பெரிய வண்டியிலிருந்து ஒருவர் ஆட்கள் சூழ நடந்து வந்தார். எனக்குக் கண்கள் அகலமாக விரிந்தது. அவர்தான் அந்த ஆதர்ச நடிகர்.

"அப்போ இவ்ளோ நேரம் இங்க கெடந்து மஞ்சளா கரஞ்சது யாருடே?"

நான் ஓடிப்போய் அங்கிருந்த ஒரு அண்ணனிடம் கேட்டேன். "எணே! இதுதானே ஹீரோ? அப்போ இம்புட்டு நேரமும் இங்கன கெடந்து உருண்டது யாரு?"

அவர் சொன்னார், "அது ஹீரோவோட டூப்பு! இவிருதான் ஈரோ?"

நான் வாயைப் பிளந்தேன். "எப்பா! என்னாவொரு மினுக்கம்! என்னா ஒரு அழகு? தலைவந் தலைவந்தாம்யா! எப்புடி இருக்காம்னு பாத்தீயாளடே?"

நான் நண்பர்களிடம் வியந்து நின்றேன். பள்ளி திறந்ததும் பயல்களிடம் அடித்து விட நிறையக் கதைகள் அங்கே தோன்றக் காத்திருந்தன.

கொஞ்ச நேரம் சட்டை அழுக்காகாமல் அங்கேயும் இங்கேயும் படுப்பதும், கேமராவைப் பார்த்து முறைப்பதும், உருள்வதுமாக இருந்தார் ஹீரோ. உருளும் போது பிடிக்கப் பத்து பேர், படுத்துக்கிடக்கும்போது தூக்கி விட பத்து பேர் என அந்த இடமே அல்லோகலப் பட்டது. அப்போது எங்கள் பள்ளியைச் சுற்றியுள்ள பகுதியைச் சேர்ந்த அண்ணன்மார்கள் கொஞ்சம் பேர் கூட்டமாகக் கூடி வந்து நின்று கொண்டு படப்பிடிப்பைப் பார்த்துக் கொண்டிருந்தார்கள்.

திடீரென படப்பிடிப்பைப் பார்க்க வந்திருந்த பாட்டி ஒருத்தி வேகமாக வந்து ஓரமாய் நின்றிருந்த எங்கள் ஹீரோவை அவர் எதிர்பாராமல் கழுத்தை பிடித்து முத்தம் கொடுத்து. 'நீ நல்லா இருக்கணும் மக்களே!' என்று சொல்ல, யாரும் எதிர்பாராத

வண்ணம் எங்கள் ஹீரோ அந்தப் பாட்டியைக் கீழே தள்ளி விட்டார். பாட்டியின் பாடி தரையில் வீழ்ந்து அவளுக்கு மண்டையில் அடி பட்டதில் மயங்கி விட்டாள். சடுதியில் நடந்துவிட்ட விபரீதத்தைக் கண்டு திகைத்த அந்த அண்ணன்மார் எங்கள் ஹீரோவைப் பிடித்து"நீ என்ன பெரிய்ய கு...ணையால தாயோளி?" என்று அடி துவைத்தார்கள் ஹீரோ சட்டையெல்லாம் கிழிந்து தரையில் உருண்டார். என்னுடைய நண்பன் சுருளி முத்து என்னுடைய காதில் வந்து கிசுகிசுத்தான்.

"இப்ப பாரு தலைவன் பறந்து வந்து இவுனுவள தாக்கப் போறான்... செத்தானுவளு! மூணாவது அடிக்கப்புறம்தான் வீரம் வரும்!"

நான் அவனிடம், "முப்பது அடிக்கு மேல வாங்கியாச்சி! இனியா திருப்பி அடிக்க போறான் நம்ம தலைவன்?"

நிஜ ஹீரோவைக் கைத்தாங்கலாகக் கூட்டிப் போனார்கள். அவரது வாயெல்லாம் ஒரிஜினல் ரத்தம். பாட்டியை ஆஸ்பத்திரிக்குக் கூட்டிப் போனார்கள். டைரக்டர் அவர்களிடம் கெஞ்சினார். "போலீஸ் கேஸ் ஆயிராமப் பாத்துக்கொங்க! படப்பிடிப்பு கேன்சலானா லெட்சக்கணக்கான வெட்டி செலவுக்கு நா ஆளாயிருவேன்!"

நாங்கள் அங்கிருந்து கிளம்பினோம். "சினிமாவுல எல்லாம் எப்டி ஃபைட் பண்ணுதாரு! இங்க ஏன் அடிபட்டாரு?" என்று எங்களுக்கெல்லாம் ஒரே குழப்பம்.

பள்ளிக்கு வெளியே இருந்த டீக்கடையில் அந்த டூப்ளிகேட் ஹீரோ ஒரு கையில் டீயும், மறுகையில் ஒரு பிஸ்கட் பாக்கெட்டுமாக நின்று கொண்டு அங்கிருந்த ஒரு சில நாய்க்குட்டிகளுக்கு பிஸ்கட் வைக்க அந்த நாய்க்குட்டிகள் அதைப் பசியோடு பெற்றுக் கொண்டன. அவரது முகத்தில் அங்கங்கே பஞ்சு வைக்கப் பட்டிருந்தது. நாங்கள் அவரைப் பார்க்க அவர் எங்களை சிரித்த முகத்தோடு அழைத்து, எங்களுக்கு பன்னும், டீயும் வாங்கித் தந்துவிட்டு எங்களிடம் கேட்டார்,

"தம்பிகளா? இந்த இஸ்கூலுலதாம் படிக்கிறீங்களா?"

நாங்கள், "ஆமா மாமா!"

"பெருசா வளந்தவொடன என்ன வேலைக்கிப் போவீங்கோ?"

நான் வெடுக்கென அவரிடம், "ஸ்டண்ட் மாஸ்டர் ஆவணும்?"

அவரது முகத்தில் ஒரு வெறுமை கலந்த சிரிப்போடு என்னிடம், “வேணாம் தம்பிகளா! இந்த பொழப்பே வேணாம்! நல்லா படிச்சி பெரிய ஆஃபீசர் ஆவணும்! அப்பத்தான் இந்த மாதிரி அடிபட்டு மிதிபடாம வாழலாம்! என்னோட மவன் இப்போ அஞ்சாங் கிளாஸ் படிக்கிது! கலக்டறு ஆவப் போவுதாம்!” என்று சொல்லி மகிழ்ச்சியாக சிரித்தார்.

“சரி! ரோட்டுல பாத்து பத்திரமா வூட்டுக்குப் போவணும் கண்ணுகளா?” என்று சொல்லி தன்னுடைய காலை நொண்டியபடியே நடந்து போன அவரை வைத்த கண் வாங்காமல் பார்த்துக் கொண்டிருந்தேன். இப்போது எனக்கு அழுகை வந்து விட்டது. ஆனால் கண்ணீரைத் துடைக்கவில்லை. நண்பர்கள் பார்த்துக் கொண்டிருந்தார்கள்.

“யாம்டே மக்கா அழுவுக?”

நான் ஒன்றுமே பேசவில்லை. ஒரு நிஜக் கதாநாயகனை அன்று நான் திரைக்கு வெளியே சந்தித்தேன். ஓரிஜினல், டூப் ரெண்டு பேருக்குமே ஒரே உடை, ஒரே ஒப்பனை, ஒரே முகச் சாயல்! ஆனால் வேறுவேறு குணாதிசயங்கள், வேறு வேறு மூளை. அன்றிலிருந்து நான் முகங்களை நம்புவதைக் கைவிட்டேன். என்னை முழுமையாக நேசிப்பவர்களிடம் நான் என்னை முழுமையாக ஒப்படைத்து விடுவதை வாடிக்கையாக்கினேன்.

அன்பு என்பது ஒரு உன்னதமான பரிசுப் பொருள்! அது கிடைக்காதோர்க்கு மட்டுமே அதன் அருமை தெரியும்! அன்புக்காக சாகக் கூட செய்யலாம்! அப்படித்தான் இதோ இவள் முன்பாக என்னைக் கொண்டு வந்து நிறுத்தியிருக்கிறது இந்த இழவெடுத்த அன்பு!

நான் அவளிடம் கேட்டேன்,“நீ என்மேல் கொண்டிருப்பது காதலா? காமமா? இனக்கவர்ச்...”

அவள் என்னை உடனடியாகத் தடுத்து என்னிடம், “என்ன! உனக்கு இன்னொரு முத்தம் வேணும்! அப்டித்தானே?”

நான் படபடத்தேன்.

○○○

கழுதைகளின் காதல்

எனக்கு கள்ளக்காதலிகள் இருப்பது குறித்து ரதிக்குத் தெரிந்தால் என்னுடைய அம்பை ஒடித்துவிடுவாள். சாவித்திரியிடம் இதைச் சொல்லிக் கொண்டிருக்கும்போது என்னுடைய கவலை அவளையும் பற்றிக் கொண்டது. கோமதியிடம் சொன்னபோது அவளுக்கு வெட்கம் வந்து விட்டது. "போந்த அத்தான் வெக்கமா வதுகு" என்று அவள் சிணுங்கியபோதுதான் அவளது நாவுகள் தட்டையானது என்பதைத் தெரிந்து கொண்டேன்.

'ர்', 'ல்' போன்ற எழுத்துகளை உச்சரிக்க இயலாத காதலிகளைக் கொண்ட மன்மதனின் வாழ்வுதான் எத்தனை வன்முறையானது என்பதை நினைத்தால் பெருந்துக்கம் வருவது இயல்பானது அல்ல.

'நாந் உங்கதைக் காததிக்கிக்கிதேன்'என்று கோமதி தன்னுடைய "காததை எதுத்துச் சொத்திய போது" என்னுடைய காதுகளில் தேன் வந்து பாயாத போதே நான் என்னுடைய செவிகளைக் குறித்து அறிந்து கொண்டிருக்க வேண்டும். காலாவதியான காதுகளிடம் காதலைச் சொல்வதில் என்ன பயன்?ஒருமுறை லட்சுமி என்னிடம் சொன்னாள்,

"பிராண நாதா! இன்று இரவு அமுதுண்ண வருவீர்களா?"

நான் அவளிடம், "இன்று இரவு பழங்கஞ்சிதான் தேவி!"

"ஓ... வீட்டில் உறங்கப் போகிறீர்களா பிராண நாதா?" என்று அவள் மறுமொழி அளித்தபோதுதான் ரதியின் வயது எனக்கு நினைவுக்கு வந்தது. காய்ந்து போன கரும்புகளால் எறும்புகளுக்கு பலனளிக்க முடியாது என்று அறிந்து கொண்ட ரதி தேவி அயர்ந்து தூங்கிக் கொண்டிருந்தாள். எனக்குள் இருந்த அச்சம் எழுந்து கொண்டது.

'உனக்கு வயதாகி விட்டதா மன்மதா?' என்று மனம் புலம்பியபோது என்னுடைய பிறப்புச் சான்றிதழை எடுத்துப் பார்த்தேன். வருகிற சித்திரை வந்தால் அறுநூற்றுப் பத்து முடிந்து அறுநூற்று ஒன்பது என்று குறித்துக் கொண்டேன். இறங்கு வரிசையில் வயது வருவது ஒருவிதத்தில் நன்மைதான் என்றாலும் கூட ஒன்றரை வயதாகும்போது தாய்ப்பால் மாத்திரமே அருந்த முடியும். காமத்துப் பால் கிட்டாதே? என்ற பெருந்துயர் குறித்து நான் அறிந்தே வைத்திருக்கிறேன்.

அங்கு கிடந்த ஒரு பழைய காகிதக் கட்டுகளை எடுத்துப் பார்த்தால் அத்தனையும் நான் ரதி தேவிக்கு எழுதிய காதல் கடிதங்கள். காலாவதியாகி ஆயிரம் ஆண்டுகள் ஆகியிருந்தன. அவைகள் அத்தனையும் தமிழில் எழுதப் பட்டிருந்ததால் அவைகளை சமஸ்கிருதம் மட்டுமே அறிந்திருந்த ரம்பை, மேனகை, ஊர்வசி ஆகிய கிழவிகளால் படிக்க முடியாமல் போனது என் பாக்கியம். இல்லையென்றால் அவர்களும் எனக்கு காமனின் அம்பு எய்திருக்க வாய்ப்புண்டு.

முன்பு ஒருமுறை எனக்குத் தெரியாமல் நான் விலாசினிக்கு எழுதிய காதல் கடிதங்களைக் கண்டுபிடித்து விலாசினியின் விலாசம் தேடிப் போய் விளாசிவிட்டு வந்த ரதி தேவி அந்தக் கடிதங்களை வரும் வழியில் நின்றிருந்த கழுதைகளுக்கு உணவாய் அளித்திருந்தாள். நான் போவதற்குள் அதைத் தின்றுவிட்டு ஒரு கழுதை செத்தே போய்விட்டது. அந்த காதலின் தீவிரத்தை அந்தக் கழுதையால் தாக்குப் பிடிக்க முடியாமல் அது மரித்துப் போனதாக என்னிடம் சித்திரகுப்தன் சொல்லி வருந்தினான்.

மிச்சமிருந்த கழுதைகளிடம் நான் கேட்டேன்,“உங்களுக்கெல்லாம் மானரோசம், சூடுசொரணை, காதல் எல்லாம் கிடையாதா?”

அதற்கு அந்தக் கழுதை, “ஊய் ! ஹோ ஹே மை ஹூ!“ என்றது. கழுதைகளின் பாஷைகளை நன்கறிந்த சித்திரகுப்தன் அதை மொழிபெயர்த்தான்.

“போலே! கோம்பத் தா....ளி!”

அந்தக் கழுதை என்னைக் குறித்துச் சொன்னது இதுதான் என்பதையறிந்த நான் சித்திரகுப்தனிடம் அந்தக் கழுதைக்கு மறுமொழியளிக்குமாறு சொல்லி இவ்வாறு சொன்னேன்.

“நீ விளங்காமல் போவாய் இரப்பாளிக் கழுதையே!”

தன்னைத்தான் சொல்கிறேன் என்று என்மேல் சித்திரகுப்தனுக்குக் கோபம் எழுந்து என்னுடைய வயது தலைகீழாக இறங்க என்னைச் சபித்தான்.

“இதொரு சாபமா கூமுட்டைப் பயலே?இதில் என்ன தீங்கு இருக்கிறது? இந்த முட்டாப்பயலையா எமதர்மன் தன்னோடு கூட்டிக் கொண்டு திரிகிறான்?” என்று கோபம் வந்த போது என்னுடைய வயது தொள்ளாயிரத்துப் பத்து. சித்திரகுப்தனுக்கு

அப்போது வயது ஆயிரத்து ஐநூறு. அவனும் செத்து இன்றோடு முன்னூறு ஆண்டுகளாகின்றன. பாவம் சித்திரகுப்தன். ரதிதேவி புரண்டு படுத்தாள். நான் எழுந்து கக்கூசுக்குப் போனேன்.

"சித்தப்பா!" என்ற சப்தம் கேட்டது. 'என்னடா கொடுமை? மன்மதனுக்கு ஏது அண்ணன் மகள்?' என்றவாறே கட்டிலில் இருந்து கீழே விழுந்தேன்.

"இந்த ஷூ லேசைக் கொஞ்சம் கட்டி விடேன்! ஸ்கூலுக்கு நேரமாவுது?" என்றாள் மரியா. இரண்டாம் வகுப்பு படிக்கும் அண்ணனின் மகள். அப்போதுதான் பார்வதியைக் கூட்டிக் கொண்டு பூங்காவுக்குச் செல்லவேண்டிய காரியம் நினைவுக்கு வந்தது. ஷூ லேசைக் கட்டிவிட்டு மரியாவைத் தூக்கி அமரவைத்துவிட்டு பஸ் ஸ்டாப்புக்குப் போய் நின்றேன். அங்கே நின்றிர்ந்த பார்வதி கொழுந்துவிட்டு எரிந்த முகத்தோடு என்னுடைய வண்டியில் ஏறி அமர்ந்தாள்.

"நேரமா வரதுக்கு என்ன கொள்ளை உனக்கு? ராத்திரி முச்சூடும் எந்தக்காட்டுல தீயணைக்கப் போன தெண்டி? நா நேரமே வந்து இந்த பஸ் ஸ்டாப்புல ஆ'ன்னு வாயப் பொளந்துகிட்டே காவல் கிடக்கணும்? அதானே ஒனக்கு ஆசை?"பார்வதி படபடவெனப் பொரிந்தாள்.

மரியா என்னிடம், "யாரு சித்தப்பா இது?"

நான், "இது ஒனக்கு சித்தி மக்களே!"

"அப்போ அன்னிக்கி எங்க டியூஷன் மிஸ்ஸுக்கு சாக்லேட்டுக்குள்ள ஒரு லெட்டர் வச்சிக் குடுத்துட்டு இவுங்கதான் உனக்கு சித்தின்னு சொன்ன?"

இந்த உலகம் இடிந்து கருஞ்சாமட்டையாக மாறினால்தான் என்ன? நான் கந்தகப் பஸ்பமாய் ஆனேன். மன்மதனே ஆனாலும் இந்த உலகில் ஆணுக்குப் பெண்ணே எதிரி! பெண்ணுக்கும் பெண்தான் எதிரி என்பது மன்மதன்கள் மாத்திரமே அறிந்த ரகசியம் . இந்த இழவுக்கு 'ரதி ரகசியம்' என்று பெயர்.

○○○

கேத்தரீனும் பின்னே ஞானும்!

நான் முழுநேர ரவுடியாக இருந்த காலத்தில் ஒருமுறை கிட்டார் வாசிக்க நேர்ந்தது. எங்கள் தெருவில் பகலிலெல்லாம் ஆவியனக்கம் இல்லாமல் 'பொக்' என்று கிடக்கும். அமைதியான சூழலில் ஒரு இசையைக் கேட்டால் நன்றாக இருக்குமல்லவா? அதுவும் நம் கையால் இசைக்கப்படும் இசை என்றால் சும்மாவா?

ஒரு உணவை அல்லது தேநீரை நம் கையால் நாமே தயாரித்து உட்கொள்வது என்பது ஒரு அபத்தம் மாத்திரமல்ல ஆசுவாசமும் கூட... நான் கிட்டார் வாசிக்க ஆரம்பித்த பத்து நிமிடத்தில் பக்கத்து வீட்டுப் பாட்டிக்கு கொஞ்சம் சீரியஸ் என்று பேசிக் கொண்டார்கள். கொஞ்ச நேரத்தில் ஆம்புலன்சு வந்து ஏற்றிக் கொண்டு அடுத்த நாள் காலையில் அமரர் ஊர்தியில் வந்து இறங்கியது பாட்டியின் பாடி. உடலை இறக்கி வைத்துவிட்டு நன்றி தெரிவித்துவிட்டுச் சென்றார்கள்.

அந்தப் பாட்டியின் கணவர் என்னை கிட்டாரும் கையுமாகக் காணும் போதெல்லாம் அவரது கண்களில் ஒருவித நன்றி உணர்ச்சி தெரிந்தது. பின்பொரு நாளில் இந்த கிட்டார்தான் தன்னையும் கடவுளின் பொற்பாதத்தில் கொண்டு போய் அமர்த்தும் என்பது அந்தத் தாத்தாவுக்கு அப்போதைக்குத் தெரியாது என்பது எனக்கும் அப்போதைக்குத் தெரியாது. நானும் தொடர்ந்து வாசித்த வண்ணமிருந்தேன்.

திருவனந்தபுரம் தேசிய நெடுஞ்சாலையோரத்தில் எங்கள் வீடு இருந்ததால் அடிக்கடி வாகனங்கள் கடந்து போகும். சாலையும் விண்கற்களின் வீச்சால் சிறிதும் பெரிதுமான கருந்துளைகளால் ஆக்கிரமிக்கப்பட்டு கரகர'வென இருக்கும். லாரிகளின் டயர்கள் சிலசமயங்களில் வெடி தீர்ந்து அந்த ஒலியால் நான் மிகுந்த காதலுக்கு ஆளாகிப் போனேன். உடனே என்னுடைய கிட்டார் கண் விழித்து என்னோடு பேசத் துவங்கும்.

அந்த வீட்டில் வேறு ஒரு பெண் பேயும் இருந்தது. என் அம்மாவோடு சேர்த்து இரண்டு பேய்கள் என்று சொன்னால் கஞ்சிக்கு அலந்து சாக நேரும். ஆகையால் அந்தப் பேயோடு மட்டுமே நான் சகவாசம் வைத்திருந்தேன். அதற்கும் எனக்கும் மிகுந்த காதல் இருந்தது. அந்தப் பேயின் பெயர் கேத்தரீன்.

சிலநேரங்களில் கேத்தரீன் என்னிடம் வந்து பாடச் சொல்லி விண்ணப்பிக்கும். நானும் 'ஆத்துமமே என் முழு உள்ளமே' என்ற பாடலைப் பாடுவது வழக்கம். அது ஒரு கிறிஸ்தவப் பேயல்லவா? மேலும் அதுவொரு லூத்தரன் சபையைச் சேர்ந்த ஆத்துமா. சொந்தசபைக்காரி என்பதால் அவளோடு எனக்கும் கொஞ்சம் மன நெருக்கம் இருந்தது.

அப்படியொரு நாள் கேத்தரீன் வந்து என்னிடம்,'வானுயர்ந்த சோலையிலே நீ நடந்த பாதையெல்லாம்' பாடலை வாசிக்கச் சொல்லி அமர்ந்தது. நானும் அதை அப்படியே பாடிக் கொண்டே கிட்டாரை வாசிக்க அது கொஞ்ச நேரம் அழுதுவிட்டுபோனது. நானும் சற்றுநேரம் அழுதுவிட்டு எழுந்து போனேன்.

'இலக்கியக் கூட்டங்களில் ஒருபோதும் சிரிக்கக் கூடாது' என்னும் சர்வதேச விதியினைப் போலவே 'ரவுடிகள் ஒருபோதும் அழுது விடக்கூடாது' என்பதில் மிகுந்த உறுதியாகயிருந்தேன். பேய் ஒருபோதும் தங்களுடைய காதலன்களின் கண்ணீர் குறித்து வெளியில் கசியாது என்பதை நாம்ஸ்டர்டாம்ஸே தன்னுடைய குறிப்புகளில் எழுதியிருந்ததை ஒரு தீவிர இலக்கிய வாசகனான நான் அறிந்து வைத்திருந்தேன்.

அப்படியொரு நாள் என்னுடைய காதலி மெலிசா என்னிடம் வந்து, 'நான் காணும் உலகங்கள் யார் காணக் கூடும்!' என்னும் பாடலைப் பாடச் சொன்னாள். கிட்டாரை ஒரு ஓரத்தில் வைத்துவிட்டு புழக்கடைக்குச் சென்று இரண்டு சிரட்டைகளை கையில் எடுத்து வந்தேன். நான் அவைகளை கைக்கு ஒன்றாக ஏந்தியிருந்ததைக் கண்டு மெலிசாவுக்கு வெட்கம் வந்துவிட்டது.

"அதை யாம்டே அப்புடிப் புடிச்சிருக்க? கிறுக்குப் புடிச்சிருக்கா ஒனக்கு எரும மாடே?"

அவள் வேண்டிக் கேட்ட பாடலை இசைக்க வேண்டுமானால் அந்த சிரட்டைகள்தான் இசைக்கருவியாக இருக்க வேண்டிய நிர்பந்தம் அங்கு இருந்ததை நான் அவளுக்கு உணர்த்தினேன். அவளுக்கு என்னுடைய அவையடக்கம் குறித்த 'பிரக்ஞை' இருந்ததால் அவளது வெட்கம் கலைந்தது. நான் வெறும் ஒரு ரவுடியாகவோ, இசைக்கலைஞராகவோ மட்டும் இல்லாமல் ஒரு கவிஞராகவும் இருப்பதால் மேற்படி 'பிரக்ஞை' என்ற வார்த்தையை இங்கே உபயோகப் படுத்த வேண்டிய சூழல் இங்கே

நிலவுவதை வாசகர்களாகிய புண்ணியாத்துமாக்கள் உணர்ந்து கொள்ள வேண்டும்.

நான் கண்களைச் சுருக்கிய படியே பாடத் துவங்கினேன். என்னுடைய சுருங்கிய முகம் மெலிசாவுக்கு முதலில் சிரிப்பை வரவழைத்தது. அந்தப் பாடலின் தன்மையும், அந்த மரித்துப் போன தேங்காயின் ஓடுகளிலிருந்து கசிந்த ஓசையும்(கவனிக்க, இசையல்ல), என்னுடைய குரலின் உருக்கமும் அவளுக்கு நீங்காத துயரையும், வெடித்து அழவேண்டிய நெருக்கடியையும் ஒருங்கே ஏற்படுத்தியது. அவள் கதறியழுதாள். நான் சிரட்டைகளை வீசிவிட்டு அவளைக் கைகளில் ஏந்திக் கொண்டேன். இப்போது அவளது நெஞ்சம் என்னுடைய நெஞ்சங்களில் இரண்டறக் கலந்தது.

ஒரு பெண் அல்லது ஒரு காதலியை இறுகக் கட்டிக் கொள்ள அவளிடமிருந்து சிறுதுளி கண்ணீரை வரவழைப்பது போதுமானது. அந்த ஒரு வாய்ப்பை உருவாக்கிக் கொள்ள நம்முடைய வாய் மாத்திரம் போதுமானது என்பதை ஒரு ரவுடியாக நான் அறிந்தேயிருந்தேன். எத்தனை உருக்கமான பாடல் அது இறைவனே? மெலிசாவும் உருகிப் போயிருந்தாள் என்பதை அவளது நெருக்கத்தின் வாசனை எனக்கு உணர்த்தியது. நான் அவள்மீதான ஒரு முத்தமொன்றை ஏறெடுக்கக் காத்திருந்த தருணத்தில் இன்னொரு விஷயம் உறுத்தியது. அதுதான் பெப்ஸோடெண்ட்.

ஊற்று வற்றின காலத்தே கிணற்றைத் தேடுபவன் பாக்கியவான்! பாதாளக் கரண்டிகள் அவனது இதயத்தின் ஆழத்தைத் தேடும்! பல் துலக்குவதுதான் எத்தனை பெரிய துயரம் கடவுளே?

ooo

காதலை உடுதுணியாய் அணிந்தவன்

ரஞ்சனி துபாயிலிருந்து வந்தவள் நேராக என்னைப் பார்ப்பதற்காக வந்திருந்தாள். ஐந்தாண்டுகளுக்கு முன்னர் நான் தினமும் அவளைக் கொண்டு போய் இறக்கிவிடும் அவளது கல்லூரிக்கு முன்பாக நின்று கொண்டிருந்தோம்.

“என்னைய மன்னிச்சிரு மக்கா! அம்மாப்பா வார்த்தைய என்னால தாண்டி வர முடியலை!” என்று கிசுகிசுப்பான குரலில் அவள் சொல்வதைத் தாங்கிக் கொள்ள எனக்கு இரண்டு இருதயங்கள் தேவையாயிருந்தது. ‘ஒன்றுதானே இருக்கிறது! என்ன செய்ய?’

நான் அமைதியாகத் தலையைக் குனிந்து கொண்டு நின்றேன். இம்மாதிரியான தருணங்களில் தலைகுனிந்து நிற்பது ஒரு ஆணுக்குப் பேரழகு என்பது எனக்குப் புரிந்தது. அப்போது நான் காத்த அந்த மவுனம் என் மண்டைக்குள் பேரிரைச்சலை உண்டாக்கியது. ஆனாலும் அந்த மவுனத்தைக் கலைக்க எனக்கு விருப்பமில்லை. என் தலையைக் கோதிக்கொண்டேன்.

“நீ நல்லாத்தானே இருக்க? ஜம்முன்னு... முன்னயெல்லாம் விட உன்னோட ரெண்டு கன்னமும் புசுபுசுன்னு வெனிலா பஞ்ச் மாதிரி இருக்கு! அழகா இருக்கடே மக்கா! செம ஸ்மார்ட்டா இருக்க!”

என்று அவள் சொன்னதைக் கேட்டு நான் வெட்கப்படவில்லை. இதுவே நாங்கள் காதலித்த காலத்தில் அவள் சொல்லியிருந்தால் அநியாயத்துக்கு வெட்கப்பட்டு அவளது கழுத்துகளுக்குள் முகத்தைப் புதைத்து ஒளிந்து கொண்டிருந்திருப்பேன். என் கண்களில் நீர் திரண்டு ‘இப்பவோ அப்பவோ’ என தரை பார்த்து நின்று கொண்டிருந்தது.

ஆண்களிடம் எப்போதும் ஒரு குணம் உண்டு. தங்களை எதிர்பார்த்துக் காத்து நிற்பவர்களிடம் புறக்கணிப்பை அளித்து விட்டு, அதற்கும் புன்முறுவல் பூத்து, தாங்கள் செய்ததுதான் தங்களின் ஆகப்பெரிய உரிமை என்று எண்ணிக் கொள்வது. ஆனால் தாங்கள் புறக்கணிக்கப்படும்போது மட்டும் தாங்கள் வஞ்சிக்கப் பட்டவர்கள் என்று எண்ணி கண்ணீர் சிந்துவது. அதற்கு நானும் தப்பவில்லை. அன்று ரஞ்சனி எத்தனைக் கெஞ்சியிருப்பாள்?

“நான் சொல்வதைக் கேள்! அவசரப் படாதே! கொஞ்ச காலம் காத்திரு! நான் உனக்காகப் பிறந்தவள்! ஆத்திரப்படாமல் அமைதியாய் இரு! இவ்வுலகம் தான் சுற்றுவதை இன்றோடு நிறுத்திக் கொள்ளப் போவதில்லை! என்னைத் திட்டாதே! புலம்பாதே! சபிக்காதே!” என்றெல்லாம் அவள் புலம்பியபோது என் காதுகள் தங்களுடைய வாயிலைச் சாத்தி வைத்திருந்தன.

இதோ காலத்துக்கும் நெருங்க முடியாமல் நின்று கொண்டிருக்கிறேன். குட்டிச் சுவர்களுக்கும் இவ்வுலகில் கால

அவகாசங்கள் இருக்கின்றன. ஆனால் கழுதைகள்தான் அதைப் புரிந்து கொள்வதில்லை. "மேனாமினுக்கிகளின் வாழ்வுதனில் மேன்மைகள் இல்லை!" என்றுதான் நான் சொல்லிக் கொண்டு அவளைப் பிரிந்தேன். இன்று அவளுக்குமில்லை! எனக்குமில்லை! மேன்மைகள்தான் மிகப்பெரிய மேனாமினுக்கிகள்!

"ஒரு காஃபி வாங்கிக் குட்றா! பசிக்கிது! ஃப்ளைட்ல சாப்டது! நல்லாவே இல்லை! பீப்பிள்ஸ் ஹோட்டல் போலாமா?" என்றாள். நான் பைக்கை ஸ்டார்ட் செய்தேன்.

"உனக்க வண்டிய ஹோம்சர்ச்ல போடு! என்னோட ஆக்ஸெஸ்'ல போவலாம்!"

நான் அவளது முகத்தைப் பார்க்காமலே, "ஒரே வண்டியில வேண்டாம்! யாராச்சும் பாத்துருவாங்க!" என்றேன்.

"ஹாஹா! டேய்... அதான் ஊருக்கே தெரியுமே? அப்புறமென்ன?"

"ஆனா! எனக்க பொண்டாட்டிக்கித் தெரியாதே!"

"ஓ.... ஆமால்ல?" என்ற அவளது முகத்தில் ஒருவித ஆற்றுப்படுத்த இயலாத சோகம். தன்னுடைய காதலனின் வாழ்வில் இன்னொரு பெண் காதலியாக, மனைவியாக, அவனுடைய குழந்தைகளின் தாயாக இருப்பதை எந்தக் காதலிகளாலும் பொறுத்துக் கொள்ள முடியாது. நான் உடனடியாக எனது பைக்கை பார்க் செய்துவிட்டு வலுக்கட்டாயமாக அவளது வண்டியின் பின்னால் அமர்ந்து கொண்டேன். இன்னொரு ஏமாற்றத்தை அவளுக்குக் கொடுக்க வேண்டாம். ஹோட்டலில் போய் அமர்ந்தோம். அவளே ஆர்டர் செய்தாள்.

"ரெண்டு சமோசா! ஒரு காஃபி! ஒரு டீ!"

வந்தது. வழக்கமாக ஒரு காஃபி, ஒரு சமோசாதான் ஆர்டர் செய்வாள். அதைப் பங்கிட்டுக் கொள்வதில் ஒரு சண்டையே நடக்கும். அன்று அதற்குத் தேவையில்லாமல் போயிருந்தது. அந்த இரண்டு சமோசாக்கள்தான் நாங்கள். ஒரே தட்டில் தனித் தனியாக அமர்ந்திருந்தோம்.

எல்லாருக்கும் ஒரு மவுனம் தேவையாயிருக்கிறது. சிலர் அதை வார்த்தைகளாலும், கண்ணீராலும், புலம்பல்களாலும் நிரப்பிக் கொள்கிறார்கள். பிரிந்து போன இரண்டு பேர்

மீண்டும் சந்திப்பதே ஒரு மிகப்பெரிய அபத்தம்தான். வெறும் வருத்தங்களையும், வெறுமைகளையும்,ஏமாற்றங்களையும், சகிக்கவியலா துக்கங்களையும் மீண்டும் தேடி அணிந்து கொள்வதற்கு ஒப்பானது அந்தச் சந்திப்பு.

"படபட'ன்னு பேசிக்கிட்டே இருப்ப? இன்னிக்கி என்னடா விரதமா? ஆளே மாறிட்ட தெரியுமா? உம்பொண்டாட்டி யார்கிட்டயும் பேசக்கூடாதுன்னு சொல்லிருக்காங்களா?"

நான் ஜன்னல் வழியாகச் சாலையைப் பார்த்துக் கொண்டிருந்தேன். அவளுக்கு நன்றாகவே தெரியும். நான் பலஹீனமாக இருக்கும்போது அதிகம் பேசுவதில்லை. அவள் என் கைகளைப் பிடித்துக் கொண்டாள்.

"எனக்குத் தெரியும்டே மக்கா! நீ என்னைய மிஸ் பண்ணுறன்னு? இனி ஒண்ணும் பண்ண முடியாது! இந்தா!" என்று சொல்லி தன்னுடைய ஹேண்ட் பேக்கிலிருந்து ஒரு ஜுவல் பாக்ஸை எடுத்து ஒரு மோதிரத்தை என் விரலில் போட்டுவிட்டு,

"எனக்க ஃபர்ஸ்ட் மந்த் சேலரில உனக்காக வாங்கினேன்!"

நான் அந்த இடத்தையும் மறந்து சப்தமாக அழுதேன். அவள் திடுக்கிட்டு என் வாயைப் பொத்தி, "டேய்! பப்ளிக்'ல ஏண்டா இப்டி அழுவுற? இங்க பாரு எல்லாரும் பாக்குறாங்க!"

என்னால் அழுகையை அடக்கவே முடியவில்லை. ரஞ்சனி என்னைத் தேற்றினாள். அதற்கு மேலும் என்னால் அவளிடம் கேட்காமல் இருக்க இயலவில்லை. கேட்டுவிட்டேன்.

"இவ்ளோ பைசா குடுத்து இந்த மோதிரம் மயித்த வாங்கிட்டு வந்துருக்கியே! ஏர்போர்ட்டுல டியூட்டி ஃப்ரீ ஷாப்புல இருந்து ஒரு பாட்டுலு விஸ்கி வாங்கிட்டு வறதுக்கு என்ன கொள்ளையோ ஒனக்கு?"

ரஞ்சனி முகத்தில் அத்தனைக் காதல். "நீ சாவுக வரைக்கும் திருந்த மாட்ட இல்லியா மூதேவி?"

சமோசாவுக்கும், டீ, காஃபிக்கும் பில்லைக் கொடுத்துவிட்டு என்னிடம், "ஆட்டோ புடிச்சி வீட்டுக்குப் போ நாய!" என்று சொல்லிவிட்டு எழுந்து போனாள். நான் அவள் போவதையே பார்த்துக் கொண்டிருந்தேன். ஒரு குப்பி விஸ்கி என்பது எத்தனை

முக்கியமான சாதனம் என்பதை அவளது கோபம் உங்களுக்கு உணர்த்துகிறதா நண்பர்களே?

“ஜென்மப் புத்திய செருப்பால அடிச்சாலும் போகுமா?”

ooo

ஆவிகளின் ஆக்கிராந்தம்

திருமணம் முடிந்த மூன்றாவது நாளில் என் மாமனாரின் ஆவி கனவில் வந்தது. என்னை எச்சரித்த வண்ணமாக அந்த ஆத்துமா என்னிடம் உதிர்த்த எச்சரிக்கை வாசகங்களாவன,

“எலே! எக்கண்டம் புடிச்ச எரும மாட்டுப் பெயலுக்குப் பெறந்தையலே! நா மட்டும் ஜீவிச்சிருந்தம்னா எம்புள்ளைய கெணத்துல வீசிறுப்பனேயொழிய ஒன்னய மாதிரி ஒரு கூமாஞ்சானுக்கு தந்துருக்க மாட்டம்ல! மரியாதிக்கி அவள ஒழுங்கா வச்சிக்கிட்டன்னா ஒனக்குக் கொள்ளாம்! இல்லைன்னா எனக்க மாமனுக்க கெதிதா ஒனக்கும்... வெளங்கிச்சா ஓந்தான்? நா போறேன்!”

என்றவாறே கோபித்துக் கொண்டு அந்த ஆவி புட்டுக் கலசம் வழியாக வெளியேறி புகைபோக்கி வழியாகப் போய்விட்டது. நான் திரும்பிப் படுத்துக் கொண்டேன். ‘இங்க மனியம்மாருவளுக்க ஒபத்ரவங்களையே சீணிச்சிக்கிட முடியலை! இந்த கண்டிஸன்ல ஆவி வேற வந்து அலாரம் குடுத்துட்டுப் போகு! ச்ச்சை!’ என்று என் மனம் நொந்து போனது.

இன்னொருநாள் என் அப்பாவின் ஆவி கனவில் வந்தது. அதுவும் என்னை எச்சரிக்கைதான் செய்தது.

“நடையில படுத்துர்க்க! நவுண்டு படாம்லே தொட்டி!”

எனக்கொரு சந்தேகம். ‘என் அப்பாதான் இன்னும் மரிக்கவில்லையே? அப்புறம் எப்படி ஆவியாக வருகிறார்? என்று மீண்டும் வியப்பு. அதற்கடுத்தது என் அம்மாவின் ஆவி வந்து என்னிடம்,

“செத்த செவமே! இந்த கள்ளு மயித்த குடிச்சாதேன்னு ஓராயிரம் வட்டஞ் சொல்லியாச்சி! கெடக்க கெடையப் பாருடே? அறுத்துப் போட்ட ஆடுகணக்கா!”

அம்மாவும் சாகவில்லை, அய்யனும் சாகவில்லை. நான்தான் நெஞ்சுக்குக் குடித்திருந்தேன். மேலும் நான் ஒரு ஜீவகாருண்யன் ஆனதால் அம்மா ஒரு ஆட்டைக் குறித்துத் தவறாகப் பேசியதைக் கேட்டு நான் வெகுவாகக் கோபமுற்று வெகுண்டெழுந்தேன்.

“எடீ தள்ளே! ஈ லோகத்திலே நீ ஆர வெணெங்கிலும் குறிச்சி ஸம்ஸாரிக்கியாம்! பக்ஷே ஒரு ஆட்டினேக் குறிச்சி பரஞ்சாலுண்டேங்கிலோ ஞான் நின்னைப் பரிக்கும் அறியாலோ? ஐ வாஸ் கில் யூ!”

ஒரு நம்பூதிரியின் ஆவியும், ஒரு ஆங்கில ஆசிரியனின் ஆவியும் ஒரு சேர என்னை ஆக்கிரமணம் செய்து விட்டதாகக் கூறி அம்மா கதறினாள்.

“எடியே இருதயமேரி! அங்க என்னம்மோ சத்தக்காடு! எதுக்குட்டி இப்புடி கூப்பாடு போடுக? பெயலுவான்னா குடிச்சிவானுவா? அதுக்கா இப்புடி கனைப்பா? செவத்து மூழியளு!” என்று அப்பா உள்ளிருந்து கூவினார்.

நான் நிற்கமுடியாமல் மீண்டும் என்னுடைய உடலை தரையில் கிடத்தினேன். அம்மா வெப்ராளப் பட்டுப்போனாள்.

“கடுகு டப்பாவுல போடுக சக்கரமெல்லா இப்புடித்தா மூத்தரமா போவுகு! செவங்களுக்கு ஒரு சாக்காலம் வர மாட்டங்கே! அப்பென் ஒரு சைசு! மொவன் வேற சைசு!” என்று என்னை சபிக்கவும் எனக்குப் போதை தெளிந்தது. நான் கைகால்களை அலம்பிக் கொண்டு சாப்பிட அமரவும் அப்பா ஒரு கதை சொன்னார்.

“மக்ளே! குடிச்சாலும் ஸ்டெடியா இருக்கணும்! அப்பாவ மாதிரி! ஹிஹ்கிகி!”

அவர் அப்படிச் சொன்னதும் எனக்குள் கூச்சமாகிப் போனது, நான் அவரிடம்,“என்னத்த குடிச்சியளோ?”

“ரெண்டு டம்பளர் மோரு! வேறென்ன?”

“த்தூ! மோரு குடிச்சா ஸ்டெடிக்கி என்ன மயித்த கொறச்ச வரப்போகு?”

“அதுக்கு மின்ன அப்பா ரெண்டு கலயங் கள்ளு குடிச்சங் கேட்டியா?”

“அதுக்கு நீ கள்ளு குடிக்காமலேயே இருந்துருக்கலாமே?”

“போதைக்கி கள்ளு! தெளியதுக்கு மோரு! ஒங்கம்மைட்டெர்ந்து அடிக்கி தப்புவம்லா? எப்பிடி என்னுடைய யோசனைகள்?”

“எப்பா! நீயெல்லா ஒரு அப்பாவாப்பா? செறைய கௌப்பாம துண்ணுகிட்டு எந்திச்சிப் போயாம்!”

எனக்கு ஒருமாதிரியாகி விட்டது. போய்ப் படுத்துவிட்டேன். மனைவி குழந்தையைப் பெறுவதற்காக பிறந்த வீட்டிற்குச் சென்றிருந்ததால் தனியாகத்தான் கிடப்பாடு. சற்று நேரத்தில் என் மாமனாரின் மாமனாருடைய ஆவி நான் சட்டை காயப்போடும் கொடியில் தொங்கிக் கொண்டிருந்தது. நான் கொஞ்சம் துச்சமாக,

“யாருவே அது? அங்கென்ன ஊஞ்சலா கெட்டிரிக்கி? கெடந்து ஆடியதுக்கு? துணி காயப் போட்டுரிக்கியது கண்ணுல வெளங்கேலியா? செவத்து நாயளு! செத்தப்பொறமும் தூங்காம நம்ம ஆவிய வாங்குவானுவோ? போய்த் தொலைங்களாம் வேய் அந்தாக்குல! நீட்டிக்கிட்டு நடக்கிதீயளே?” என்று கேட்கவும் அந்த ஆவி முகத்தை சோகமாக வைத்துக் கொண்டு என்னிடம்,

“மக்கா! நீ எனக்கப் பேரந்தாங் கேட்டியா? நீ என்னைய என்ன வேணாலும் ஏசலாம்! நாங்கேட்டுக்கிடுவெம் பாத்துக்கா! கோவம்லாம் பட மாண்டைய்ன்.”

“ம்க்கும்! கோவப்பட்டு கிழிச்சிச் செண்டாக்கிருவான்!”

“அதாங் கோவிக்கலைன்னி சென்னம்லா! பின்ன யாம் கோவப்படுகா? நாஞ் சொல்லுகத கொஞ்சம் செவி குடுத்துக் கேளுப்போ!”

“சொள்ளும்!”

“என்னையக் கொன்னது ஆரு தெரிமா ஒனக்கு!”

“தெரியாது!”

"ஒனக்குப் பொண்ணு கெட்டித் தந்தாம்லியா ஒனக்க மாமைய்ன்? ஊளித் தா...ளி தாவீது! அவந்தாங் கேட்டியா? என்னைய உத்தரத்துல இருந்து சவுட்டிக் கெணத்துல தள்ளிக் கொன்னுட்டாம்போ!"

'ஓ சீரியஸ் மர்டர் கேஸ்!' என்று நான் எழுந்து உட்கார்ந்தேன்.

"உம்மய எதுக்குவே சமுட்டுனாரு! சை... எனக்க மாமன் ஒரு கெழவனக் கொல்லியா? ஸ்டூப்பிட்... ஃபூல்... ஸ்கவுண்டரல் கண்டார...ளி!"

"ஆமப்போ! நா பொண்டாட்டிய பாத்துக்கிட்டிருந்தேங் கேட்டுக்காடே! அது அந்த தாவீது பெயலுக்குப் பொறுக்கையில! ஓடிவந்து குறுக்குல சவுட்டிப் புட்டாம்!"

"ஒம்ம பொண்டாட்டிய பாத்ததுக்கா சவுட்டுனான்?" என்று நான் கேட்கவும் அவரது முகம் வெட்கத்தில் ஒளிர்ந்தது.

"ஹிஹி! அதா இல்ல கேட்டியா! நாம் பாத்தது பக்கத்தூட்டுக்காரம் பொண்டாட்டிய? அப்ப அவ குளிச்சிக்கிட்டிருந்தா கேட்டியா! இஹ்ஹ்ஹிஹி!"

"அடி செருப்பால ஆவி நாய! அலவரப் பெயலுக்குப் பொறந்த ஒன்னையெல்லாம் கொல்லாம வுட்டது தப்பு!"

என்று நான் எழும்பவும் அந்த ஆவியானது இட்டிலிக் கொப்பறை வழியாகப் புறப்பட்டுப் போனது. இந்த சுவாரசியமான விஷயங்களைக் குறித்து நான் என்னுடைய அப்போதைய காதலி நிஷாவிடம் ஃபோனில் சிலாகித்துக் கொண்டிருந்தேன். அவள் இதையெல்லாம் கேட்டு வியப்பிலிருந்து மீளவில்லையென்பது போனிலேயே தெரிந்தது.

"ஹலோ! எம்மோ நிஷா! என்ன சத்தத்தையே காணதுக்கில்ல! தூங்கிட்டியா?"

"சின்னச் சீரழிவா சித்தப்பான்னானாம்? குடும்பமே கோழிங்கத இப்பதாம் கேள்விப் படுகேன்!"

எனக்கு லேசான வெட்கம் வந்து விட்டதில் அவளிடம் கேட்டேன்,

"நிஷா!"

"சொல்லு முண்டம்!"

"ஒரு முத்தந் தருவியாம்மோ?"

மறுமுனையில் இரண்டு லாரிகள் மோதிக் கொள்ளும் சத்தம் கேட்டது. அப்போது ஒரு சந்தேகம் எழுந்தது, ஃபோன் வழியாகவெல்லாமா எச்சில் தெறிக்கும் தொழில் நுட்பத்தைக் கண்டுபிடித்திருக்கிறார்கள்?

000

பாம்பு என்றொரு சல்லியம்

இரவு பதினொரு மணி இருக்கும். நல்ல மழை பெய்து கொண்டிருந்தது. வழியெங்கும் மின்னலும் இடியுமாக பயமுறுத்திக் கொண்டிருந்ததால் வண்டியை வேகமாகச் செலுத்தினேன். வழியில் ஒரு பாம்பு கிடந்தது. சாரைப்பாம்பாக இருந்திருக்க வேண்டும். வண்டி வெளிச்சத்தைக் கண்டதும் சிறுத்தை போலப் பாய்ந்து சாலையைக் கடந்தது. எனக்கு தேகம் சிலிர்த்துப் போனது. எனக்கு பாம்பென்றால் பயம்! ஆனால் அஸ்வதிக்கு மிகவும் பிடிக்கும். சமயத்தில் கையில் தூக்கி விளையாடுவாள். தண்ணீர்ப் பாம்பாதலால் அதன் விஷமில்லாத் தன்மை அவளை இன்றளவும் ஜீவனோடு வைத்திருக்கிறது.

அந்தச் சுவருக்கு அருகில் வண்டியை நிறுத்தி விட்டு சுவரேறிக் குதித்து ஒரு பைப்பைப் பிடித்து மேலேறினால் ஐந்து நிமிடத்தில் பால்கனியை எட்டிப் பிடித்து விடலாம். கூடவே அஸ்வதியையும்... மெதுவாக ஜன்னலேறிக் குதித்து இருட்டுக்குள் கண்களால் துழாவினேன். கிழக்கு மூலையில் ஒரு யக்ஷியைப் போலத் துயில் கொண்டிருந்தாள் அசுக்குட்டி. மெதுவாகப் போய் கட்டிலில் அமர்ந்ததும் "எண்ணடம்மே பிரேதம்!" என்றவாறே துள்ளி எழுந்தவளை வாயைப் பொத்தி நெஞ்சோடு அணைத்துக் கொண்டேன்.

நான்தான் வந்திருக்கிறேன் என்பது தெரிந்ததும் ஆசுவாசமும், அதிர்ச்சியும் அடைந்தவாறே, "எடோ பொட்டா! ஆத்தியம் பறஞ்சிட்டு வராம் அறியல்லே? அதுக்கெந்தா நினக்கொரு புத்திமுட்டு? மண்டன்! ஈ பாண்டிமாரே இங்கனத்தன்னயா! மண்டன்!"

“பேசி முடிச்சிட்டியா மைடியர் அல்வாத்துண்டே?” என்றவாறே பேசிக் கொண்டிருந்த அந்த இதழ்களை என்னிதழ் கொண்டு மூடியதும் அமர்ந்த நிலையிலேயே அவளது உயரம் கூடிப் போனது. அந்தக் குளிரின் மத்தியில் தேகத்தின் உஷ்ணத்தில் கம்பளிக்கும், கணப்புக்கும், உடுப்புக்கும் என்ன வேலை? கலைந்தோம்! களைந்தோம்! தோம் தோம் தோம்! ஒருவர் மாறி ஒருவர் தோற்க அந்த இரவு விடிவாறானது.

ஓடி முடித்து பேட்டரி தீர்ந்த கடிகாரத்திடமிருந்து ஒரு நிசப்தம் வரும். அந்த அமைதியைக் கடிகாரத்தின் முட்களாலேயே தாங்க முடியாது. இன்னும் கொஞ்ச நேரத்தில் அங்கிருந்து வந்த வழியே திரும்ப வேண்டும். கடுப்பாக இருந்தது. நான் அசுக்குட்டியின் மோவாயைத் திருப்பி,

“மோளே அசுக்குட்டி! ஞான் வர்ற வழியில ஒரு பாம்பக் கண்டு கேட்டியா?”

அவளது விழிகள் ஆச்சர்யத்தில் விரிந்தது. அந்த ஆச்சர்யம் விலகாமலே என்னிடம் கேட்டாள், “எத்தர வல்லிய ஷர்ப்பமாடோ?”

“ஒரு ஆறடி இருக்கும்!”

“ஷெரிக்கும் கண்டோ! எத்தரைக்கிம் தடியாயிருன்னு?”

“நீ கண்டதல்லே? பின்னெந்தாடி என்னோடு ஒரு சோத்தியம்?” என்றதும் அந்த இருளிலும் அவளது வெட்கம் மிளிர்ந்தது. நெஞ்சில் புதைந்து கொண்டாள். நான் அவளை அணைத்துக் கொண்டே, “மோளுக்கெந்தாடி பாம்பினோடு அத்தரக்கிம் ஒரு இஷ்டம்!”

அவள் என் கண்களைப் பார்த்தபடியே, “பாவம் நடக்காம் போலும் பற்றில்லாத்த ஒரு அல்ப ஆத்துமாவல்லே ஈ ஷர்ப்பங்களு?”

இந்த சேச்சிகளிடம் எனக்குப் பிடித்த ஒரு காரியம் என்னவென்றால் நடக்காத, நடக்க முடியாத, நடக்கக் கூடாததை இப்படியாக யாதொன்றையும் நடக்கவோ ஊரவோ ஓடவோ வைத்து விடுவார்கள். மேலும் சாத்தானது குழந்தையான பாம்பையே நேசிக்கும் அசுவதி என்னையா விட்டு வைப்பாள். நான் அவளிடம் மெதுவாக, “எடி மோளே! எனிக்கி ஒரு உம்மா கிட்டுவோ?”

"எடோ மண்டங்கோணப்பி! இத்தர நேரம் தீர்ந்து போன ஃப்ரூட்டி பாக்கெட்ட கொச்சுட்டியளப் போலே உறிஞ்சதல்லே! மதியாயில்லடோ நினக்கு?"

"ஓஹ் சாதனத்துடே சோதிச்சிட்டுதன்னே மூத்ரம் ஒழிக்கணும்! வாடி இவிடே!"

என்று மீண்டும் ஒரு முத்த யுத்தம் முடிந்தது. எழும்பி வஸ்திரங்களைத் தரித்து விட்டு கிளம்ப ஆயத்தமான போது அவளிடம் கேட்டேன்.

"போன வாரம் இருந்த அளவுக்கு இன்னிக்கி ஒரு போர்சு இல்ல பாத்தியா அசு?"

அவளது முகத்தில் குழப்பத்தின் ரேகைகள். "போன வாரமா? மனசிலாயில்யா!"

"எடீ! மறந்து போயோ? ஆ காதுகடி?"

மீண்டும் குழப்ப முகம், "ஓர்மையில்லா!"

"எண்டே அசுக்குட்டி என்னோடு நாட்டியமாடல்லே! லாஸ்ட் சண்டே வந்தத சொன்னேன்!"

"லாஸ்ட் சண்டே ஞான் அம்மையோடு தாழெக்கே கிடந்து!"

நான் அதிர்ச்சியடைந்து, "அப்போள் இவிட கெடந்தது?"

"அடப்பாவி! அது எண்டே சேச்சி பார்வதி! ஹாஸ்டல்லெண்டு இவிடே வந்து தாமசிச்சுறுந்து! த்ரோகி?"

"பின்னே அவளெந்தா என்னோடு ஒண்ணும் பறையாதே கம்பெனி தந்து?"

"டா துஷ்டா! நின்னே இன்னு ஞான் கொல்லுமடா!" என்றவாறே எழுந்து என்னை நோக்கிப் பாய்ந்தாள். நான் பைப்பைப் பிடிக்காமலேயே கீழே பறந்து வந்தேன்.

பின்பொரு நாள் நாங்கள் திருமணம் செய்து கொண்டோம். அவள் பாலன் சேட்டனையும், ஞான் மெலிசாவையும்... அசாத்தியங்கள் நிறைந்ததே காதல்! சாத்தியப் படுத்தாத வரைக்கும் கொள்ளாம்.

ooo

குறிஞ்சி

கண்ணீரோடுநான் அழைத்த கடைசி அழைப்பைக் கவனத்தோடு கையாள வேண்டிய அவசியம்அவளது காதலுக்கு இருந்தது என்பதை பதினோரு ஆண்டுகள் கழித்து சந்தித்த ஷீலா உறுதிசெய்தாள். அவளைச் சந்தித்தேன். நாங்கள் காதலித்த சமயத்தில் அவளது வருகைக்காக நான்காத்துக் கிடக்கும் மருத்துவமனை ஒன்றின் வாசலில் எதேச்சையாக நின்று கொண்டிருந்தேன். மனம் ஒரு வெறுமையை உணர்ந்த அந்தத் தருணத்தில் ஒரு தம்மைப் பற்ற வைத்துவிட்டு பைக்கில் ஏறி உட்கார்ந்தேன்.

ஒரு ஆட்டோவிலிருந்து கையில்ஒரு குழந்தையோடு இறங்கினாள் ஷீலா. கூடவே ஒரு வயதான பெண்மணி. என்னைக் கண்டதும் அவளது முகத்தில் சொல்லவொண்ணா ஒரு துயர். அவளது மாமியாரிடம் ஏதோ சொல்லி விட்டு என்னருகே வந்தாள். நான் சிகரெட்டை பின்பக்கம் ஒளித்து வைத்து விட்டு பைக்கிலிருந்து இறங்கி நின்றேன். நான் ஏந்தாத அந்த மோவாய் கருத்துச் சிறுத்துப் போயிருந்தது. பன்னிரெண்டு ஆண்டுகளுக்கொருமுறை பூக்கும் குறிஞ்சிப்பூவாய் அவளது கண்கள் அப்போது பூத்ததைக் கண்டேன்.

நான் மெதுவாக அவளிடம், "என்ன இந்தப் பக்கம்?"

"பிள்ளைக்கு ஒரே நெஞ்சுச்சளி! அதான் டாக்டர்கிட்ட கூட்டியாந்தேன்!"

"அது யாரு?"

"அவரோட அம்மா! எங்க மாமி!"

குழந்தையைப் பார்த்தேன். அசந்து தூங்கிக் கொண்டிருந்தது. அவளது நெஞ்சில் சாய்ந்தால் எமனுக்கே தூக்கம் வந்து விடும்! குழந்தை தூங்காதா? அவளது மாமியார் நடந்து போய் அங்கிருந்த ஒரு பெஞ்சில் அமர்ந்தாள்.

"நீதான் எவ்ளோ குடுத்து வச்சவன்? நெனச்ச நேரம் நெனச்ச மாத்திரத்துல எங்கயாச்சும் கௌம்பிப் போயிர்ர? எங்களுக்கு அப்படியா?"

என்று பெருமூச்செறிந்தவளிடம் நான் சிரித்தேன். அந்தச் சிரிப்பில் ஜீவனில்லை என்பது அவளுக்குத் தெரியும்.

"எதுக்கு சிரிக்கிற?"

"சும்மாத்தான்!"

"என்னையப் பாத்தா சிரிப்பா இருக்கா?"

"அழ முடியாதுல்ல? அதான்!"

"மொத்தமா அழ வச்சல்லா?"

"கடசியா உன்னையப் பாக்க வந்தன்னிக்கி என்ன சொன்ன?"

அவள் எதுவும் பேசவில்லை. குழந்தை லேசாக இருமியதும் அதைப் பார்த்தேன். அவ்வளவு அழகு. குழந்தைகள் தூங்குவதும், காதலிகள் நம் மடியில் படுத்துக் கொண்டு தூங்காமல் விழித்துக் கிடப்பதும் அத்தனை பேரழகு. காதலின் முடிவில் நாம் பேசிய கடும் வார்த்தைகளும், பேசாத சமரச வார்த்தைகளும் எப்போதாவது ஒருநாள் நடுத்தெருவில் வைத்து நம்மைக் கேள்வி கேட்கும். அதற்கு யாரும் தப்ப முடியாது.

ஒரு சிறிய அல்லது பெரிய இடைவெளிக்குப் பின்னர் ஒரு முறை நேரில் சந்தித்தால் அந்தப் பிரிவைத் தவிர்த்து விடலாம் என்று எண்ணி ஒரு ஏக்கத்திற்காகக் கடந்து நீங்கள் பழகிய நாட்களில் சென்ற இடங்கள், உட்கார்ந்து தேநீர் அருந்திய விடுதிகள், மதில்சுவர்கள், அமர்ந்து பேசிய மரத்தடி, பின்னால் உட்கார வைத்து பைக்கில் சுற்றிய இடங்கள் எல்லாவற்றையும் தாண்டி உங்கள் நேசத்திற்குரியோரைச் சந்திக்க அவர்களது இடத்துக்குச் செல்லும்போது முன்னெப்போதுமில்லா அவர்களது ஒரு வித்தியாசமான முகத்தைக் காண நேரும்போது எழும் வலி முன்னெப்போதுமில்லாததாக இருத்தலின் பெயர்தான் உயிரோடு மரணத்தைத் தழுவுதலுக்கு ஒப்பானதாக இருக்கும். காதலில் உண்மைத் தன்மையோடு நடந்து கொள்பவர்களுக்கு நிஜமாகவே வலிக்கும்.

அங்கிருந்து கிளம்பி மீண்டும் அந்த இடங்களையெல்லாம் கடந்து நீங்கள் திரும்பும் போது உங்களால் அந்த நினைவுகளையெல்லாம் கோடி கொடுத்தாலும் ரசிக்க முடியாது. அந்தப் பயணமும் இறுதி யாத்திரைக்கு சற்றும் சளைத்தவையாக இருக்காது. அது ஒரு பெரும் இடர். இனி இந்த உறவு இல்லை! இதிலிருந்து விடுபட்டே

ஆகவேண்டும் என்று எண்ணும்போது நிறைய வலிக்கும். ஆனால் வேறு வழியே இருக்காதபோது குற்ற உணர்ச்சி மனதைப் பிசைய, பேச வேண்டிய கடைசி வார்த்தைகள் தொண்டையில் நிற்கும். பேசுவீர்கள்! மறுதலிக்கப் படுவீர்கள்! மீண்டும் பேசுவீர்கள்! மீண்டும் நிராகரிக்கப் படுவீர்கள்! இந்தப் பிரச்சனை எங்கிருந்து தோன்றியது என்று மீண்டும் காலச் சக்கரத்தைச் சுழற்றினால் அதுவும் உடைந்து போகும்! அப்போது ஒரு மிகப்பெரிய ஈகோ எழும். அதை மாத்திரம் கடந்து விட்டால் பிரிவைத் தவிர்த்து விடலாம். கடக்க முடியாதே? நாம் மனிதர்களாயிற்றே?

இதோ ஷீலா பேச வார்த்தைகளற்று நிற்கிறாள். நானொன்றும் யோக்கியனில்லை. எங்களது பிரிவுக்கு நானுமொரு முக்கியக் காரணம். குழந்தை மீண்டும் இருமியதும் நான் சுய நினைவுக்கு வந்தேன்.

"காபி சாப்டுறியா ஷீலா?"

"இல்ல வேண்டாம்! மாமி வெய்ட் பண்றாங்க?"

"லைஃப் எப்டி போகுதுடி?"

அவளது தொண்டை கம்மியது. "ஏதோ போகுது!"

எனக்குத் தெரியும். என்னைவிட அவளை யாராலும் பார்த்துக் கொள்ளவும் முடியாது. துன்புறுத்தவும் முடியாது. பிடித்து விட்டுவிட்டால் மீன் நழுவித் தப்பிக் கொள்ளும் என்றாலும் கூட நம் கைகள் கொடுத்த அழுத்தம் மீனின் உடம்பில் வடுவாய் இருக்கும். இன்னொருவன் தூண்டிலோடு வருவான் என்பதை மீன்கள் அறிந்து கொள்வதேயில்லை. இங்கே நான் தூண்டிலா அல்லது மீனா என்பது எனக்கும் தெரியாது. அவளுக்கும்...

காதல் முறிவு என்பது கட்டுவிரியனின் கடியைப் போன்றது! மூன்று மணி நேரத்தில் சிகிச்சை எடுத்துக் கொண்டால் பிழைத்துக் கொள்வீர்கள். இல்லையென்றால் காலி. காலனும், காதலும் ஒரு காலக் கெடுவை வைத்திருக்கும்! அதற்குள் மீண்டு விடவேண்டும். அது பிரிவோ? விடுதலையோ? மரணமோ? முத்தமோ? எதுவாக வேண்டுமானாலும் இருக்கும்.

"எப்பவாச்சும் என்னையப் பத்தி யோசிப்பியா ஷீலா?"

"எப்பவாச்சும் மறப்பேன்! ஆனா நீ நியாபகப் படுத்திருவ?"

நிஜம் சுட்டது. கையிலிருந்த சிகரெட் கீழே விழுந்தது. அவளது வார்த்தைகளில் ஒரு கோபம், “இன்னுமா இத நீ விடல?”

‘உன்னைய மாதிரியே இதுவும் என் உதட்டைத் தழுவுமென்பதால் விட மனமில்லை!’ என்று சொல்ல நினைத்தாலும் அது அவளது மனதை ஒருவிதக் குற்றவுணர்ச்சிக்கு ஆளாக்கி விடக்கூடாதே என்று நான் வெறுமனே நின்றேன். சில பதில்கள் பதினோரு ஆண்டுகளுக்குப் பின்னர் இழுத்துச் சென்றுவிடும். அதிலிருந்து மீண்டு வரவே முடியாது. நான் இருமினேன்.

“நல்லா இருமிக்கிட்டேயிரு! சொன்னா கேக்கவா போறான்?” அவளது குரலில் ஒரு சலிப்பு.

“உன்னோட ஹப்பி எங்க இருக்கார்?”

“பெங்களூர்!”

“நீ எதனால இங்க தனியா இருக்க?”

“குழந்தையையும் என்னையையும் பாத்துக்கிட்டு வேலையும் பாக்க முடியாதுன்னு சொல்லி இங்க கொண்டாந்து விட்டுட்டு போயிட்டாரு! கன்சிவா இருக்கம்போ ஒரு தடவை வாந்தி பண்ணிட்டேன்! அதுக்கே பயங்கரமா திட்டி, உன்னோட வாந்திய அள்ளுறதுக்கா உன்னையக் கலியாணம் பண்ணினேன்னு கேட்டார்!” அவளது குரலில் ஒரு மிகப்பெரிய விரக்தி.

நான் பனிரெண்டு வருடங்களுக்கு பின்னால் போனேன். நானும் ஷீலாவும் எங்கள் வீட்டில் அமர்ந்து சாப்பிட்டுக் கொண்டிருக்கும்போது அவளுக்குப் புரையேறி வாந்தி பண்ண நான் அதை என் கைகளில் ஏந்திக் கொண்டேன். அது எனக்கு அருவெறுப்பாகவே இல்லை. முத்தமிடும்போது எச்சில் எப்படி உறுத்தும்? எல்லாரும் நம்மை ஒருபோலவே பாவிப்பதுமில்லை! நேசிப்பதுமில்லை! எல்லாரும், எல்லாமும் வேறு வேறு! எங்களுடைய இறுதி உரையாடலில் ஒருவித பரஸ்பரப் பொறுமை இருந்திருந்தால் இந்த வியாகுல வித்தியாசங்களை நுட்பமாக வேறு பிரித்திருக்க வேண்டியதிருந்திருக்காது. குழந்தை மீண்டும் இருமியது. அவளது மாமியார் அழைத்தார்.

“டாக்டர் வந்தாச்சி! உள்ள போவோம் வா!”

“நா போயிட்டு வாரேண்டா!” என்று சொல்லி விட்டுத் திரும்பி நடந்தாள். ஒரு நான்கு அடிகள் வைத்திருப்பாள். நான் அவளை அழைத்தேன்.

“சில்லு!”

நான் அவளைச் செல்லமாக அப்படித்தான் கூப்பிடுவேன். நின்று திரும்பிப் பார்த்தாள். அவளது கண்களில் என்னவோ ஒரு எதிர்பார்ப்பு.

“சொல்லு!”

“இனிமே என்னைய நினைக்காத! மறந்துரு! பழசு எப்பவும் பழசுதான்! புதுப்பிச்சா ஆபத்து! போ!”

அவளது கண்களிலிருந்து முணுக்கென்று விழுந்த கண்ணீர்த் துளி குழந்தையின் கன்னத்தில் பட்டுத் தெறிக்க அது படாரென விழித்துக் கொண்டு என்னைக் கண்டு சிரித்தது. அவள் தன் கண்களைத் துடைத்தபடியே எதிர்த்திசையில் நடந்து போனாள். அப்போதும் நான் நடுரோட்டில் தனியாகவே நின்றேன். கண்களைத் துடைத்தபடி... கண்ணீர்த்துளிகளின் தடங்கள் எத்தனைத் துடைத்தாலும் அழிவதில்லை! சில நினைவுகளும்...

ооо

கண்மணியின் மரணம்

உண்மையில் நான் ஜோதியை நாலு வார்த்தையோ அல்லது கன்னத்தில் நாலு அறைகளையோ கொடுத்து விட்டு வரலாம் என்றுதான் அங்கே போனேன். நான் அவளது வீட்டுக்கு ஒருமுறை இரவில்தான் போயிருந்தேன். ஆகையால் ஜோதியின் வீடு எனக்குச் சரியாகத் தெரியாது.

ஒரு ஆட்டோ பிடித்துக் கொண்டு கிளம்பலாமென்றால் ஆட்டோக்காரருக்கு ஜோதி வீட்டு விலாசம் தெரியவில்லை. அத்தனை பெரிய நகரத்தின் இன்னொரு திசையில் இருந்த ஜோதியின் வீட்டு விலாசத்தை ஆட்டோ டிரைவரிடம் போன் மூலம் ஜோதி சொல்ல ஆட்டோ கிளம்பியது.வழியில் வண்டியை

நிறுத்தி ஒரு பாக்கெட் லைட்சும், ஒரு பாட்டில் தண்ணியையும் வாங்கிக் கொண்ட நான் ஆட்டோக்காரரிடம்,

"ணே... ஒரு ஸ்மோக் போட்லாமா?"

"நீங்க போடுங்க தம்பி!"

"தேங்க்ஸ்ணே!"

"தம்பி ஊருக்குப் புதுசுங்களா?"

"ஆமாங்கணே!"

"யாரப் பாக்கப் போறீங்க?"

"என்னோட நுரையீரல விட்டுப் பிரிஞ்சி போன இருவத்தோரு கிராம் சுவாசத்தப் பாக்கப் போறேன்!"

"புரியலையெ தம்பி?"

"எனக்கே புரியாதுணே!"

ஆட்டோ ஜோதியின் வீட்டு முன்பாக நின்றது. ஜோதியும் அவளது மகளும் வீட்டின் முன்பாக நின்றார்கள். என்ன வாங்கிப் போவதென்றே தெரியாமல் வாங்கிப் போன ஆறு லட்டுகளும், மூன்று டெய்ரி மில்க் சாக்லேட்டுகளும் ஆட்டோ சீட்டில் இருக்க தண்ணீர் பாட்டிலோடும் அதையும் எடுத்துக் கொண்டு இறங்கினேன். ஜோதி என் பக்கத்தில் வந்து,

"என்னடா எங்க வீட்ல தண்ணி இல்லைன்னா இத வாங்கிட்டு வந்த?"

"உன்னோட வீடு வர்ர வரைக்கும் தண்ணியில்லாம நா சாகணுமா? கொஞ்சூண்டு குடிக்க வாங்கினேன்!"

"என்னவோ போடா! சரி உள்ள வா!" என்றவாறே உள்ளே அழைக்க ஜோதியின் அப்பா என்னை வரவேற்று,

"உக்காருங்க சார்! கட்டில்ல உக்காருங்க!"

"சரிப்பா!" என்றவாறே நான் கட்டிலில் உட்கார ஜோதியின் மகள் லெக்ஷ்மி,

“இங்க உக்காருங்க அங்கிள்!” என்று சொல்ல நான் எழுந்து அவளின் அருகில் அமர்ந்ததைப் பார்த்துக் கொண்டே வந்த ஜோதி,

“என்னடா திடீர் விசிட்?”

“நானும் ஃப்ரெண்டும் வந்தோம்! அவனைச் சாப்ட சொல்லிட்டு உன்னையப் பாக்க வந்தேன்!”

“நீ சாப்டலியா?”

“ஏண்டி நீ சாப்பாடு தரமாட்டியா?”

“உனக்கில்லாமலா? என்ன சாப்ட்ற? தோச இருக்கு! ஊத்தவா? நூடுல்ஸ் வேணுமா? இல்லைன்னா ரசம் ஊத்தி கொஞ்சம் சாப்டு! பிசைஞ்சி தரேன்!”

“ஏதோவொண்ணு குடேன்! பசிக்கிதுடி!”

அப்போதுதான் எனக்கு ஒரு விஷயம் உறைத்தது. ‘நான் இங்கு எதற்கு இங்கு வந்தேன்? நாக்கைப் பிடுங்குகிறது மாதிரி கேள்வி கேட்கவா? அல்லது அவளிடமே நக்கித் திங்கவா?’

ஆனாலும் ஜோதி சாமானியமான பெண் அல்ல! அவளது கண்கள் அத்தனை நுணுக்கமானவை! அதில்தான் நான் வீழ்ந்தேன்! அந்தக் கண்கள் ஒரு மாயமான்! ஓடுமா? நிற்குமா? தூங்குமா? துள்ளுமாவெனத் தெரியாத மான்! ஆனால் அன்று அவளது கண்களில் ஒரு கயமை!

ஜோதி தோசை சுட்டுக் கொண்டிருந்தாள். நான் மெதுவாக எழுந்து கிச்சனில் ஃப்ரிஜ் அருகில் போய் நின்று கொண்டு,

“டீ....! லவ் யூ....வ்!” என்று வெறும் உதட்டசைவில் சொல்ல ஜோதியின் கண்களில் மீண்டும் கள்ளத்தனம்.

அப்போது நான் எனது பாக்கெட்டிலிருந்து ஒரு பழைய ஹமாம் சோப்பையும், ஒரு புதுக் கம்மலையும் எடுத்து அவளிடம் கேட்டேன்,

“இந்த ரெண்டுல உனக்கு எது வேணும் மா?”

அப்பொழுது வெளிப்பட்ட ஒரு ரகசிய அமைதியில் ஜோதியின் கயமை இரண்டு மடங்கு கூடிப் போனது. ஒரு அழுத்தப்பட்ட வட்ட வடிவத் தட்டில் ஒரு தோசையை வைத்துக் கொடுத்து

அதில் காரச் சட்னியும், பீர்க்கங்காய் பொரியலையும் வைத்துக் கொடுத்தாள். அதுதான் பீர்க்கங்காய் என்று எனக்குத் தெரியாது! ஜோதி ஒரு பாகற்காய் என்பதும் தெரியாது! காதல் என்பது என்னவென்றால் மயிர்! ஒன்று உதிர்ந்து விட்டால் இன்னொன்று வேரிலிருந்துதான் முளைக்குமேயொழிய உதிர்ந்தது துளிர்க்காது! ஜோதி என்னை அமைதியாகப் பார்த்தாள். நான் மீண்டும் அவளிடம், "சொல்லு எது வேணும்?"

அவள் என்னைப் பார்க்காமலேயே, "தூரத்துலேர்ந்து வந்துருக்க? சாப்புடு மொத!"

எனக்கு புரிந்து போனது. நான் ஒன்றும் சொல்லவில்லை. பசிக்காத நாய் எச்சில் தட்டை நக்கியது போல நானும் பக்கத்து அறையில் அமர்ந்து தோசையைப் பிய்த்துக் கொண்டிருந்தேன். தொண்டைக்குள் இறங்கவில்லை. ஆனாலும் சாப்பிட்டேன். அவளது அண்ணன் வந்து நின்றான். என்னை அவனிடம் அறிமுகம் செய்து வைத்தாள். அவன் என்னைப் பார்த்துப் புன்னகைக்கவே நானும் சிரித்து வைத்தேன். மனம் நிலை குலைந்து கிடக்கும் போதெல்லாம் யாரையாவது பார்த்துப் புன்னகைக்க வேண்டிய தருணங்களெல்லாம்தான் இவ்வுலகின் மிகவும் கொடுமையான தருணம்.

ஒருவர் எத்தனை பேரை வேண்டுமானாலும் காதலிக்கலாம். தவறில்லை! ஆனால் பரஸ்பரமாகக் குறைந்த பட்ச நேர்மை என்ற ஒன்று இருக்கிறதல்லவா? ஒரு உண்மையை மறைப்பதற்கும் பொய் சொல்வதற்கும் மிகப்பெரிய வித்தியாசங்கள் இல்லை. என்னை மிகவும் நேசிப்பதாகக் கூறி என்னைக் காதலுக்குள் தள்ளிவிட்டு பின்பொருநாள் முகம் தெரியாத யாரோ சில மனிதர்களின் முன்பாக என்னைக் குற்றம் சுமத்தி, என் இரு கைகளையும் விலங்கு பூட்டி நிப்பாட்டின நாளன்றைக்குதான் ஜோதி இருளில் மறைந்து போயிருந்தாள். அந்தத் தவறை மாத்திரம் ஜோதி செய்யாமலிருந்திருந்தால் ஆயுளுக்கும் அவள்தான் என்னுடைய ஜீவன்.

ஆனாலும் வாழ்க்கையில் பெரும் துன்பங்களையும் ஏமாற்றங்களையும் சந்தித்த மனுஷி அவள். எது சமரம்! எது சாமரம்! எது கொல்லும்! எது வருடும்! என்ற குழப்பம் அவளுக்குள் எழுந்திருக்கக் கூடுமென்பதால் நானும் அவள் செய்த அப்பெரிய குற்றத்தை என்னளவில் புதைத்து மன்னிக்கப் பழகியிருந்தேன்.

ஒருவேளை அந்த சம்பவம் நடந்த அன்று நான் மாத்திரம் அவளைத் துச்சமாகத் தூக்கிப் போட்டுவிட்டுப் போயிருந்தால் அவள் துக்கத்தில் குறுகி எந்த எல்லைக்கும் போய்விடக் கூடாதெனவும்தான் நான் என்னுடைய துக்கத்தைப் புதைத்துக் கொள்ளப் பழகியிருந்தேன். அதுவும் அவளுக்குத் தெரியாது. தெரியாமலேயே போகட்டும்! ஏனென்றால் அன்றைய தேதிக்கு என்னால் அந்த முடிவை மிக எளிதில் எடுத்திருந்தாலும் கூட ஜோதிக்கு என்னிடம் கேட்க ஏதோரு கேள்வியும் இருந்திருக்காது! இது அவளுக்கு நன்றாகவே தெரியும்!

அதற்குப் பின்னர் எங்களுக்குள் நடந்தவை ஐந்தாம் உலகப்போர்! வசவு! தேவையற்ற கேள்விகள்! சந்தேகங்கள்! மீண்டும் வசவு! சாபங்கள்! ஆனால் அவள் மாத்திரம் என்னைத் திட்டியதோ, சபித்ததோ இல்லை! இரண்டு பேரும் தவறுகள் செய்திருக்கிறோம். இரு தரப்பிலும் நியாய அநியாயங்கள் இருக்கின்றன. அதைச் சரி செய்து கொள்ளலாம்தான். ஆனாலும் என்மீதுதான் தவறுகளின் பட்டியல் வரிசையாக இருந்தன. ஆகையால் இன்றைய நாளென்பது ஒரு நிரந்தரத் தீர்வைத் தராது என்பது எனக்குப் புரிந்து போனதும் அந்தத் தோசையை என்னால் தின்ன முடியாமல் போனதற்கு ஒரு காரணம்.

ஒருகட்டத்தில் நான் அந்தத் தட்டைக் கீழே வைத்து விட்டு எழுந்து கையைக் கழுவினேன். "என்னடா ஒரு தோசையக் கூடவா சாப்டலை?" என்றவாறே அருகில் வந்தாள். நான் எதுவும் பதில் பேசாமல் எழுந்து மாடிக்குப் போனேன். நான் சாப்பிட்ட மிச்சத் தோசையைக் கையில் எடுத்தவாறே என் பின்னால் வந்து அங்கிருந்த திண்ணையில் அமர்ந்து சாப்பிடத் துவங்கினாள்.

நான் சுற்றும் முற்றும் இருந்த மலைகளையும், வீடுகளையும் வேடிக்கைப் பார்த்தபடி அமர்ந்திருந்தேன். அவள் சாப்பிட்டுக் கொண்டே மற்ற காரியங்களைக் குறித்துப் பேசிக் கொண்டிருந்தாள். நானும் அனிச்சையாக பதில் சொன்னேன். எனக்குத் தெரியும்! எந்தக் கேள்வியும் பதிலும் இனி பலனளிக்காது. நான் அங்கு போனதை அவள் எதிர்பார்க்கவுமில்லை! விரும்பவுமில்லை என்பது எனக்குத் தெரிந்தது.

நான் அவளது முன்பாகக் கிடந்த ஒரு அம்மியின் மீது அமர்ந்தேன். அவளது கால்கள் எனக்கு முன்பாக நீண்டு கிடந்தது. அந்த விரல்களைப் பிடித்து ஒரு பெரிய முத்தமிட ஆசைதான்.

மண்டன்மார் கதைகள் ❖ 139

ஆனாலும் அந்த முத்தம் அவளுக்கு ஒரு விஷப் பச்சிலையின் நாற்றத்தைக் கொடுத்து விடக்கூடாது என்பதால் என் உதடுகளை அடக்கிக் கொண்டேன். என்னுடைய ஒற்றை முத்தம் மட்டும் போதும் அவளுக்கு... சாப்பாடு, தண்ணீர், சுவாசம் எதுவும் வேண்டாம். கிறங்கிக் கிடப்பாள். ஆனால் அன்றைக்கு அவளது விரல்களையோ, உடலையோ எட்டிப் பிடிப்பது இயலுகின்ற ஒரு விஷயம்தான் என்றாலும் அன்றைக்கு எங்களுக்கிடையில் இருந்த மனஸ்தாபத்தில் நான் அதைச் செய்தால் அது பலாத்காரத்தின் பட்டியலில் சேர்ந்து விடும்.

சாப்பிட்டு முடித்து எழுந்து கை கழுவச் சென்றாள். என்னையும் சேர்த்துதான் கை கழுவினாள் என்பது எனக்குத் தெரியும். ஆனாலும் அந்த எச்சில் நீரோடு என்னுடைய காதலும் கரைந்து போகட்டும் என்று நான் எதுவும் பேசவுமில்லை. என் வலது தோள் பட்டையின் மேல் ஒரு கத்தரிச் செடி தொட்டியில் வைக்கப் பட்டிருந்தது. கத்தரியின் பூக்களில் முள்ளுண்டு! ஆனால் காயில் முள்ளிருக்காது! என்னுடைய காதலும் அப்படித்தான்! பூத்த போதே காயாவதற்கு முன்னால் கருகிப் போயிருந்தது. நான் மெதுவாக நடந்தேன். அவளும் வந்தாள்.

வீட்டிலிருந்து இறங்கி முக்கியச் சாலை வரைக்கும் நடந்து வந்தோம். என்னுடைய கண்களில் சாரை சாரையாகக் கண்ணீர் வடிந்து கொண்டிருந்தது கண்டு அவளுக்கும் கண்ணீர் எட்டிப் பார்த்தது. ஆனாலும் அவள் அதை வெளியில் விடவில்லை. என்னுடைய கண்ணாடியைக் கழற்றச் சொன்னாள். என்னுடைய கண்களை நிர்வாணமாகப் பார்க்கும் திராணியை அவளுக்குக் கொடுத்தால் அங்கேயே உடைந்து அழுவாள் என்பதால் நான் மறுத்து விட்டேன். என் கையிலிருந்த அந்த சோப்பையும், அந்தக் கம்மலையும் சாலையின் மறு பக்கத்தில் வீசியெறிந்தேன். அந்த சோப்பு அவள் தன் உடலுக்குப் பயன் படுத்திய சோப்தான். ஏதோ ஒரு நினைவுகளுக்காய் நான் அதைப் பத்திரப் படுத்தி வைத்தேன். இனி அந்த நினைவுகள் வேண்டாம்.

என் நண்பன் என்னைக் கூட்டிப் போக வந்து விட்டான். வண்டியில் ஏறி உட்கார்ந்தேன். வண்டி கிளம்பியது. நான் அந்தச் சாலையின் மறைவுக்குப் போகும் வரையில் ஜோதி அங்கேயே நின்று கொண்டு அழுதவாறே என் தலை மறைவதைப் பார்த்துக் கொண்டிருந்திருக்கக் கூடும்.

மிகச்சிறிய வயதில் தன்னுடைய தாயைப் பறி கொடுத்த குழந்தைகள் அந்தத் தாயோடு கூடச் சேர்ந்து மரிக்கவும் தயாராக இருக்கும். ஆகவே அந்தத் தாயின் சவப்பெட்டி கல்லறைத் தோட்டத்திற்குச் செல்வதைப் பார்த்துவிடாமல் அந்தக் குழந்தையின் கண்களுக்குத் தப்புவிப்பார்கள். அதுபோலவே நானும் ஜோதியைத் திரும்பிப் பார்க்கவேயில்லை.

ooo

காதல் ஒரு காலாணி

அப்போது நித்யா படிப்பை முடித்துவிட்டு ஒரு கம்பெனியில் ட்ரெய்னியாக வேலை செய்து வந்தாள். நான் அவளைப் பார்க்கப் போவது நித்யாவுக்குத் தெரியாது. அவளது அலுவலகத்துக்கு முன்பு போய் நின்று கொண்டு அவளுக்கு போன் செய்து, "எங்கடி இருக்க?"

"ஆஃபீஸ்ல இருக்கேன்மா! என்ன?"

"உனக்கு ஒரு பார்சல்ல முறுக்கும், முந்திரிக்கொத்தும் என்னோட பிரெண்டுகிட்ட கொடுத்து விட்டுருக்கேன்! போய் வாங்கிக்கோ! அவன் கீழ வெயிட் பண்றான்! காக்க வைக்காத! சீக்கிரம் கீழ போ!" என்றதும்,

"இந்தா வரேன்!" என்றவாறே இரண்டாம் மாடியிலிருந்து இறங்கி ஓடி வந்தாள். எனக்கும் அவளுக்கு சண்டை வராத நாளே கிடையாது. அவளை நான் திட்டாத வார்த்தைகளே கிடையாது. ஆனாலும் என்னுடைய குரலைக் கேட்டதும் அவளது சுருதி பகீரென இறங்கிவிடும். நியாயமாக அவளுடைய வயிற்றில் நான் எப்போதோ பிறந்திருப்பேனாயிருக்கும். எனக்குத் தெரியவில்லை.

நான் அந்த அலுவலகத்தின் வாயிலில் போய் நின்று கொண்டேன். அவள் இறங்கி வருவது எனக்குத் தெரிந்தது. மயில் நடக்கும் போது மெல்லியதாக ஒரு சப்தம் வரும். ஒரு மயிலை முழுமையாக ரசிப்பவர்களால் மட்டுமே அந்த அசைவையும் அதிர்வையும் தெரிந்து கொள்ள முடியும். அவளும் மயில்தான். தோகை மட்டும் கிடையாது.

மண்டன்மார் கதைகள் ❖ 141

படபடப்பாக வாசலில் வந்து நின்றவளைப் பார்த்து மெலிதாகப் புன்னகைத்தேன். அப்போது அவளது கண்களைப் பார்க்க வேண்டுமே? அப்பப்பா! அப்படியொரு ஒரு மின்னல் வெட்டி, சில வினாடிகளில் மழை போலக் கண்ணீருடன் ஓடி வந்து என்னைக் கட்டிக் கொண்டாள்.

அப்படியொரு பெரும் நகரத்தில் சுற்றிலும் ஆட்களும் சிசிடிவி கேமராக்களும் சூழ்ந்த இடத்தில் ஒருவனைக் கட்டிப்பிடிப்பதென்பது சினிமாவில் மாத்திரம் சாத்தியம். ஆனாலும் நான் அந்த நிகழ்வை மிகவும் ரசித்தேன். முழுதாக ஒரு முப்பது வினாடிகள் நான் அந்தப் பாய்மரத்தில் சாய்ந்து நின்று கொண்டிருந்தேன். ஒரு பெருமூச்சுக்குப் பின்னர் என்னை விடுவித்துக் கொண்டு,

"என்னடா இது சர்ப்ரைஸ்! வீட்டுல அம்மா அப்பாகிட்ட சொல்லிட்டுதான் வந்தியா?"

"ஓ அதனாலதான் லாரி மாதிரி வந்து மேல மோதிருக்கியா?"

"சனியனே!" என்று நெஞ்சில் ஒரு குத்து குத்திவிட்டு, "இரு! மேல போய் மேனேஜர்கிட்ட சொல்லிட்டு வந்துடறேன்!" என்று என்னைக் கண்ட பதட்டமும், ஆச்சரியமுமாக ஓட்டமாய் ஓடிப்போனாள்.

நான் வெளியில் வந்து ஆஃபீஸ் கேண்டீன் முன்பாக நின்று கொண்டு ஒரு சிகரெட்டைப் பற்ற வைத்தேன். அவள் வர இருபது நிமிடங்கள் ஆகிவிட்டது. எனக்குள் ஒரு பெரும் பரபரப்பு. மாதக்கணக்கில் பார்க்காமல் இருக்கலாம். ஆனால் அருகில் போய் ஒரு அட்டெண்டென்ஸ் போட்டுவிட்டு ஒரு நிமிடம் கூட அவள் பக்கத்தில் இல்லையென்றதும் மனம் அப்பளம் போல நொறுங்குகிறதே? இதுதான் காதலா? என்ன இழவாகவும் இருந்துவிட்டுப் போகட்டும்! நான் இரண்டாவது சிகரெட்டைப் பற்ற வைக்கும் சமயத்தில் வண்டியை எடுத்துக் கொண்டு வெளியில் வந்து விட்டாள்.

"டேய்! இந்த சனியனை விட்டொழிக்க மாட்டியா?"

"விட முடியாதுடாவ்!" என்று நான் செல்லம் கொஞ்ச அவள் என்னிடம்,

"அடேய்! அப்புறம் கலியாணத்துக்கப்புறம் கன்னு லோடாவாது பாத்துக்க!" என்று மெதுவாக என்னிடம் சொல்லிவிட்டுக் கண்ணடித்தாள்.

"அத அப்புறம் பாத்துக்கலாண்டி! என்ன சாப்டர? டீ? காஃபி? ஜூஸ்?"

"நீதான் என்னையப் பாக்க வந்துருக்க! சோ நீ சொல்லு என்ன சாப்புடுற?"

"ம்ம்ம்... எனக்கொரு காஃபி!" என்று சொல்லிவிட்டு நான் அதிலிருந்த ஒரு சிறிய சிமெண்ட் குட்டிச்சுவரில் ஏறி அமர்ந்து கொண்டேன். அவள் காபியை எடுத்துக் கொண்டு என் பக்கத்தில் வந்து தந்து விட்டு எனக்கு மிக அருகாமையில் நின்று கொண்டு என் கண்களையே வினோதமாகப் பார்த்துக் கொண்டு நின்றாள். நான் அவளிடம் சிரித்துக் கொண்டே,

"என்னடி பாக்குற? ஆம்பளைகளையே பார்த்ததில்லியா?"

"உன்னய எப்போ பாத்தாலும் புதுசா இருக்கடா?"

"அதுக்குன்னு கண்ணு தேயற மாதிரியா பாப்ப? எனக்கே ஒருமாதிரி இருக்குடி?"

என்றதும் மீண்டும் என் கைகளுக்கிடையில் அவளது கையைக் கோர்த்துக் கொண்டு அதில் அவளது கன்னத்தை உரசியவாறே கட்டிக் கொண்டு என்னிடம், "என்னால நம்பவே முடியலடா! நீ இப்புடி சூப்பர் மேன் மாதிரி வந்து நிக்குற? எனக்கு ஹார்ட்டே நின்னு போச்சி தெரியுமா?"

நான் அவளது அந்த வார்த்தைகளை மிகவும் ரசித்தேன். நாம் உண்மையாக நேசிப்பவர்களின் கண்களில் தெரியும் அன்பும், ஒளியும் இருக்கிறதல்லவா? அதுதான் உண்மையான தேடல். அத்தனை எளிதில் கரைந்து விடக்கூடியதா காதல்?

அப்போது அவளது அருகில் ஒரு பையன் வந்து நின்று கொண்டு, "என்ன நித்தியா மேடம்? டார்கெட் ரிப்போர்ட் கொடுத்துட்டீங்களா?"

அவள் அவனிடம், "இல்ல தமிழ்! நா அனு மேடத்துக்கிட்ட பேசிட்டேன்! நாளைக்கிக் கொடுக்கணும்!"

என்று சொல்ல நான் அந்தப் பயலை முறைத்தேன். நித்தியா என்னைத் தவிர வேறு யாரிடம் பேசினாலும் எனக்குப் பிடிக்காது. அவ்வளவு பொறாமை வரும். அவன் என்னைக் காட்டி, "யாரு மேடம் இது?"

மண்டன்மார் கதைகள் ❖ 143

“இது என்னோட ஃப்யுச்சர் லைஃப் பார்ட்னர்!”

“ஓகே! ஆளு செமயா இருக்காப்ல! எனிவேஸ் ஆல் த வெரி பெஸ்ட்!” என்று அவன் சொல்லி விடைபெறவும் நித்யாவுக்கு சிரிப்பு தாங்கவில்லை. நான் கடுப்பில், “ஏண்டி சிரிக்கிற எருமை? அவன் என்ன பொய்யா சொன்னான்?”

“ஒன்னியப் பாத்து ஸ்மார்ட்டுன்னு சொல்லிட்டுப் போறானே? குருட்டுப் பயல்!”

நான் உடனடியாக அவளது தோள்ப் பட்டையைப் பிடித்துக் கடித்து வைக்க அவள் அலறினாள்.

“எரும! விட்றா வலிக்கீது? எல்லாரும் பாக்கறாங்க!”

“நீ என்னையக் கட்டிப் புடிக்கும் போது எல்லாரும் என்ன கண்ணுல துணியா கட்டிருந்தாங்க?”

“அது... அது வந்து... போடா! வெக்கப் படுத்துற நீ என்னிய?”

நான் சிரித்துக் கொண்டே மனதுக்குள், ‘அதுக்குத்தானடி நா இவ்ளோ தூரம் கடந்து வந்துருக்கேன்! நீ வெட்கப்படுவதும், சிரிப்பதும்தான் என்னை இத்தனை துக்கங்களிலும், சோகங்களிலும் சாகாமல் என்னைக் கடத்திக் கொண்டு வந்த உயிர்மூச்சு! அதுக்காகவே சாகலாம்! டன்கணக்கில் நீ வெட்கப்படு! நான் அதை ஆக்ஸிஜனாய் கன்வெர்ட் செஞ்சிக்கிறேன்!’ என்று நினைத்தேன்.

இதையே வார்த்தைகளால் சொன்னால் அதுவும் கூட ஒரு கவிதையாய் மாறிவிடும். கவிதை படிக்க ஏகாந்தமான தருணங்கள் அடுத்தடுத்து இருந்ததால் இனியும் அவளை வெட்கப் படுத்துதல் வீண் என்று என்னைக் கொண்டு அவளை உச்சி முகர்ந்தேன். அவளே ஒரு ஹைக்கூ! அவளுக்கெதற்கு தனியே ஒரு கவிதை? அவளது வண்டியை ஸ்டார்ட் செய்துவிட்டு என்னிடம், “வாடா! வந்து ஏறு!”

“ஏண்டி! கீழ தள்ளிற மாட்டியே? உன்னைய நம்பி எப்டித்தானோ?”

“பயப்படாத! ம்ம்ம்... பயப்படாதறா?”

என்று நாக்கைக் கடித்து கண்களை உருட்டி என்னை மிரட்டினாள். மாலை மயங்கும் நேரம் அது. அவளது வண்டியில் பின்னே ஏறி

உட்கார்ந்தேன். அந்த நகரத்தில் அதற்கு முன்பாக அநேகம் முறை சுற்றியிருக்கிறேன். ஆனாலும் அந்தப் பயணம் முற்றிலும் புதிது. நான் சற்று முன் நோக்கி அமர்ந்தேன். பிடிக்க எதுவுமில்லாததால் நான் அவளது கைகளின் இருபுறமும் கைவைத்து அழுத்த அவளது கழுத்து சிலிர்த்ததை மிகவும் அருகில் கண்டேன். சைட் மிரரில் எட்டிப் பார்த்தால் அவளது கண்கள் சொருகக் கண்டதும் கைகளை எடுத்து விட்டேன்.

"கை வச்சிக்கோடா! கீழ விழுந்துடப் போற?"

"நா கை வச்சா நாம ரெண்டு பேரும் கீழ விழுந்துருவோம்! பாத்துக்க!"

"நீ விழுந்தா நா உன்னையப் புடிச்சிக்கிறேன்! நீ என்னையப் புடிச்சிக்க? ஓகே?"

அவள் எப்போதும் அப்படித்தான். விஷமே குடித்தாலும் எனக்கும் கொஞ்சம் கொடு என்று கேட்டு வாங்கிச் சாப்பிடுவாள். நான் அவளிடம், "ஏய் தக்காளி நேரா பாத்து வண்டி ஓட்டுடி குண்டம்மா!"

"நா இப்போ ரொம்ப மெலிஞ்சிட்டென்லடா?"

"ஆமா! தஞ்சாவூரு தேருக்கு மேல குறிச்சி வச்சிக்க?"

"சனியனே! ஓங்கிட்டப் போயி சொன்னேன்ல? வாய மூடிக்கிட்டு வா! வழியில ரெயில்வே கிராசிங்க்ல தள்ளி விட்டுருவேன் பாத்துக்க!"

"சரி தாயே!"

நான் அப்போதுதான் கவனித்தேன். அவள் முழுக்க முழுக்க நகரின் புறப்பகுதிகளிலேயே வண்டியை செலுத்திக் கொண்டு வந்தாள். நான் அவளிடம்,

"என்னடி மெயின் ரோட்டுல போவாம இப்புடி வந்துகிட்டு இருக்க? ஆட்களே இல்ல!"

"அட லூசுப் பயலே ஆள் கூட்டமா இருக்கும்போது கையக் கடிச்சி நெத்தியில முத்தம் தருவானாம்! ஆட்களே இல்லாத எடத்துல வந்துகிட்டு ஆளே இல்லைன்னு சங்கடப் படுது பாரு?"

எனக்குப் புரிந்து போனது. சடாரென முன்பக்கம் போய் அவளது கழுத்தில் ஒரு முத்தம் வைக்கவும் வண்டி ஒரு பக்கமாக இழுத்துக்

கொண்டு சென்றது. நான் மிரண்டு போய், "அடியெய்! எங்கடி போற!"

"எதுக்குடா கழுத்த கடிச்சி வைக்கிற? நீ என்ன டிராகுலாவா?"

"ஆமா! உதட்டு வழியா ரத்தம் உறிஞ்சிற டிராகுலா!" என்று அவளை இறுக்கிப் பிடித்து இருட்டுக்குள் வைத்து இதழில் ஒரு முத்தம் பதித்தேன். அப்படியொரு முத்தம் உங்களுக்குக் கிடைத்திருக்கிறதா? அந்த முத்தத்துக்காக என்ன வேண்டுமானாலும் செய்யலாம். காதல் என்றுமே காலாவதியாவதில்லை! ஆனால் இந்தக் கலாவதிகள் இருக்கிறார்களே?

"வா வீட்டுக்கு வந்து ஒரு கப் காபி சாப்பிட்டுட்டுப் போ!" என்றாள்.

"இன்னொருநாள் வரேன்! என்னைய பஸ் ஸ்டாண்டுல டிராப் பண்ணிட்டுப் போ!" என்றதும் அவளது முகத்தில் அப்படியொரு சோகம்.

"என்னடா திடீர்னு உடனே கிளம்புறேன்னு சொல்லுற?"

"வேலை நிறைய இருக்குடி! இன்னொரு நாள் வரேன்!" என்றதும் வண்டியைக் கிளப்பினாள். நான் அவளோடு நெருங்கி உட்கார்ந்து கொண்டேன். வழி நெடுகிலும் அவள் எதுவும் பேசவில்லை. பஸ் ஸ்டாண்டில் இறக்கி விட்டுவிட்டு கிளம்பினாள். அந்தச் சாலை முடியும் முனை வரைக்கும் ஒரு முப்பது முறை என்னைத் திரும்பிப் பார்த்திருப்பாள். நான் அவளை விட்டுத் திரும்பவேயில்லை. எப்போதும்...!

இன்றோடு பன்னிரெண்டு ஆண்டுகள் ஆகிவிட்டன. அவள் இப்போது வெகுதொலைவில் இருக்கலாம்! ஆனாலும் அவள் இன்று இதைப் படித்தாளானால் பனியைப்போல உருகுவாள். ஆயிரம் ஆண்டுகள் ஆனாலும் அன்பென்பது பனி போன்றது. உருகும்! உறையும்! அதுதான் அதன் குணம்!

○○○

மழைக்காரணி

காலையில் ஜிம்முக்கு போயிட்டு வரும் வழியில் (வீட்டுல அப்படித்தான் சொல்லி வச்சிருக்கு) ரெண்டு முட்டை போண்டாவும் , ஒரு பஃப்சும், காப்பியும் குடித்து விட்டு வருவது வழக்கம்.

அன்று அப்படித்தான் ஒரு குறுகலான தெரு வழியாக வந்து கொண்டிருந்தேன். அப்போது தெருவின் அகலத்துக்கு ஒப்பான சரீர அமைப்பைக் கொண்ட ஒரு வயதான அம்மணி எனக்கு முன்பாக நடந்து சென்றார்.

ஹாரன் அடித்தால் பதறி வண்டிக்குள்விழுந்து விடக்கூடாதே என்ற பயத்தில் ஹாரன் அடிக்காமல், ‘யம்மா கொஞ்சம் ஒதுங்கிப் போகப்புடாதா?”என்றேன்.

அந்தப் பெண்மணி என்னை நோக்கித் திரும்பி நின்று என்னைக் கூர்மையாகப் பார்த்தவாறே, “லே மக்கா! நீ பெறவு தானே?” (பிரபுதான் ‘பெறவு’வாக உருமாற்றம் அடைந்திருந்தார்)

நான் முழித்தேன்… “ஆமா பெரியம்மா! நீங்க யாரு? சரியா வெளங்கலையே?” என்றேன்.

அதற்கு அந்தம்மா, “அடி செருப்பால நாய! பெரியம்மையாமே? மூதேவி! நாந்தான் அம்பிகா (பெயர் மாற்றப்பட்டுள்ளது, ஒரிஜினல் பெயர் பூகோளத்தம்மாள்.)

நான் அவளிடம், “அம்பிகாவா? எந்த அம்பிகா?”

அவள் என்னிடம், “லே பண்ணிப்பயல! நாந்தான் மூக்கம்ம!” என்று வெட்கப்பட்டாள். உனக்குப் பின்பெஞ்சுல இருப்பம்லாடே! மறந்துட்டியா ? எஸமாரி’ல படிச்சம்லா?” SMRV பள்ளியைத்தான் அப்படிச் சொன்னாள். அவளது பட்டப்பெயர் மூக்கம்மாள்.

“ஐயோ! அம்மா!… நீயா?” அதிர்ந்து சுற்றும் முற்றும் பார்த்தேன். பள்ளிக்காலத்தில் அசாத்தியமான அழகி, இப்போது பழைய பர்கோ லாரி மாதிரி வீங்கி விறுவிறுத்துப் போயிருக்கிறாள்.

“அடிப்பாவி! அடையாளமே தெரியலையே! கல்யாணம் பண்ணிட்டியா?” என்றேன்.

“அட எரப்பாளிப்பயலே! எம்மவளுக்கு மாப்பிள்ளை தேடிட்டிருக்கேன்!” என்றாள்.

என் உயிர்த்தோழி அவள், கல்கோனாவையே கடித்து எனக்குப் பாதி தந்து விட்டுத்தான் சாப்பிடுவாள்.

நான் அவளிடம், “சரி உன் புருஷன் எங்க இருக்காரு?” என்றேன்.

அவள் என்னிடம், “ஃபாரீன்ல இருக்காரு மக்கா!”

“அதானே! இப்படி ஒரு மலை கூட குடியிருக்குறதுக்கு அந்த மனுஷன் என்ன ஆதிவாசியா?” என்றேன்.

அடிக்க வந்துவிட்டாள். மேலும் என்னிடம், “வீட்டுக்கு வாலே! காப்பி குடிச்சிட்டு போலாம்! உனக்கு எத்தனை பிள்ளைகள்?”என்று குசலம் விசாரித்து விட்டே அவள் வீடு வரை வந்து விட்டோம். பழையகாலத்துச் சுற்றுக்கட்டு வீடு பெரிதாகயிருந்தது.

வீட்டில் அவள் அம்மா, அப்பா, மாமனார், மாமியார், ரெண்டு பெண்பிள்ளைகள் என்று அனைவரும் இருந்தனர். ஆச்சரியப் பட்டுப்போனேன்.

நான் அவளிடம் கேட்டேன். “என்ன மக்கா! மாமனார், மாமியாரெல்லாம்.. இங்க எப்புடி??? இந்த காலத்துல இப்புடியா? ஆச்சரியமா இருக்கே?”

“ஆமாலே மக்கா! அவாளுக்குன்னு தனியாவா அரிசி போட போறேன்...? எங்களுக்கு பொங்குகதுல கொஞ்சம் சாப்டுட்டுப் போவட்டும்...

வயசுகாலத்துல அதுக எங்க மக்கா போவும்? எங்க அம்மா அப்பா மாதிரிதானே மக்கா இவுக... அவாளுக்கு அங்க தனியா வடசேரில வீடு கெடக்கு! எனக்குத்தான் தனியா அமத்த மனசு கேக்கல மக்கா! எங்க வீட்டுக்காரரு ஒத்தக்கி ஒரு பிள்ளை... என்பிள்ளைகளுக்கு பாட்டி தாத்தா அருமை கெடச்சிருக்கே...! அது போதும் மக்கா!” என்று சொல்லவும் எனக்குக் கண்ணீர் கட்டி விட்டது. அவளது சரீரத்தைப் போலவே அவளது மனதும் பெருசு. நான் அவளது கையைப் பிடித்து விட்டு சொன்னேன்.

“எட்டூ குண்டம்மை! இது உன்னோட கையில்ல மக்கா...! காலு! நீ ரொம்ப நாள் வாழணும்! நான் இன்னொரு நாள் வீட்டுக்கு வாறேன்’னு கிளம்பவும் இடைமறித்து,

"லே எங்க போற நாய? புட்டு அவிச்சி வச்சிருக்கேன் தின்னுட்டு போடே! வீடு வர வந்துட்டு ஒண்ணுந்திங்காம போறானாம் செவம்... வா எருமே! என்றாள்.

"ஏம்மா தாயே! காலையிலேயே புட்டு...? ஜீரணிக்குமா? கொஞ்சம் சீராப் போம்மாளு...! இன்னொரு நாள் வாரேன்னு சொல்லிட்டு வந்து விட்டேன்.

பூமியில் இவள்களுக்காகத்தான் மழை பெய்கிறது.

○○○

அன்பே கிஸ்ணவென்னி

எழுத்துகளுக்குள் அல்லது கதைகளுக்குள் இருக்கும் ரசவாதங்களை நான் ஒருபோதும் கண்டு கொள்வதில்லை. ஒன்று போனால் இன்னொன்று வரும். அது கதைகளுக்கும், காக்கைகளுக்கும், காதலுக்கும் பொருந்தும்.

இந்த உலகம் தினந்தோறும் புதுப்புதுக் கதைகளை எனக்குச் சொல்லிக் கொண்டிருக்கிறது. அதைக் கண்டு எப்போதும் பயந்ததுமில்லை, வியந்ததுமில்லை. ஆனால் அந்தக் கதைகளில் ரசவாதங்களுண்டு. ஒரு கதை அல்லது காதல்முடிந்த பிற்பாடு துவங்கும் இன்னொரு காதல் அல்லது மற்றுமொரு கதைதான் இங்கு ரசவாதம்.

ஒவ்வொருவரிடமும் ஒரு கதை மற்றும் ஒரு காதல் உண்டு... ஒரு காக்கைக்கும் ஒரு காதலும், கதையுமுண்டு! அதைக் காது கொடுத்துக் கேட்பதற்குதான் காதுகளில்லை. வாயுள்ளவன் வாய்க்கக் கடவன்... அது கதையோ, காதலோ அல்லது என்ன எழவாகவோ இருந்து தொலையும்! எனக்கென்ன?

இந்த பூமியிடம் ஒரு கேடு உண்டு! தன்னைச் சுரண்டுபவரை வாழவைக்கும்! தன்னை முத்தமிடுபவரை விழுங்கி விடும்! இந்த பூமி உருண்டையை நசுக்கிமண்ணுக்குள் புதைத்தாலென்ன? சர்வாதிகாரிகள் தங்களுடைய போர்க்கைதிகளை எவ்வாறு வதைக்கிறார்களோ அப்படியே இந்தப் பழையக் காதலிகள்

என்னை வதைத்துக் கொண்டேயிருக்கிறார்கள். அதற்கு நான் ஒரு முன்னாள் போர் வீரனாக இருந்ததுதான் காரணமாகயிருக்கலாம்.

யுத்தத்திற்கும், முத்தத்திற்கும் பொதுவான காரணியென்பது மோதல் மட்டுமே! எதற்காக மோதுகிறோம் என்பதில்தான் யுத்தமும், முத்தமும் தனித்தன்மை பெற்று நிற்கின்றன. உங்கள் காதலி உங்களது பழைய நினைவுகளை மட்டுமே உங்களுக்குத் தந்து விட்டு, தன்னுடைய காதலை ரத்து செய்து உங்களுடைய யுத்தத்தை முடிவுக்குக் கொண்டு வந்து, உங்களது எண்ணங்களைப் பிடுங்கிக் கொண்டு நடுத்தெருவில் நிராயுத பாணியாக நிற்கும்போதுதான் இன்னொரு போருக்கான முகாந்திரம் அங்கே உருவாகும். என்னை முத்தமிட உதடுகளா இல்லை இவ்வுலகில்? அழிந்து போன என்னுடைய கைரேகைகளைப் பார்க்கும்போதெல்லாம் இப்படித்தான் தோன்றுகிறது. எதிர்காலம் எப்படியிருக்கும் என்று கணிப்பதற்காகவாவது கொஞ்சம் ரேகைக்கோடுகள் மிச்சம் கிடந்திருக்கலாம்! செவத்து செத்துப் போன காலம்! கண்ணீர் வருகிறது காதலிகளே?

கிருஷ்ணவேணிக்கு ஒரு பழக்கம் இருந்தது. ஒற்றைக் காதல் கடிதத்தை எழுதி அதைப் பிரதியெடுத்து அதைப் பத்து பேருக்குக் கொடுத்துவிடும் பழக்கம்தான் அது. ஆனால் அந்தப் பத்துப் பன்னாடைகளின் பட்டியலில் என் பெயர் இல்லை. என்னிடம் ஒற்றைக் கடிதம் மாத்திரம் இருந்தது. அது கிருஷ்ணவேணிக்கு மட்டுமேயானது. இங்கே பன்னிரெண்டு இதயங்கள் தற்செயலாக இணைக்கப் பட்டிருந்தன. வலிந்தே இணைக்கப் பட்டிருந்தால் மட்டும் என்ன இழவு நிகழ்ந்து விடும்?

கிருஷ்ணவேணி அணிந்து வரும் ஆடைகள் முதற்கொண்டு அவள் கையில் கிடக்கும் கைக்கடிகாரம், தலையில் வைக்கும் ஹேர் கிளிப், கால் செருப்புகள், நெயில் பாலிஷ், கம்மல்கள், கழுத்துப் பாசிகள் இப்படி ஒன்றுக்கொன்று சம்பந்தமில்லாத வர்ணங்களிலும், டிசைன்களிலும் இருக்கும். பின்னே? ஒன்றுக்கொன்று சம்மந்தமில்லாத பத்து பிரகஸ்பதிகள் வாங்கித் தரும் பரிசுப்பொருட்கள் எப்படி ஒன்றுக்கொன்று சம்மந்தப்படும்?

என்னுடைய காதல் கடிதங்கள் பெரும்பாலும் ஒற்றைப் பிரதி அளவிலேயே நின்று கொள்ளும். குறிப்பிட்ட காலத்துக்கு ஒருத்தி என்னுமளவிலான லிமிடெட் எடிஷன் காதல்கள் என்னுடையவை. யாருக்கும் தெரியாமல் ஒளிந்து நின்று கொண்டு பற்ற வைக்கும்

சிகரெட்கள் கரைவதேயில்லை. அதுபோலவேதான் காதலும்... அப்படித்தான் என்னுடைய காதலும் கரையாமல் விரலைச் சுட நான் அவளுக்கொரு கடிதத்தை எழுதினேன்...

கிருஷ்ணவேணியின் பத்துக் கடிதப் பங்கீட்டுக்காதலையறியாமல் நானும் அவளது பாதத் தடங்களைப் பற்றியே நடந்தேன். எப்படியாவது இந்தக் கடிதத்தை அவளிடம் கொடுத்து அவளோடான காதல் ஒப்பந்தப் பத்திரத்தில் கையெழுத்தைப் பெற்று அவளது காதலனாகப் பதவிப் பிரமாணம் ஏற்று விட துடியாகத் துடித்தேன். அப்படியொருநாள் வந்தது.

அன்று பள்ளி முடிந்தபின்பு யாருமற்ற ஒரு தெருவில் அவள் தன்னந்தனியாக நடந்து போய்க் கொண்டிருந்தாள். நான் என்னுடைய சைக்கிளில் அவளுக்கும் எனக்குமான தூரம் சுமார் ஐம்பது மீட்டர் இருக்குமாறு பார்த்துக் கொண்டேன். ஒருவன் ஒரு போஸ்ட் கம்பத்தில் ஏறி அவளைப் பார்த்துக் கொண்டிருந்தான். இன்னொருவன் ஒரு கோழிக்கூட்டுக்குள் புகுந்து கொண்டிருந்தான். இன்னொருவன் வைக்கோல் போரில்... இப்படியாக கிணற்றுக்குப் பின்பக்கத்தில், வீட்டு ஓடுகளின் மீது, சாக்கடைக்குள் அமர்ந்து என்று கம்பன்கள் அவளுக்காகக் கவிபாடக் காத்திருந்ததை நான் அறிந்திருக்கவில்லை.

நான் அவளது பின்பக்கம் தொடர்ந்ததை அவள் அறிந்தேயிருந்தாள்.

ஒரு மூன்று நொடிக்கொருமுறை அவள் என்னைத் திரும்பித் திரும்பிப் பார்த்ததைக் கண்ட எனக்கு கழுத்து சுளுக்கிவிடும் போல இருந்தது. நான் சடாரென சைக்கிளை வேகம் பிடித்து அவளை ஓவர்டேக் செய்த போது சைக்கிள் ஸ்கிட் ஆகி தலைதிரிந்து ‘குண்டக்க பாலக்க’ எனக்குப்புற அடித்து அவளது கால்களில் சரணடைந்தேன்.

வாய்திறந்து அவளிடம் இரண்டு வார்த்தைகள் பேசலாமென்று எண்ணினால் வாயெல்லாம் தெருப்புழுதி. “த்தூ.. த்தூ...” எனத் துப்பிக்கொண்டே எழுந்து முன்சட்டைப் பையிலிருந்த அந்தக் அக்கடிதத்தை எடுத்து அவள் முன் போட்டேன்.

அவள் என்முன் குனிந்து அதைக் கையில் வெட்கத்தோடே எடுத்தபோது என்னுடைய கண்கள் ஃபியூஸ் அடித்து விட்டன. வேறொன்றுமில்லை... அவள் கழுத்தில் கிடந்த தங்கச்சங்கிலி அப்படி வெட்டியது.

நொண்டிக் கொண்டே சைக்கிளை உருட்டிக் கொண்டு வீடு வந்து சேர்ந்தேன். மறுநாள் காலையில் ரிசல்ட். எனக்கு ராத்திரி முழுக்க தூக்கம் செல்லவில்லை. 'என்ன சொல்லுவாளோ தெரியலையே? பச்சக்கிளி பாலக் குடிச்சோ இல்லியோ? அய்யோ!' என எனக்குள் படபடப்பு. காலையில் எழுந்து முதல் ஆளாகக் கிளம்பி அவள் வரும் வழியில் நின்றாகி விட்டது.

அது ஒரு பெரிய வேப்பமரத்தடி. காக்காய்கள் எச்சங்களைப் பீய்ச்சி விடக்கூடாது என்ற எச்சரிக்கை உணர்வு வேறு... அவள் அங்கிருந்து நடந்து நேராக என்னருகில் வந்து,

"இது யாருக்கு யாரு எழுதுன லெட்டரு?"

"ஹிஹி! நாந்தா எழுதுனேன்!" என்று நான் பல்லை இளிக்கவும் அவள் என்னிடம்,

"ஓம்பேரென்ன பல்பு மணியா?" என்று கேட்டுவிட்டு முறைத்தவாறே என்னை விட்டு அகன்று போனாள். நான் "ஙே" என்று அவளைப் பார்த்து விட்டு பரபரப்பாக அந்த லெட்டரைப் பிரித்து படிக்க ஆரம்பித்தேன்.

அன்பே கிஸ்ணவென்னி!

வெந்நீர் போன்று தகிக்கும் உன் கண்களின் முன்பு நான் வெறும் பச்சைத் தண்ணி! உன் பெயரில் முதலிலேயே கிஸ் எனப்படும் முத்தம் புதைந்து கிடக்கிறதே கவனித்தாயா? ஆறாம் வகுப்பில் முதன்முதலாக உன்னைப் பார்த்தபோதே என்னுடைய மனதைப் பறிகொடுத்து விட்டேன் அமுதே! நீ இண்டர்வெல்லில் பாத்ரூம்புக்குப் போகும்போதெல்லாம் என்னுடைய கண்கள் பூப்பூக்கும்! ஒரு நாளைக்கு ஏழு பீரியடுமே இண்டர்வல்லா இருந்தா எப்பிடி இருக்கும்! இப்போது நீ எட்டாம் வகுப்பு! அடுத்த வருஷம் நா ஓம்பதாப்புல தோத்து உன்கூட வந்து வந்து சேந்துக்கிடுதேன்! அதுவரைக்கும் அத்தானுக்காகக் காத்திரு அன்பே! ஐ லவ் யூ!

காதலுடன்,

பல்பு மணி

'அட பல்புத் தா...ளி! யாருடே அது எட்டாப்பு கிருஷ்ணவேணி? இந்தக் கிருஷ்ணவேணி ஓம்பதாப்புலல்லா டீ செக்ஷன்ல

படிக்கா? எனக்க லெட்டரை மாத்தி எடுத்துக்கிட்டு போயி எவளோ ஒருத்திக்கிட்ட குடுத்துருக்க? அதுல எனக்க பேருலா இருக்கும்? அவ ஹெச்செம்'கிட்ட போயி கம்ப்லைண்ட் பண்ணா எனக்க கெதி என்னவாகும்?' என்று நினைக்கும்போதே எனக்கு நெஞ்சுக்குள் வெடிச்சப்தம் கேட்டது.

உலகில் ஆயிரம் வருடங்களுக்கொருமுறை லட்சத்தில் ஒருவருக்கு நடக்கும் நிகழ்வு இது. நெருங்கிய நண்பன் பல்புமணி. அவனுடைய காதலியின் பெயரும் கிருஷ்ணவேணி. என்னுடைய கடிதத்தை மிகச்சரியாக தவறாய் எடுத்துக் கொண்டு போய் தவறான பிள்ளையிடம் கொடுத்திருக்கிறான். கிட்டத்தட்ட மூன்றாண்டுகள் இதுகுறித்து நாங்கள் பரஸ்பரம் பேசிக்கொள்ளாமல் காதலித்திருக்கிறோம்.

பிடிபட்டுவிடுவோம் என்ற அச்சம் ஆட்கொண்ட திருடன் ஓடிக் கொண்டேயிருப்பான். அவனுக்கு ஊணும் கிடையாது! உறக்கமும் செல்லாது! காதலில் திருட்டுத்தனம் என்பது அவசியமற்ற ஒரு அத்தியாவசியம்! அத்தியாவசியத்தில் கூட ஒரு வசியமிருக்கிறது என்றால் அது கூட அனாவசியமானதுதான். செவங்கள்!

○○○

ஓற்றர்களுடே ஓச்சுகள்

எல்லாக் காதலிகளிடமும் ஏடாம்பாகப் பேசி குத்துகள் பல பெற்று கும்பி வீங்கித் திரிந்து காதல்கள் அனைத்தும் நக்கிக் கொண்டு போன நாட்கள் அவை...

அப்படியொரு நாள் இரவு, "கல்யாணமா? எனக்கா? இப்ப என்ன துருசம்? பேசாமக் கெடம்மா! ஒபத்திரவப் படுத்துகாளே?" என்று தூக்கத்தில் புலம்பியதையடுத்து பெண் பார்க்கும் குழு அமைக்கப் பட்டு தீவிரமாக அலைந்து திரிந்தார்கள்.

தாழக்குடியிலிருந்து தரகர் வந்து பத்தைம்பது புகைப்படங்களை வீசிவிட்டுப் போனார். நான் அதிலிருந்த நான்கு புகைப்படங்களைத் தேர்வு செய்திருந்தேன். அம்மாவுக்குக் கடும்கோபம். நான் செலக்ட் செய்திருந்த பெண்கள் அத்தனை பேரும் சாக்லேட் ப்ரவுன் கலராக இருந்ததுதான் காரணம்.

“பொறக்க புள்ள கரிபால்டி மாதிரி இருக்குமே பரவால்லியாப்போ?” என்று அம்மா சொல்ல ஆரம்பித்தது பெகளம்.

“நெறத்துல என்னம்மா இருக்கு? எனக்கு வெள்ளப் பாச்சாக்கள புடிக்காது! வெள்ளையா வேணும்னா அப்பாவுக்கு ஒரு புள்ளய புடிச்சி கெட்டி வையி!”

“என்னா மாதிரி வாயி பேசுகு செவம்? இம்புடுகாணும் இருந்துகிட்டு பேசும்போதே மூஞ்சப் புடிச்சி தரையில ஒரசிருக்கணும்...? பாவம் பாத்தது தப்புதான்!”

“எம்மா சொன்னா கேளும்மா! இந்த நாலு புள்ளைகள்ள ஒண்ண போயி பாப்பம்!”

“எலய் மக்களே! கொஞ்சம் பாக்க நெறமும், லெச்சணமுமா இருக்கும்லாப்போ!”

“அப்போ ஒனக்கு கொணம் முக்கியமில்ல... இல்லியா? அழகும் லெச்சணமும் மூஞ்சில இல்ல கேட்டுக்கா! அது மொகத்துக்க பின்னால இருக்க மூளையிலதா இருக்கு!”

“போதும் லெச்சர் வைச்சது!”

“நீயே பாரு... ஒன்னய அழகா இருக்கான்னுதான அப்பா கெட்டுனாரு? இப்ப கெடந்து ஒலயடியும், சொளவடியிம் வாங்கிட்டு கெடக்கலியா?”

அப்பா உள்ளிருந்து வெறுமனே ஒரு சப்தம் மாத்திரம் கொடுத்தார். ஒரு நூற்றாண்டிற்கான அந்த ஒற்றைக் குரல் இதுதான்,

“ம்க்கும் த்தூ!”

“யாரு! ஒங்கய்யன் சொல்லித் தந்து எனக்கிட்ட சொல்லுகியா?”

அம்மா பத்திரகாளியாக, அப்பா வியர்வையில் மிதந்து போனார்.

“என்னய யாம்டே புடிச்சி சிங்கில வச்சி ஆட்டுகே? நாம்பாட்டுக்கு செவனேன்னு இருக்கேம்!”

அப்பா உள்ளி உரித்துக்கொண்டே நா தழுதழுத்தார். கண்களில் கண்ணீர். செவத்துக்குப் பொறந்த உள்ளி!

“யாம்னா! ஒங்கய்யன மாலையிடுகதுக்கு அங்கோர்ந்து கொட்டாரம் வரைக்கும் கியூவுல நின்னாக! நா மட்டும் கெட்டலைன்னா

ஒங்காத்தாளுக்க வாயிக்கி ஒங்கய்யன நாயி கூட ஏத்துப் பாத்துருக்காது! நீட்டுகான் நீளத்துக்கு? எந்திச்சி போலே அந்தால!"

அதற்குமேல் நான் பேசவில்லை. ஏற்கனவே பார்த்து ஓகே செய்த பெண்களின் வீடுகளில் எங்கள் குடும்பத்தைச் சார்ந்த ஒற்றர்கள் கொஞ்சம் பேர் என்னைக் குறித்து "எம்மா அவனா? சப்பட்டப் பயல்லா? ஆளு கொஞ்சம் பெசகு! பாத்துக்காங்க!" என்று சொல்லி என்னுடைய எதிர்கால யுத்தத்தை ஒத்தி வைத்திருந்தார்கள்.

அந்தத் தரகர் என்னுடைய போட்டோவைக் கொண்டு காட்டியதில் நான் தேர்வு செய்து வைத்திருந்த நான்கு பேரழகிகளில் ஒருத்திக்கு என்னை மிகவும் பிடித்துப் போய் சம்மதித்து, என்னைக் காதலிக்கத் துவங்கியிருக்கிறாள். நாளொன்றைக் குறித்து பெண் பார்க்க வரச் சொல்லியிருந்தார்கள்.

நாங்களும் குடும்ப ஒற்றர்களான தார் டின் தலையன்களுக்குப் புறம்பாக, சாட்டிலைட்டின் கண்களுக்குத் தப்பி பொக்ரான் அணுகுண்டை ஒன்று சேர்த்து வெடிக்க வைத்ததைப் போல பஸ்சில் அப்பாவும், காரில் அம்மாவும் நானும், பைக்கில் ஒருவரும், மாட்டு வண்டியில் இருவருமாக பெண் வீட்டுக்குச் சென்று அமர்ந்தோம்.

பெண்ணின் அப்பாவைக் கண்டதும் எனக்கு வெட்கமும், அவளது அம்மாவைக் கண்டதும் காதலும் வந்து விட்டது. பெண்ணின் அப்பா என்னை எங்கோ பார்த்ததாக அனத்திக் கொண்டேயிருந்தார். எனக்கும் ஒரு சந்தேகம் வந்தது. நானும் இந்த முகத்தை எங்கோ கண்டிருந்தேன். ஆனால் சட்டென நினைவுக்கு வரவில்லை.

பெண் வந்தாள். அந்த முகத்தைக் காணக் கண்கள் கோடி வேண்டும் போல இருந்தது. ரெண்டே ரெண்டு மட்டுமே இருந்ததால் கண்டுகளித்து விட்டு தேனிலவுக்கு எங்கு செல்வது என்பது வரைக்கும் முடிவு செய்துவிட்டு வந்தோம். தினமும் எஸ்.எம்.எஸ்களில் பேசி வந்ததில் எங்கள் காதல் காலமாடனாய் பெருத்துப் போனது.

திடீரென அவர்களது வீட்டிலிருந்து கல்யாணத்தைத் தடை செய்து விட்டார்கள். என்றோ ஒருநாள் ஒரு டாஸ்மாக் பாரில் வைத்து அந்தப் பெண்ணின் அப்பாவை நான் தாடையில் இரண்டு குத்துகளும் மண்டையில் அஞ்சாறு கொட்டுகளும் கொடுத்திருந்த காரியத்தை ஒற்றன் ஒருவன் போட்டுக் கொடுத்திருந்தான்.

அவருக்கும் என்னுடைய அரையிருட்டு முகம் வெட்ட வெளிச்சமாயிருக்கிறது.

"பானமுற்ற மனிதர்கள் குழந்தைகளல்லவா? குழந்தைகளின் சண்டைக்கெல்லாமா ஒரு கல்யாணத்தை நிறுத்துவார்கள்? ச்சைக்!" என்று நான் அப்பாவிடம் கவலை தெரிவித்தேன்.

"குடிகாரனுக்க மொவள எவம்டெ கெட்டுவான்? செவம் போவட்டும்! அசாத்தியமான ஒரு பொண்ணப் பாப்பம் மக்கா!" என்று அம்மா சொல்லி விட்டாள்.

ஆனால் எங்களது காதல் தெய்வீகக்காதல் அல்லவா? நாங்கள் ஓடிப் போகலாமெனத் திட்டமிட்ட சமயத்தில் அவள் பாத்ரூமில் வழுக்கி விழுந்து காலை முறித்துக் கொண்டதில் என் வாழ்க்கை தப்பியது. ஆனாலும் அந்தக் காதல் முறிவு என்னுடைய இதயத்தில் ரத்தக் கசிவை ஏற்படுத்தியிருந்தது.

'இதயம் ஒரு கோயில்' பாடலைப் பல்லாயிரக் கணக்கான தடவைகள் கேட்டு அழுது அந்தப் பிரிவைக் கடந்தேன்.

ஆண்டுகள் பல கழிந்து ஒருநாள் சாலையில் போய்க் கொண்டிருந்த போது ஒரு ஆணும் ஒரு ரோடு ரோலரும் இரண்டு குழந்தைகளும் நின்று கொண்டிருந்தார்கள். நான் வண்டியை நிறுத்திப் பார்த்ததில் பழைய காதலிதான் பலூனாகியிருப்பது தெரிய வந்தது. அருகில் போய் அறிமுகம் செய்ததும் அவளது விழிகள் விரிந்தன. வண்டி பஞ்சர் ஆகி நின்றிருக்கிறார்கள். நியாயமாக இவளை ஏற்றியதில் வண்டி பஞ்சாமிர்தமாகி இருக்க வேண்டும். அவள் கணவனிடம் என்னை அறிமுகம் செய்தாள்.

"இங்கேருங்க மச்சேய்ன்... இவியளத்தா எனக்கு மொத பாத்துருந்து!"

சடாரென அவளது கணவனின் கண்களில் ஒரு துக்கமும், என் மீது பொறாமையும் ஏற்பட்டிருக்க வேண்டும்.

'தா...ளி நீ தப்பிட்டலேய்' என்று கூட நினைத்திருக்கலாம். யார் கண்டது? நமக்குத் தேனாய் இருப்பது, மற்றோர்க்கு தேன்கூடாயும், தேவாங்காகவும் இருக்கலாம்! கோணி ஊசிக்கும், கறுக்கரிவாளுக்கும் அனேகம் வித்தியாசம் இருக்கிறது நண்பர்களே! இறைவா! என்னுடைய கடந்த காலத்துப் பாவங்களை மன்னியும்!

000

வழியற்ற வழிமண்டலம்

ஒருநாள் காலையில் வகுப்பறையில் அமர்ந்திருந்தேன். சஞ்சனா அன்றைக்கு நேரமாகவே வந்துவிட்டாள். அவள் என்னுடைய ஜூனியர். திருச்சூர்க்காரி. கேரளத்துத் தேங்காய் எண்ணை கொடுத்த பளபளப்பான நிறத்தையும், பட்டுப்போன்ற மென்மையான சருமத்தையும், செங்கவருக்கை மாம்பழங்கள் போன்ற இரண்டு கன்னங்களையும், வெண்குன்னிமுத்துக்களைப் போன்ற இரண்டு கண்களையும், வேர்க்கடலையின் வால் போன்ற வேர்க்காத கூர்ந்த மூக்கையும், அடுக்குச் செம்பருத்திப்பூப் போன்ற அதரங்களையும், உடுப்பை மேனியில் அணிந்து கொண்டு இஸ்திரி போட்டது போன்ற உடுக்கை உடலையும் கொண்ட பேரெழில் கொண்ட பனங்கம்பு அவள்.

வழக்கமாக 'ஊருக்கு எளியவன் பிள்ளையார் கோயில் ஆண்டி' என்பது போல ஜூனியர் மாணவிகள் என்றாலே சீனியர் பயல்களின் நாவுகள் வகுப்பறை வாசல் வரைக்கும் நீண்டு கிடப்பது இயல்புதான். ஆனால் எனக்கு அப்படியெல்லாம் இல்லை. கல்லூரி வளாகம் முழுக்கவே மாணவிகள் என் நாவுகளின் மீதுதான் நடந்து செல்வார்கள். அப்படியொரு கண்ணியமான ஆத்துமா நான். சஞ்சனா நேராக வந்து எங்கள் வகுப்பறை வாசலின் முன்பாக நின்று கொண்டு தன்னுடைய பீரங்கிக் கண்களால் என்னை ஏறிட்டு,

"எந்து ஏட்டா! இன்னு ஆத்தியமாயிட்டு வந்நல்லோ?"

"உவ்வோ! எனிக்கி இன்னு கிளாசிலே ஏதேனும் ஒரு கத பரயானுண்டு"

"ஓ! கத பறயானோ? சேட்டன் நன்னாயிட்டு கத பரயிவோ?"

"உவ்வு! கொரச்சி கொரச்சி கத பறயான் பற்று!"

எங்களது சம்பாஷணைகளை நியாயமாகவெல்லாம் மொழி பெயர்த்துவிடமுடியாது. சட்டிக்குள்ளயே இருக்கும் சனியனைப் போலத்தான் இந்த அண்டை மாநிலத்து அண்டங் காக்கைகள் நம்முடைய பக்கத்து வகுப்பிலோ அல்லது பக்கத்து இருக்கைகளிலோ அமர்ந்து கொண்டு தங்களது மொழிகளின் தோற்றத்தையும், லாவணியத்தையும் குறித்த பெருமிதங்களில் நம்மை ஒரு

பூரானைப் போலவும், தங்களை ஒரு பூட்ஸ் காலாகவும் கற்பனை செய்து கொண்டு மிதிக்கத் திரிவார்கள்.

உதாரணமாக அவர்கள் 'கீழ்வீடு' என்று சொன்னால் அதை நீங்கள் 'கிழவிவீடு' என்றுதான் எண்ணிக் கொள்ளவேண்டும். உண்மையில் அவர்கள் உங்களை எகத்தாளமாக எண்ணிக் கொண்டுதான் உங்களிடம் உரையாடிக் கொண்டிருப்பார்கள். எதிரில் இருப்பது ஒரு அழகி என்பதால் நம்முடைய வெத்துச் சுரப்பிகள் அவர்களது வார்த்தைகளை *Decode* செய்யாது அமைதி காக்கும். எதிரிலிருப்பவளின் அவயங்கள் உங்களது கண்களில் ஒரு கரிச்சட்டியை வீசுமானால் அவர்களது திருட்டு ராகம் உங்கள் காதுகளில் எட்டி அவர்களது வார்த்தைகளை மேற்கண்டவாறு நீங்கள் மொழிபெயர்க்கலாம்.

"குண்ணேட்டா! ஞான் நிங்ஙளோடு ஆனையும் உறும்பும் கத பறையட்டே?"

"பின்னெந்தா! நீ பறயூ மோளூ!"

சேரநாட்டுப் பைங்கிளிச் சேச்சிகளின் வாயிலாகக் கதைகள் கேட்பதென்பது பாலைவனத்து அருவியில் நீந்திக் குளிப்பது போல அசாத்தியமான ஒரு அனுபவமாக இருந்துவிடும். அதாவது நரகத்தின் எண்ணைக் கொப்பறையின் அருகில் கிடக்கும் உங்களைக் கொண்டு போய் ஆல்ப்ஸ் மலையின் உச்சியில் கிடத்தினால் எப்படி உணர்வீர்களோ அதுதான் அவர்கள் கதை சொல்லும் பாங்கு.

வாயிலுள்ள முப்பத்தியெட்டு பற்களின் மீது நாக்கு நளினமாக நடனமாட, அதை உதடுகள் ஒரு தேர்ந்த ஆட்டக்காரியின் பாதங்களின் அசைவில் துடிதுடிக்க, கண்களும் அந்தத் துடிப்புகளில் முக்கால்வாசியை உள்வாங்கிக் கொண்டு உருண்டு, முடி முதல் அடி வரை சேச்சிகள் சொல்லும் கதையில் அந்த ஒட்டுமொத்தக் கதையாய் மாத்திரம் நீங்கள் பின்னப்பட்டு விடுவீர்கள்.

சேச்சிகள் ஒரு காயலை அல்லது ஒரு நதியை உங்களிடம் உருவகப்படுத்தும் அடுத்த நொடியில் நீங்கள் ஒரு வள்ளமாய் மாறி அந்தக் காயலில் மிதப்பது உறுதி. அவர்கள் மன்மதனைக் குறித்து அபிநயம் பிடித்தவாறே ஒரு காட்சியை உங்களுக்கு விளக்குவார்களேயானால் கந்துவட்டிக்காவது கடன்பெற்று ஒரு வில்லை விலைக்கு வாங்கி அவர்களது காலடியில் ஒரு அம்பைப்

போல நீங்கள் வீழ்வது நிச்சயம். நானும் அப்படியே வீழ்ந்தேன். அவள் கதை சொல்லத் துவங்கினாள்,

“ஒரு புழையிலே”

“உம்!”

“ஓரானையும் உறும்பும் குளிக்குவாராயிந்து”

“ஷெரி பறா!”

“குளி முடிவாராகும்போழே... உறும்புக்கு ஒரு சம்ஷியம்!”

“உறும்புக்கு எந்து குந்தம் சம்ஷயம்?”

“உறும்பிண்டே ஷட்டியை ஆரோ கட்டுண்டு போயி!”

“ஓ...! அங்ஙன அல்லே? வல்லிய கதையாணு!”

“ஆ உறும்புக்கு அந்த ஆன மேல் சம்ஷயம் வன்னு!”

“சனியன்!”

“ஏட்டன் எந்து பறஞ்சு!”

“ஞான் ஏதும் பரஞ்ச்சிட்டில்லா! நீ பறா”

“ஏடா மண்டங்கோணாப்பி!”

“எடீ... ஞான் நின்ற சீனியரா? தெறி விளிக்கல்லே!”

நான் பதறிப் போனேன். ஜூனியர்களுக்கு கொஞ்சம் இடம் கொடுத்தாலும் அவர்கள் நமக்கு சீனியர்களாகி தலையில் எண்ணெய் தேய்த்து விடுவார்கள். அவள் சுதாரித்தவாறே,

“ஓ ஞாம் பரஞ்சது நிங்ஙள அல்லா! ஆ உறும்பல்லே...? அது ஆனைய அங்ஙன விளிச்சதா?

“ம்ம்ம் மேலப் பரயூ!”

“எடோ ஆனே! மண்டா.... தாடோ இவிடே! கள்ளன்! என்னு ஆ உறும்பு தேஷியத்தில் ஆனய விளிச்சு கூவி”

“அதுஷெரி மோளே! ஓர் உறும்பு எவிடயெங்கிலும் ஷட்டியிட்டு கண்டுட்டுண்டோ நீ? அவளுடே ஒரு கதா?”

"ஞான் கண்டுட்டுண்டு! பூச்சையும் எலியும் ஷட்டியிட்டத ஞான் கண்டு? ஏட்டன் டோம் அண்ட் ஜெரி காணாரில்லே?"

'காலங்காத்தாலயே ஒரு மெண்டல் செவத்துகிட்ட வந்து சிக்கிட்டியடா?' உள்ளம் மரத்துப் போனது. அவள் மீண்டும் என்னிடம், "ஏட்டன் கார்ட்டூன் நெட்வொர்க், போகோ காணாணுண்டோ?"

"இல்லா! ஞான் ஆக்ஷன் டீவிலேக்கி வெடி வைய்க்கின்ன படம் மாத்ரம் காணாம்!"

"ஓ ஏட்டன் எந்நு பரஞ்சு? வெடியோ?" அவள் முகத்தில் பதட்டம்,

"அதே மோளே! போம்பு அறியாலோ? வெடிக்குன்ன சாதனம்? டமார் டமார் அறியித்தில்லே...?"

"ஃபைட் படமல்லே?"

"அத்தரயே உள்ளு!"

"ஓ பின்னே கதக்கி திரிச்சி பூவாம்!"

"உவ்வு!"

"ஈ உறும்பு பறஞ்சது மனசிலாகாதே ஆ ஆன திகச்சி நோக்கி ஆ உறும்போடு மறுவிளி பரஞ்ச்சு! எடா உறும்பே! நீ எந்து சோய்ச்சடா?"

"ஷெரி! ஆ உறும்பு எந்து பறஞ்சு?"

"டா ஆன தடியா! எண்டே ஷட்டிய ஊரித் தாடா ஷவமே!" என்று சொல்லிவிட்டு "அஹா அஹா அஹா ஹை" என்று மலையாளத்தில் சிரித்தாள். நான் அவளிடம்,

"எந்தா சிரி?"

"கதா ஃபினிஷாயிப் போயல்லோ ஏட்டா?"

"எப்டி? எங்ஙனே!"

"ஷோ தெய்வமே! எந்துவேட்டா! ஒரு கதய ஷ்ரத்திச்சி கேட்காம் பாடில்லல்லோ நினக்கு!" என்று கோபித்துக் கொண்டாள். உலகில் பிறந்த யாவரும் உங்கள் வாழ்க்கையில் ஒரு கேரளத்துப் பெண்ணைக்கூட காதலிக்காமல் செத்துப் போவதற்கு நீங்கள்

பிறக்காமலேயே இருந்திருக்கலாம். அந்தக் கோபத்தில் அவள் அத்தனை அழகாய் இருந்தாள். அவள் சோர்ந்து போவதை விரும்பாத நான் அவளிடம் கேட்டேன்,

"ஓகே மோளூ! வாட் இஸ் த மாரல் ஆஃப் திஸ் ஸ்டோரி?"

"ஷோ... சேட்டன் ஒரு மண்டனாயிப் போயல்லோ எண்டே பகவதீ? ஒரு உறும்பிண்டே ஷட்டிய எஙஙனே ஒரு ஆனக்கி இடாம்பற்று? ஆனயிடே சந்தி வலிதல்லே?"

"ஆஹா எத்தறக்கிம் வல்லிய மோரல் ஸ்டோரி மோளே!"

நான் அவளைச் சிலாகித்தேன். அவள் முகத்தில் ஒரு அழகான நாணம்.சீனியர் ஒருவனுக்கு ஒரு கதையைச் சொல்லி முடித்துவிட்ட பெருமிதம், நான் கதையைச் சரியாகக் கேட்காததால் எழுந்த ஒரு சின்ன கோபம், ஒரு பெரிய நீதிக் கதையை எனக்கு அருளிவிட்ட ஒரு கர்வம், அந்தக் கதையிலுள்ள நகைச்சுவை அவளுக்கு அளித்த மகிழ்ச்சி என்று அவளது முகமே தெய்யமும், சூஃபியும், கதக்களியும் ஆடிக் கொண்டிருந்தது. நான் மெய் மறந்து அவளது உதடுகளையே பார்த்துக் கொண்டிருந்தேன்.

அப்போதுதான் நான் அவளைக் கவனித்தேன். எனக்கும் அவளுக்கும் இரண்டடி இடைவெளி மாத்திரமே இருந்தது. ஒரு முத்தத்திற்கான இடைவெளி என்பது அதிகபட்சம் மூன்றடிதான் என்ற போதினில் எங்களுக்குள் ஒரு அடி குறைச்சலாகவே இருந்தது. அவளை இழுத்து அணைத்து ஒரு முத்தத்தை கொடுத்துவிடலாம் என்று தோன்றியது போலவே அவளுக்கும் தோன்றியிருக்கலாமோ என்னவோ அவள் அந்த இரண்டடியை ஒரு அடியாகக் குறைத்தாள்.

ஒரு கதையின் முக்கியமான திருப்பு முனையான அந்த ஜட்டி விஷயத்தை முன்கூட்டியே உளறிவிட்டு, ஏதுமற்ற கிளைமாக்ஸில் அந்தக் கதையை ஆர்வத்தோடு கேட்கும் என்போன்ற ஒரு அப்பாவியை சிரிக்க வைக்க வேண்டும் என்று அந்தக் கதைசொல்லி எதிர்பார்ப்பதில் என்ன நியாயம் இருந்து விடப்போகிறது? இந்த அநியாயத்தை நான் என்னுடைய உதடுகளால் தட்டிக் கேட்டேன். அவளும் அந்தத் தண்டனையை ஏற்றுக் கொண்டாள். நான் அவளை இழுத்துப் பிடித்து முத்தமிட்டேன்.

ஹாஸ்டலில் தங்கியிருந்து படித்த சஞ்சனா அன்று காலையில் காலேஜ் ஹாஸ்டல் மெஸ்ஸில் சாம்பார் இட்லி சாப்பிட்டிருந்த காரியத்தை அந்த முத்தம் எனக்கு எடுத்துரைத்தது. டேஸ்காலரான எனக்கு எங்கள் கல்லூரியின் மெஸ்ஸில் தயாரிக்கப்படும் சாம்பார் அத்தனை கேவலமாக இருக்கும் என்பதே இப்போதுதான் தெரிந்தது.

'அஞ்சனாதான் எத்தனை பாவப்பட்ட ஜீவி? என்னுடைய ஜூனியராகப் பிறந்ததுதான் அவள் செய்த பாவமெனில் அவளின் பிராயச்சித்தத்தை நாமே அருளிவிடுவது!' என முடிவெடுத்தேன். ஒரு கேரளாக்காரியைக் கல்யாணம் செய்துவிடுவதுதான் ஏன் வாழ்வின் லட்சியமாகிப் போனது.

அப்போது வாசலில் ஒரு செருமல் சத்தம் கேட்டு எங்களுடைய பெவிக்கால் உதடுகள் விடுபட்டுப் பின்வாங்கியது. அங்கே நின்று கொண்டிருந்தது அவளது வகுப்பின் லெக்சரர் தயா மேடம்.

"என்ன மேன்? ஜூனியர் கேர்ல்சுக்கு லிப் ஸ்டிக்லாம் பூசி விடற போல!"

எனக்கு ஒரு அச்சம் கலந்த பயம், தடுமாறியபடியே அவள் எழுந்து அவளது வகுப்பை நோக்கி ஓடிப்போனாள். நான் அந்த மேடத்திடம்,

"இ... இல்ல மேடம்! அஞ்சனா பாவம் மேடம்! அங்க ஹாஸ்டல் மெஸ்ல சாம்பார் நல்லாவேல்லை! நீங்க வேணா டெஸ்ட் பண்ணிப்பாருங்க?"

"அதுக்குன்னு உன்னய மாதிரிலாம் நா டெஸ்ட் பண்ணிப் பாக்க முடியாது!"

நான் நாணிக் கோணினேன். மீண்டும் மேடம் என்னிடம்,"இது பாடம் படிக்கிற வகுப்பறை! லாடம் அடிக்கிற பள்ளியறை கிடையாது! புரிஞ்சிதா? நீதான் தமிழ் நல்லா படிப்பீல்ல? உனக்குப் புரியும்!"

"அது வந்து மேடம்...!அது... ஆங்... நீங்ககாலைலஎன்ன சாப்டீங்க?"

"ஏன்? டேஸ்ட் எப்டி இருக்குனு டெஸ்ட் பண்ணணுமா? எனக்கு டெஸ்ட் பண்றதுக்கு வீட்ல ஆளிருக்கு!"

"ஹிஹி அப்டீலாம் இல்லை மேடம்!"

“சரி சரி! டோன்ட் ட்ரை லைக் திஸ் எனிமோர்! ஐ வோண்ட் டெல் அபவுட் திஸ்டூ எனி ஒன்... டோன்ட் ரிப்பீட் திஸ்! ஓகே? பை த வே என்னோட பவர்கிளாச ஸ்டாஃப் ரூம்ல விட்டுட்டு வந்துட்டேன்! நீ போய் அத எடுத்துட்டு வந்துருவியா?”

இதுவரைக்கும் என்னை எந்த வேலைக்கும் ஏவாதவள் இதோ முதன்முறையாக ஏவுகிறாள். ‘ஆவதும் பெண்ணாலே அழிவதும் பெண்ணாலே என்பது இதுதானா இறைவா?’ நம் குடுமி இப்போது இவள் கையில் இருக்கிறது. என்ன செய்ய? எல்லாம் ஒரு முத்தம் பார்த்த வேலை. நான் ஓடிப்போனேன்.

எங்கள் பிளாக்கை விட்டு அடுத்த பிளாக் நோக்கி நடந்து கொண்டிருந்த போது வழியில் சீனியர்கள் கொஞ்சம் பேர் நின்று பேசிக் கொண்டிருந்தார்கள். நான் அவர்களில் ஒருத்தியிடம்,

“சீனியர்! கொஞ்சம் வழி விடுறீங்களா?”

“எந்தாடோ?” அவளும் ஒரு மலையாளப் பேரழகி. முத்தம் கொடுக்கும் வாய்ப்பு கிடைக்கப் போவதில்லை. சீனியராச்சே! கொஞ்சம் பம்மிக் கொண்டே, அவளிடம் நான்,

“சேச்ச்சி கொஞ்சம் வழி விடாம்பற்றுவோ?”

“இப்போ ஸ்டோக் இல்லா! பின்னே விடாம்!”

அவள் இப்படிச் சொன்னதும் சுற்றியிருந்த மல்லு கேர்ள்ஸ் சப்தமாகச் சிரித்தார்கள். நானும் சிரித்து வைத்தேன். பின்புதான் தெரிந்தது. மலையாளத்தில் ‘வளி’ என்றால் வயிற்றிலிருந்து வெளியாகும் ‘துஷ்ட வாய்வு’ என்பது.

உச்சரிப்புக்கும், உச்சாடனத்திற்கும் வேறுபாடில்லாமல் புரிந்துகொண்டு பதிலாற்றும் வழியற்ற மொழி என்பது படுகுழியல்லவா? இனிமேல் சேச்சிகளின் கதைகளையோ, வார்த்தைகளையோ, சப்தங்களையோ காது கொடுத்தே கேட்கக் கூடாதென்று முடிவு செய்தேன். காலையில் முதல் மணி அடித்தது.

ooo

மக்கள்மார் கதைகள்

பூனத்தின் உடுப்புகள்

நானும் மகளும் அவளது அம்மாவைக் கல்லூரியில் கொண்டு விட்டுவிட்டு எப்போதாவது மனதில் வெறுமையை உணரும் தருணங்களில் ஒரு பூங்காவில் போய் அமர்ந்து கொள்வோம்! தினமும் ஒரு சிறுபிள்ளை எங்களிடம் யாசகத்துக்காக வந்து நிற்கும். என் மகளின் வயதையொத்த அந்தக் குழந்தையின் தாய்க்கும் அந்தப் பிள்ளைக்கும் எந்த சம்மந்தமுமிருக்காது. அந்தப் பெண் குழந்தையின் பெயர் 'பூனம்' என்று என்னிடம் சொன்னாள்.

மகள் சில சமயங்களில் அந்தப் பிள்ளையோடு விளையாடுவாள். நானும் இருவருக்கும் ஐஸ் அல்லது ஏதேனும் திண்பண்டங்கள் வாங்கிக் கொண்டு போய்க் கொடுத்து விட்டு ஏதேனும் ஒரு பெஞ்சில் போய் அமர்ந்து கொண்டு வாய் பார்த்துக் கொண்டிருப்பேன். கொஞ்ச நேரம் அங்கிருந்து விட்டு கிளம்பும் சமயத்தில் அந்தப் பிள்ளையின் முகத்தில் ஒரு மென்சோகம் எழுவதைப் பார்த்திருக்கிறேன்.

அவளுடைய அம்மாவின் கைகளில் இன்னொரு சிறுகுழந்தை அமர்ந்திருக்கும். அதற்கும் நாங்கள் பால் வாங்கிக் கொடுக்கப் பழகியிருந்தோம். அதற்கு அப்புறமெல்லாம் பூனத்தைப் பார்ப்பதை வழக்கமாகக் கொண்டிருந்தோம். எப்போதாவது அவள் அங்கில்லையென்றால் மகள் சோர்ந்து போய், "அப்பா! பூனாக்கா! பூனாக்கா!" என்று கேட்டுக் கொண்டிருப்பாள். நானும் சமாதானமாகப் பேசி நைசாகக் கூட்டிக் கொண்டு வந்துவிடுவேன்.

ஒருநாள் நாங்கள் பூனத்தைப் பார்க்கும்போது அவளது கையில் ஒரு கட்டு இருந்தது. நான் பதறிப்போய் அவளிடம் கேட்டபோது யாரோ தன்னை அடித்துவிட்டதாகக் கூறி அழுதாள். அவள் அம்மாவிடம் விசாரித்தபோது யாரிடமோ காசு கேட்டபோது

அவர்கள் பிள்ளையைத் தள்ளிவிட்டு கீழே விழுந்து விட்டதாகக் கூறினாள். நான் அந்தக் கட்டை அவிழ்த்துப் பார்த்தேன். சிராய்ப்பு இருந்தது. மெடிக்கல் ஸ்டோரில் போய் கொஞ்சம் காட்டன் மற்றும் களிம்புகள் வாங்கிக் கொண்டு போய் எனக்குத் தெரிந்த சிறிய முதலுதவியை அளித்தேன். அதுபோல தினமும் சிகிச்சை நடந்தது. ஒருசில நாட்களில் அவளின் கையிலிருந்த காயம் ஆறி விட்டிருந்தது. மகளும் அவளும் அன்றைக்கு விளையாடினார்கள்.

நான் பூனத்துக்காக இரண்டு புது உடுப்புகளை வாங்கி வைத்திருந்தேன். அதற்கப்புறம் பூனத்தைக் கொஞ்சம் நாட்களாகக் காணவில்லை. மகள் அவளைத் தேடித்தேடி களைத்துப் போனாள். சொல்லப் போனால் என்னாலேயே அவளது இல்லாமையைத் தாங்க முடியவில்லைதான். மகளுக்கு கொஞ்சம் ஆறுதலைச் சொல்லி அவளைத் தேற்றினேன். கொஞ்சநாட்களில் அந்தப் பூங்கா பக்கம் போவதை நிறுத்திக் கொண்டோம்.

ஒருநாள் நான் மட்டும் தனியே பைக்கில் போகும்போது பூனத்தின் அம்மா நின்று கொண்டிருந்தாள். ஒரு அதிர்ச்சியைக் கொடுக்கலாமென்று எண்ணி வீட்டுக்கு வந்து அந்த உடுப்புகளை எடுத்தால் நேரமாகி விடுமென்று உடனடியாகப் பக்கத்திலிருந்த ஒரு கடையில் ரெண்டு செட் உடுப்புகளை வாங்கிக் கொண்டு போய்ப் பார்த்தேன். அங்கே பூனம் இல்லை.

அவள் அம்மாவிடம் போய்க் கேட்டேன். அவள் கண்ணீரோடே சொன்னாள், “ரெயில்ல பிச்சை கேக்கும்போது தவறி விழுந்து செத்துப் போயிட்டு சார் பூனம் பாப்பா! ஆனா அந்தப் பிள்ளை என்னுடைய பிள்ளையில்லை! ரெயில்வே தண்டவாளத்துல இருந்து எடுத்து வளத்தேன்! எங்கிருந்து வந்தாளோ அங்கயே போயிட்டா சார்!” என்று தேம்பினாள்.

எனக்கு மூச்சு ஒருமுறை நின்று போனது. கால்கள் நடுங்கி விட்டது. நெஞ்சுக்குள் எதுவோ அடைக்க அந்த அம்மாவின் கண்களைப் பார்க்க எனக்குத் திராணியில்லாமல் சற்று தூரம் நடந்து போய் ஒரு பெஞ்சில் அமர்ந்து கொண்டேன். அந்த உடுப்புகள் இரண்டும் என்னையே பார்த்துக் கொண்டிருந்தன. என் கண்கள் கண்ணீரால் மங்கலாகிப் போனது. கொஞ்சமும் லஜ்ஜையின்றி சப்தமாக அழுதேன். அங்கு என்னைக் கடந்து போனவர்கள் என்னை வினோதமாகப் பார்த்தபடியே கடந்து சென்றார்கள். நான் என்னுடைய முகத்தை மூடிக் கொண்டேன்.

அனாதைப் பிள்ளைகளைக் கடவுள் தன்னோடு கூட்டிச் சென்று விடுவார் என்று சிறுவயதில் யாரோ சொன்னது நினைவுக்கு வந்தது. நான் உட்கார்ந்திருந்த அந்த பெஞ்சில் வைத்துதான் முதலில் நான் பூனத்தைப் பார்த்தேன். துக்கம் தாளாமல் வீட்டுக்கு வந்து சேர்ந்தேன். மகள் கையில் ஒரு கவர் இருந்தது. எனக்கு வியப்பு தாங்கவில்லை. ஏனெனில் அதில் இருந்தது நான் ஏற்கனவே பூனத்துக்கு வாங்கி வைத்திருந்த உடுப்புகள்தான் அவை...

என்னைக் கண்டதும் மகள் என்னிடம் துள்ளி வந்து, "அப்பா பூனம் பாத்தேன்! வெளிய நிக்கா! வா!" என்றதும் நான் அழுதவாறே, "பூனம் இப்பத்தா போனா மக்ளே! இந்தா இது உனக்குத்தான்! பூனம் உனக்கு வாங்கித் தந்தது!" என்று அந்த உடுப்புகளைக் கொடுத்தேன். மகள் முகத்தில் அப்படியொரு மகிழ்ச்சி! நான் கண்கள் கலங்கி நின்று கொண்டிருந்தேன்.

இப்போதும் அந்த உடுப்புகள் வீட்டில் இருக்கின்றன. எனக்கு எப்போது துக்கம் வந்தாலும் அந்த உடுப்பை எடுத்து என் கன்னத்தில் வைத்து ஸ்பரிசிப்பேன்! பூனத்தின் குட்டி விரல்கள் என் கன்னங்களைத் தடவிக் கொடுக்கும்! ஏனென்றால் பூனத்தைப் பிரிந்த அந்தத் தருணத்தை விடவும் துக்கத்தை நான் எப்போதும் உணர்ந்ததில்லை! இன்றும் பூனம் என் கன்னங்களை வருடினாள்.

பூனம் இறைவனின் மடியில் உறங்குகிறாள் என்பதை மகளிடம் இன்று வரைக்கும் சொல்லவேயில்லை. ஆனாலும் மகளும் பூனமும் அடிக்கடி விளையாடிக் கொண்டுதானிருக்கிறார்கள்.

○○○

அஞ்சனா

மகளும் அவளது பள்ளித் தோழியும் நடந்து வந்து கொண்டிருந்தார்கள். மகள் முகத்தில் கோபம். தோழியின் முகத்தில் சோகம். நீ மெதுவாகப் பேச்சு கொடுத்தேன்,

"என்ன கெழவியளா? ரெண்டு பெரும் மூஞ்ச தொங்க வச்சிக்கிட்டு நடக்கேளே என்ன காரியம்?"

மகள் ஒன்றும் சொல்லாமல் நடந்து வந்து கொண்டிருந்தாள். அவளது தோழியும் எதுவும் சொல்லவில்லை. நான் மீண்டும் அவர்களிடம்,

"வழில ஒரு கடைல ஐஸ்கிரீம் பாத்தேனாக்கும்! கலர் காலரா வச்சிருக்கானுவோ! வேண்டாம்னா வேண்டாம்!" என்று நான் சலித்தவாறே சொல்லவும் அவளது தோழி மகளிடம்,

"இதான் ஒங்கப்பாவா?"

மகள், "ம்க்கும்!"

"இன்னக்கீதான் பாக்கேன்! ஆளுக்கு மீசையுந்தாடியுங் கொள்ளாம்!"

"அதொண்ணுதாங் கொறச்சப்பாடு!"

எனக்குக் கடுப்பாகிவிட்டது, "என்னடே ரெண்டுவேரூங் கெடந்து சலம்புகியோ?" என்றதும் மகள் கடுப்பாகி, "கிளே மாடலிங் செய்யலைன்னு சொல்லி அந்த எலியம்ம டீச்சர் இன்னிக்கி எங்க ரெண்டு பேர்த்தயும் வெளிய நிப்பாட்டிட்டா?"

எனக்கு வியப்பு, "எலியம்மையா? யாருடே அது?"

தோழி, "அவங்க பேரு எலிசி! நாங்க வச்ச பேரு எலியம்ம! ஹிஹிஹி!"

"ஆளு எப்புடி இருப்பாவ அந்த டீச்சர்?"

மகள் என்னை முறைக்கவும் நான் சுதாரித்துக் கொண்டே, "இல்ல ஆளு ஒல்லியா குண்டா, நெட்டையா குட்டையான்னு கேட்டேன்!"

மகள் மீண்டும், "எதுக்கு ஒல்லியா இருந்தா போர்ன்விட்டா வாங்கித் தரப்போறியா? இல்ல குட்டையா இருந்தா ஹைஹீல்ஸ் வாங்கித் தரப்போறியா? நேத்தே கிளே வாங்கிக் குடுன்னு ஓர்மப் படுத்துனேன்! செவில வுழுந்தாத்தானே?"

நான் ஒன்றும் சொல்லவில்லை,'ஹிமாரு நம்ம வாயப் புடுங்குகு! சூதானமா இருந்துக்கா குமாரு!' என்று உள்மனம் ததும்பியது. அவளது தோழி மகளிடம்,

"மக்கா! ஒங்கப்பா ஷேவெல்லாம் பண்ணாதா?"

எனக்குக் கோபம் வந்து விட்டது, "ஏ கெழவி! ஒங்கைய்யனுக்கு தாடி மீச மொளைக்காதா?" எனவும் மகள் என் கையைப் பிடித்து

அழுத்தினாள். தோழியின் முகம் வாடி விட்டது. அவள் என்னிடம், “எனக்குதான் அப்பா இல்லியே!” என்று சொல்ல மக்களின் முகத்தைப் பார்த்தேன். மகள் தன்னுடைய விரலை வாயில் வைத்து ‘எதுவும் கேட்காதே!’ என்று சைகை காட்டினாள். தோழி தொடர்ந்தாள்,

“நாம் பொறந்தன்னிக்கி என்னையப் பாக்க எங்கப்பா ஆஸ்பத்திரிக்கி வரச்சே லாரில அடிபட்டு செத்துட்டாங்க!”

எனக்கு பக் என்றாகி விட்டது. நான் மகளைப் பார்த்தேன். அவளது முகம் கோபத்தில் இருந்தது. நான் அவளது தோழியைச் சமாதானப் படுத்த எண்ணி,

“செரி மக்ளே! அப்பா நேச்சர் கிட்ட போயிட்டாங்க! அதான் அம்மா இருக்காவல்லா?”

எனவும் என் மகள் தலையிலடித்துக் கொண்டு அவளிடம், “அஞ்சனா! அந்தா ஒனக்கு ஆட்டோ வந்துட்டு! நீ போ! நாளைக்கிப் பாக்கலாம்!” என்று சொல்லவும் அந்தப் பிள்ளை ஆட்டோவை நோக்கி போனது. மகள் என்னிடம்,

“அப்பா ஒனக்குக் கூறே கெடையாதாப்பா? நாந்தா பேசாதன்னு கைய அமுக்குனம்லா?”

“எனக்குத் தெரியாதுலா மோளே! அப்பா எதுந் தப்பா கேட்டுட்டனோ?”

“இல்லப்பா! அவங்க அப்பாவும் அம்மாவும் லவ் மேரேஜாம்! அவங்கப்பா வீட்ல சேத்துக்கலையாம்! இவ பொறந்ததும் அவங்க அப்பா செத்துட்டாரு! இவளாலதா அவங்கப்பா செத்துட்டாருன்னு இவளப் பாக்க அவங்கப்பா வீட்லெர்ந்து யாரும் வரலியாம்! ஆறு மாசத்துக்கு முன்ன அவ அம்மா கொரொனாவுல செத்துப் போயிட்டாங்க! இப்ப அவ அவங்க பாட்டி வீட்டுல நிக்கா!”

என்று சொல்லவும் எனக்கு நெஞ்சடைத்துப் போனது. அந்தப் பிள்ளையைப் பார்த்தேன். ஆறேழு குழந்தைகளோடு ஆட்டோவில் அமர்ந்து எதையோ பேசிக் கொண்டிருந்தது. எனக்கு கண்ணீர் வரவே நான் கண்ணாடிக்குள் கையை விட்டுத் துடைத்துக் கொண்டேன். மகள் என்னிடம் மெதுவாக, “கண்ணீரத்தானே தொடச்ச நீ?” என்றாள். நான் எதுவும் பேசிக் கொள்ளவில்லை.

எல்லாப் பிள்ளைகளுக்கும் வீட்டிற்குப் போனால் தன்னுடைய பெற்றோர் இருப்பார்கள் என்ற நம்பிக்கையில் வீட்டுக்குப் போகிறதுகள். இந்தப் பிள்ளை? வழிநெடுக சங்கடம் தாங்காமல் வண்டியை ஓட்டிக் கொண்டு வந்தேன். மகள் ஏதேதோ பேசிக் கொண்டே வந்தாள். ஏழு வயதில் ஒரு பெண்குழந்தை தன்னுடைய தாய் தகப்பனை இழந்து தனிமையடைதல் என்பதை என்னால் ஜீரணிக்கவே முடியவில்லை.

வண்டியை ஒரு புத்தகக் கடையில் நிறுத்தி மகளிடம் 'கிளே' வாங்குமாறு சொல்லி விட்டு அங்கிருந்த புத்தகங்களைப் பார்த்துக் கொண்டிருந்தேன். மகள் என்னிடம் மெதுவாக வந்து, "அப்பா! என்கூட அவளும் கிளே இல்லாமத்தானே வெளில நின்னா!"

நான் அவளிடம் சிரித்தவாறே, "இனி எது வாங்குனாலும் ரெண்டண்ணமா வாங்கிரு மக்ளே!" என்றதும் அவள் முகத்தில் சந்தோஷம். இப்போது எனக்கு முன்பாக அந்தப் பிள்ளை அஞ்சனா சிரித்துக் கொண்டிருந்தாள். கடவுள்கள் தாயின் கருவறையிலிருந்து வெளிவருகிறார்கள்! கோவில் கருவறையிலில்லை! குழந்தைகள்தாம் கடவுள்! அவர்களின் உலகம்தான் கோவில்!

○○○

தங்காச்சி

அன்று அதிகாலையில் நல்ல குளிர். போர்வையை எடுத்துப் போர்த்திக் கொள்ளும்போதுதான் கவனித்தேன். கால்மாட்டில் தங்காச்சி வந்து உட்கார்ந்திருந்தாள்.

"என்ன ஆச்சி! திடீர்னு இந்தப்பக்கம்?"

"உம்புள்ளைய பாக்கலாம்னு வந்தேன் மக்கா!"

"இத்தன நாளு வராத காலு இன்னிக்கித்தான் இந்தப் பக்கம் நடமாடிருக்கு .... ஒடம்புக்கு எப்புடி இருக்கு? சோமாருக்கியா?"

"எனக்கு என்ன மக்கா? தேகத்துக்கு ஒண்ணுமில்ல! இப்ப கொள்ளாம்!"

“அம்மய போயி பாத்தியா ஆச்சி?”

“பாத்தம்டே!”

“என்ன சொன்னா”

“அவ என்ன சொல்லுவா? பதிவுபோல ஏசுனா! ஓம்புத்தியாலதான் ஒனக்கு இந்த சீரழிவு’ன்னு சொன்னா!”

“அவ சொன்னதுல என்ன தப்பு? எத்தன தடவ கூப்டோம்... அம்ம கூப்டா! சித்தி கூப்டா! ஒங்கக்கூட வந்து கெடந்து நா கஞ்சி குடிக்கணுமா’ன்னு கேட்ட? கடசீல என்னாச்சி பாத்தியா?”

“எல்லாரும் எனக்க புள்ளைகள்தானே’ன்னு நெனச்சேன்...!”

ஆச்சியின் கண்களில் கண்ணீர். நான் தொடர்ந்தேன்,

“கவலப் படாத ஆச்சி! எல்லாம் முடிஞ்சிப் போச்சி! இனி வருத்தப் பட்டு என்ன செய்ய?”

ஆச்சி தன்னுடைய கண்களைத் துடைத்துக் கொண்டு பேசத் துவங்கினாள்.

“அதுவு நியாயந்தான்... நாலு புள்ளையப் பெத்தும் ஆசிரமத்துல கெடந்து வாழ்க்க தொலிஞ்சிட்டு!”

நான் அழுதேன். என் கண்களைத் துடைத்தவாறே,”வளந்த புள்ள கண்ணீர் சிந்தப்புடாது மக்கா! செரீ... அந்த வீட்ட போயி எட்டிப் பாக்கப் புடாதா மக்ளே! செவத்த பாழடஞ்சி கெடக்கு! அந்த அரங்கு வீட்டுக்குள்ள பாம்பு படுத்துருக்கு! ஒனக்கே தெரியும்... ஈரக்கொலய வவுந்தாலும் அந்த சாவிய யாருக்கிட்டயுங் குடுக்க சம்மதிக்க மாட்டேன்! இப்போ அங்க பாம்புந் தேளும் நடமாடுகு.. பாக்க சகிக்கல....!”

ஆச்சியின் குரலில் இனம்புரியாத சோகம். அவள் சொன்னது உண்மைதான். அவள் ஒரு கம்பீரமான மனஉறுதியும், ஆளுமைத் தன்மையும் கொண்டவள். அவள் சொல்வதைத்தான் எல்லாரும் கேட்டார்கள், கேட்பார்கள். தாத்தாவின் குரல் எப்போதும் வீட்டின் பின்னாலுள்ள மடைவழியாக பாய்ந்து வயலுக்குள் கலந்துவிடும்.

அரங்கு வீடு என்றால் பணம், பத்திரங்கள், நகைகள் வைக்கப்படும் ஒரு சிறிய அறை. தேக்கு மர கதவுகள் கொண்ட அந்த

அறையின் சாவி இன்றளவும் அவளது பிள்ளைகளின் கையிலோ, பேரப்பிள்ளைகளின் கைகளிலோ தவழ்ந்ததே இல்லை. எப்போதாவது அது திறந்திருக்கும்போது நான் என்னுடைய கைவரிசையைக் காட்டுவேன்.

குத்து மதிப்பாக காசை அள்ளி எடுத்துக் கொண்டு போய் ஆடியோ கேசட்டுகளை வாங்கிக் குவிக்கும் அற்புதமான ஆற்றலும், இசை மீதான தேடலும் அமையப் பெற்றிருந்தேன். அதில் எத்தனை ரூபாய் குறைந்திருக்கிறது என்று கூட அவளுக்குத் தெரியாது. அவ்வளவு செழிப்பான காலம்.

அப்போதெல்லாம் ஆச்சி என் தாத்தாவின் சகோதரர்களைத் திட்டுவாள். அவர்கள் ஏமாற்றுப் பேர்வழிகள் என்றும், எங்கள் தாத்தாவை ஏமாற்றுபவர்கள் என்றும் எங்கள் தாத்தாவுக்கு வசை விழும். தாத்தா எல்லாவற்றையும் கேட்டுக் கொண்டு அமைதியாக திண்ணையில் உட்கார்ந்திருப்பார். ஆச்சி சொன்னதிலுள்ள மெய், பொய் எல்லாம் தாத்தாவின் மறைவுக்குப் பின் கொஞ்சம் கொஞ்சமாகப் புரிந்தது.

சகோதரப் பாசம் இல்லாத பிள்ளைகளைப் பெற்று வளர்த்த என் ஆச்சிக்கு அவளது கம்பீரமான ஆளுமையே எமனாகிப் போனது.

நான் ஆச்சியிடம் சொன்னேன், "ஆச்சி! உன்னிடம் இருந்து நிறைய காசு திருடி, ஆடியோ கேசட் நிறைய கொள்முதல் செய்திருந்தேன். தியேட்டரில் சினிமா பார்த்தும், முறுக்குகள் வாங்கித் தின்றும் வந்திருக்கிறேன். அதற்குத் தண்டனையாக கடவுள் என்னை விஷுவல் கம்மியுனிகேஷன் படிக்க வைத்து கணக்கை நேர் செய்து விட்டார்! மேலும், சிடிக்களின் வருகையால் நான் கஷ்டப்பட்டு திருடி வாங்கிய ஆடியோ கேசட்டுகளை என்னால் பாதுகாக்க முடியவில்லை!" என்றும் கூறி மன்னிப்பு கேட்டேன்.

"அதுனால என்ன மக்கா! படிச்சி எடுத்து நல்லாத்தானே இருக்க? நல்ல குடும்பம், பிள்ளைகள்னு நல்லா இருக்கல்லா! போட்டும் மக்கா! அதவுடு!"

"உன்னோட கடைசி காலத்துல நீ ஆதரவற்றோர் இல்லத்துல இருந்தது எங்களுக்குத் தெரியாது பாட்டி.... தெரிஞ்சாலும் கூட அப்போ நா படிச்சிக்கிட்டு இருந்தேன்! ஒனக்கு பண்டுகம் பாக்குற அளவுக்கு எனக்குத் திராணியில்ல... ஒருநாள் உன்னைய வந்து பாக்கும்போது உனக்கு என்னய ஓர்மயில்ல... கண்ணக்

கூடத் தொறந்து நீ என்னய பாக்கல! ஓ ராமா....!" என்று ஒப்பாரி வைத்தேன்.

அதற்குக் கடிந்து கொண்டாள் ஆச்சி,"நீ யாம்டே கெடந்து நரிமாதிரி ஊளயிடுக... புள்ள தூங்குகுல்லா?நடந்தத போட்டுச் சுடு! நீயாவது ஒங்கம்மையையும், அப்பாவையும் கடசீ காலத்துல வச்சி பாரு! ஆசீர்வாதமா வாழுங்கப்பா! நம்மால அவ்வளுவுதான் சொல்ல முடியும்...! எம்புள்ளைகளையும் நல்லாத்தான் வளத்தேன்... என்னத்த சொல்ல...? அந்திமக் காலத்துல ஆம்புளப் புள்ளைகள் கூட வாழுறதுதான் அந்தஸ்துன்னு நெனச்சேன்... அது தப்புன்னு இப்பத்தான் புரியி... மாமங்காரனுவ மேல கோவப் படாத! கடசீ காலத்துல உன்கிட்ட வந்தானுவன்னா கூட சேத்துக்கா! ஒரு கொறையும் வச்சிராத....! பாவம் மக்கா!"

இப்போது பாட்டி சப்தமாக அழுதாள். நான் அவளைக் கையமர்த்தினேன்,"அழாத கெழவி! சும்மா கெடந்து ஒப்பாரி வைப்பா! பேசாம கெடப்பியா! உயிரோட இருந்த காலத்துல கெழவன அழ வைக்காம இருந்துருந்தீன்னா அந்தாளும் கொஞ்ச காலம் உயிரோட இருந்திருப்பாரு...!"

நான் அவளைக் கட்டிக் கொண்டேன். என் நெற்றியில் முத்தமிட்டாள். பூர்வீக வீடு குறித்துக் கேட்டாள். நான் சொன்னேன்,"அந்த வீட்டில் அன்பு என்பது கிஞ்சித்தும் இல்லாததால் அங்கு இனிமேல் மனிதர்கள் வாழ முடியாது பாட்டி.... அத மறந்துரு...!"

"எலே! என்ன இப்புடி சொல்லிட்ட? அது எங்க அம்ம கட்டித் தந்த வீடாக்கும்! அந்த காலத்துலயே முன்னூத்தி அம்பது ரூவா செலவாச்சி! ஆமா நீ இப்புடி வாடக வீட்டுல கெடக்கியே? வீடு ஒண்ணு போடப்புடாதா?"

"எடங்கெடக்குல்லா? கொஞ்ச காலங்கழிச்சி ஒரு வீடு போடணும் ஆச்சி!" என்றதற்கு பாட்டி சொன்னாள்.

"நாமளும் வீடு, காடுன்னு கொஞ்சம் பவுசோட இருந்தாத்தானே நல்லது?"

நம்ம வாய்தான் சும்மா கிடக்காதே? நான் சொன்னேன்,

"பாட்டி! சிலர் குதிரைகளைக் குறித்தும், ரதங்களைக் குறித்தும் மேன்மை பாராட்டுவார்கள், நானோ என் தேவனாகிய...!"

பாட்டியின் கண்கள் விரிந்தன. "எடே பைபுள எல்லாங் கரச்சிக் குடிச்சிட்ட போலிருக்கு....?"

"பைபிள் படிச்சாத்தான் கல்யாணாம்னு சொன்னானுவோ! வேற வழியில்லாம படிச்சேம் பாட்டி!"

"மக்ளே! புள்ளய அன்போட வளக்கணும்... எல்லாரையும் அனுசரிக்கச் சொல்லித் தரணும்.. பைபுள்ள அதத்தான் சொல்லிருக்கு... நாமதான் பைபுள அறகொறயா படிச்சிபுட்டு அதுல இருக்குற நல்ல காரியங்கள் எதையும் செய்யது கெடையாதே! புள்ளைய நல்ல படிக்க வைக்கணும்.. நல்ல காரியங்களைச் சொல்லிக்குடுத்தா புள்ளைகள் அதுபாட்டுக்கு தெங்கு மாதிரி ஓங்கி வளரும்டே!"

பாட்டி சத்தமாகச் சிரித்தாள்.

"சத்தம் போடாத ஆச்சி! புள்ள முழிச்சிருவா!"

"அதெல்லா ஒண்ணும் முழிக்க மாட்டா!"

"ஆமா .... இப்புடி கெடந்து கேக்கே புக்கென்னா முழிக்க மாட்டாளா?"

"சத்தங் கேக்காது! யாம்னா! நா பேசுகது ஒனக்கு மட்டுந்தான் கேக்கும்....!"

"என்ன சொல்லுக எழவுடுப்பா?"

"நாஞ் செத்துதான் ஒம்பது வருசம் ஆவுகுல்லா?"

"என்னாது? ஒம்பது வருசமா இறைவா?"

"ஹாஹாஹா!"

'எம்மா! கெழவி செத்துப் பேயால்லா வந்துருக்கா! இவ்வளவு நேரமும் பேயிக்கிட்டயா பேசிக் கிட்டிருந்தோம்... பாட்டியேதான் ஆனாலும் செத்துப் போயிட்டால்லா?'

விழித்திருப்பவன் பேயைக்கண்டால் மயக்கமடையலாம்! தூங்குகிறவனின் கனவில் பேய் வந்தால் விழிப்பதுதானே முறை? அலறி எழுந்தேன்.அது ஒரு கனவு போலவே தோன்றவில்லை. பாட்டியின் மணம் அந்த அறைமுழுவதும் நிரம்பியிருந்தது. என் அலறல் சத்தம் கேட்டு விழித்த மகள் கேட்டாள்,

“என்னப்பா சொப்பனங் கண்டியா?”

“இல்ல மக்களே! எங்க ஆச்சி வந்துருந்தா! அவக்கூட பேசிக்கிட்டிருந்தேங் கேட்டுக்கா!”

அதற்கு அவள், “காலைல பேசிக்கிடலாம் படு!”

‘அடப்பயபுள்ளை! நமக்கே ஆர்டர் போடுகு!’ என்றெண்ணியவாறே படுத்தேன். பாட்டி முகம் கண்முன்னாடியே வந்த வண்ணம் இருந்தது.

‘உன் சாவுக்கு நானும் ஒரு காரணம் பாட்டி! என்னைய மன்னிச்சிரு...!’

கண்களில் இருந்து கண்ணீர் வழிந்து கொண்டிருந்தது. மகளின் கை அனிச்சையாக என்னுடைய கண்களைத் துடைத்து விட்டது. அதில் பாட்டியின் வாசம். மீண்டும் அழுதேன்!

OOO

தில்லுபரு ஜானே

என்னுடைய பிறந்த வீட்டுக்கு மகளை அழைத்து வந்து மாடிக்கு அனுப்பி வைத்து விட்டு வண்டியை பார்க்கிங் செய்த போது எங்கள் ஏரியாவின் பிளேடு தாசப்பன் (கடி) ஒருவர் வந்தார். அவர் என்னுடைய அடுத்த ஒரு மணிநேரத்துக்கு என்னை ஆக்கிரமிப்பார் என்பது எனக்குத் தெரியும்.

மாடிக்குப் போன மகள் தன்னுடைய கையிலிருந்த பள்ளியில் ஜெயித்த பரிசைக் காட்டி, “ஆச்சி! இங்க பாத்தியா பிரைசும் மெடலும் வாங்கியாந்துருக்கேன்!”

“அப்புடியா? இங்கொண்டா பாப்பம்! நல்ல புள்ளைல்லா எங்க புள்ள!”

என்றவாறே இரண்டொரு முத்தங்களை வழங்கி மகளை ஆசீர்வதித்திருக்கிறாள் அம்மா. அதோடு சும்மாயிராமல், “கொப்பன எங்க?” என்று கேட்க மகள், “அப்பா வண்டிய பார்க்கிங் பண்ணுகாப்டி!”

“இவ்ளோ நேரமா பார்க்கிங் பண்ணுகான்? பெரிய லாரியில்லவா? ஓடிச்சி வளச்சி திருப்பணும்?”

“கீழ ஒரு ஆள்கிட்ட பேசிக்கிட்டு நிக்கு!”

“யாராவது கைல மாட்டிறப்புடாது! கழுத்த எடது பக்கத்துலர்ந்து வலது பக்கம் வரைக்கும் அறுத்துட்டுத்தான் வருவான்! வந்து வாய்ச்சிருக்கு பாரு! நீ வா மக்ளே! ஆச்சி பிள்ளைக்கிக் காப்பி போட்டுத் தாரேன்!”

“ஆச்சி! எங்கப்பா ஸ்கூல்ல படிக்கும்போது வாங்குன மெடல் ஏதாவது இருக்கா?”

“தென்ன மடல்தான் இருக்கு காட்டட்டா?”

“எங்கப்பா நல்லா படிக்கும்லா ஆச்சி?”

“ம்க்கும்! யாரு ஓங்கப்பன்தானே நல்லா படிச்சான்? நீ அதக் கண்ட?”

“எங்கப்பாதான் சொல்லிச்சி!”

“செவம் பொய் சொல்லிருக்கும்! நீ வா காப்பி தாரேன்!”

“நீ சொல்லு ஆச்சி! எங்கப்பாவப் பத்தி...?”

அப்போது நான் வீட்டிற்குள் நுழைந்து செருப்பை கழற்றிக் கொண்டிருந்தேன். அம்மா திருவாய்மலர்ந்து மகளிடம்,

“ஓங்கப்பன் படிக்கும்போது நல்லாத்தாம் படிச்சான்! ஆனா தெனமும் ஊரு குப்பையள அள்ளித் தலையில வச்சிக்கிட்டுத்தான் வீட்டு நடைய சவுட்டுவான்!”

“அப்டின்னா?”

“டெய்லி ஒரு பராதியோடதான் வீட்டுக்கு வரத்து!”

நான் உள்ளே நுழைந்து,”எம்மா ஒரு காப்பி போட்டுத் தாம்மா!”

“இருல! பேசிக்கிட்டிருக்கம்லா?”

‘சரிதான்!’

அம்மா மகளிடம், “கொப்பனுக்கு அப்ப ஒரு மூணு வயசிருக்கும்! நா ஓனக்க சித்தப்பாவ பிரசவத்துக்குப் போயிருந்தேன். ஆஸ்பத்திரில

எங்கூடதான் இருந்தான் ஒங்கப்பன். செவத்துக்கு அப்பா மூணு வயிசு!நான் பிரசவ அறைக்குப் போன நேரத்துல செறுக்கியுள்ள தூங்கிட்டு கெடந்து!"

"அப்டியா? நீ யா ஆச்சி அப்பாவ எழுப்பலை?"

"எழுப்புனா செவம் கெடந்து கனைக்கும்! அதா சொல்லாம கொள்ளாம போனேன்! உங்க தாத்தா ரூம்ல இருந்தாரு!"

"தாத்தா அழலையா?"

"ஒங்க தாத்தா என்ன சின்ன பப்பாவா? அழுகதுக்கு?"

"ஆனா என்னையப் பெறுகதுக்கு அம்ம ஆப்பரேசன் தேட்டருக்குள்ள போகும்போது அப்பா அழுதானாமே? அம்ம சொன்னா!"

"ஒங்கம்மகிட்டயும் செவம் பொய் சொல்லியிருக்கும்! ஒங்கப்பன எனக்கு நல்லாவே தெரியும் மக்ளே? அவேன் யார்கிட்ட வேணாலும் அளப்பான்! நம்மகிட்ட அவனுக்க வெறகுக்கட்ட எரியாது!"

நான் அம்மாவிடம் கடுப்பில், "காப்பி தருவியா? தரமாட்டியா?"

"வேணும்னா நீயே போட்டுக்குடி!"என்றவாறே கதையைத் தொடர்ந்தாள். 'என்னென்ன கதைகள் நிகழப் போகின்றனவோ?' என்ற அச்சத்தில் நானும் நகரவில்லை.

பயபுள்ளை விடாமல், "கதயசொல்லு ஆச்சி...!"

இன்னைக்கி வெளங்காது என்பது எனக்குப் புரிந்தது. அம்மா தொடர்ந்தாள்,

"ஆங்... அப்பொறம் அன்னைக்கிச் சாயங்கால வாக்குல ஒனக்கச் சித்தப்பன் பொறந்து ஒப்பாரி வச்சான்! கீழ ஒங்கப்பன் என்னையத் தேடிஒப்பாரி வச்சான்!"

"பாத்தியா எங்கப்பாக்க பாசத்த?"

"ம்க்கும்... முழுசா கதைய கேளு மக்ளே!"

"சொள்ளு!"

"அப்பம்பாத்து ஒங்கப்பன் ரூமுக்குள்ள இருந்து வெளிய ஓடி அங்க வந்த ஒரு ஆளப்பாத்து, ஓய் பாலசுந்தரம்! எங்கம்மய எங்க ஓயி'ன்னு கேட்டுருக்கு செவம்!"

“யாரு ஆச்சி அது பாலவுந்தரம்?”

“அவுருதான் அந்த ஆஸ்பத்திரியோட ஓனர்! டாக்டர் பாலசுந்தரம்!”

“சின்னப்பயலா அப்புடிப் பேசுனான்?”

“ஆமா! மேற்கொண்டு முறைத்துப் பார்த்த டாக்டருகிட்ட, என்னல கண்ண உருட்டுக! ஓம்பொண்டாட்டிதானே எங்கம்மய தூக்கிட்டுப் போயிருக்கான்னு எங்கப்பா சொன்னாரு?”

“அது யாரு?”

“ஆ அவுருக்க பொண்டாட்டி டாக்டர் சியாமளா! அவுங்கதான் ஒங்கத்த, ஒங்கப்பன், சித்தப்பன் எல்லாருக்கும் பிரசவம் பார்த்தவங்க!”

“ஓஹ்ஹொ?”

“டாக்டர் குழம்பிப் போயி நிக்க ஒங்க தாத்தா போயி கொப்பன கூட்டிட்டு வந்துருக்காரு! அப்பேர்ப்பட்ட அப்பனாக்கும் ஒங்கப்பன்!”

மகள் என்னைப் பார்த்து, “ஒரு டாக்டர்கிட்ட சண்டக்கி போனியா? சின்னப் பயதானே நீ? ஒனக்கு வெவரம் கெடையாதா?”

“வெவரம் இருந்துருந்தா நா யாங் கல்யாணம் பண்ணிக்கிட்டு மாறடி பட்டுருக்கப் போறேன்! ஒன்னய மாறி ஒண்ணர அடி ஒபத்துரவத்துகிட்ட மானங் கெட்ட கேள்விய‌ள கேக்கப் போறேன்! ஆல் இஸ் விதி!”

அம்மா இடைமறித்து, “மக்ளே! அதுக்கு அந்த டாக்டர் ஒங்கப்பன பத்து வருசங் கழிச்சி பழி வாங்குனாப்ல! அப்டித்தானடே!” என்றவாறே என்னைப் பார்த்துக் கேட்டாள்.

“மிச்சத்தையும் நீயே சொல்லிருமா! களியாம ஆக்காத!”

அம்மா துவங்கினாள், “ஒங்கைய்யன் ஏழாங்கிளாசு படிக்கும் போது எங்கிட்ட சண்டையப் போட்டுகிட்டு எலிப்பாசாணத்த நக்கிட்டு வாய வாயப் பொளந்தான்! செவம் செத்துரப் புடாதேன்னு ஆஸ்பத்திரில கொண்டு போட்டோம்! அந்த டாக்டரு கொண்டாந்தா பாரு ஒரு ஊசி! ரெண்டு கை வண்ணத்துல! ரெண்டு பம்முல ரெண்டு குத்து! பயல் துடிச்சாம்லா?”

“அய்யே!”மகள் சிரித்தாள். எனக்கு வலித்தது.

“பாவிகளே மனந்திரும்புங்கள்.”

அமர்ந்தவாறே தூங்கிப் போனேன். காப்பி வந்தது. ‘உறக்கத்தில் என்ன காப்பி வேண்டிக் கிடக்கு?’ என்றவாறு குடித்துக் கொண்டே உறங்கினேன். என்ன கதைகள் பேசினார்களோ தெரியவில்லை.

அன்று என் மகள் மனைவியிடம் சொல்லியிருக்கிறாள், “அப்பாக்கு அம்பத்தஞ்சி கேர்ள் ஃப்ரண்டாமே! ஆச்சி சொன்னா!”

அன்று எனக்கு முழு இரவு உபவாச ஜெபக்கூடுகையை அமைத்துக் கொடுத்தார் ஆண்டவர். மெடல்கள் சில சமயங்களில் பிரார்த்தனையையும் நிறைவு செய்து விடுகின்றன.. கர்த்தருக்கு நன்றி!

○○○

காதல் ஒழிவதில்லை

தெரிந்த ஒரு நண்பரின் எட்டு வயது மகள் மீது ஒருவன் கையை வைத்து விட்டான். கடும்கோபத்தில் அங்கே சென்று கையில் கிடைத்ததை எடுத்து அவனை அடி விளாசி விட்டேன். அவனிடம் கோபத்தில்,

“பொம்பளப் புள்ள மேல கை வச்சிருக்க ஒனக்கு வெக்கமாயில்லயா?” என்று கேட்டவாறே அவனைத் தூக்கி ஒரே வீசு வீசி விட்டேன். மெத்தையில் போய் விழுந்ததால் அடி பலமாக இல்லை.

“வாயத் தொறந்து சொல்லுலே!”என்று நான் கத்தவும் அவன் பயந்து போனான். சன்னமாக அவனது வாயிலிருந்து வார்த்தைகள் வந்து விழுந்தன.

“அவ என்ன பெரிய இவளா? நீயென்ன பெரிய புடுங்கியா?”

“அட நாணங்கெட்ட நாய... என்னயவே எதுத்துப் பேசுகியா?” என்று சொல்லி மீண்டும் வாய் மேலயே ஒரு குத்து விட்டேன்.

அழுதுவிடுவது போன்ற முகம். நான் விடவில்லை,

"ஒன்னய விட மூணு வயசுக்கு மூத்தவல்லாடே அவ... அவளப் போயி அடிச்சிருக்க குண்டுருளி மூதேவி!" என்று மீண்டும் அடிக்கப் பாய அவனது அப்பா வந்து என்னிடம்,

"இங்க என்னடே ரெண்டு பேர்த்துக்குள்ள பெகளம்? நீ யாம்ல மூஞ்சில ஓராயிரத்து அம்மய எறக்கி வச்சிருக்க?"என்றான் அவனிடம். அந்தக் குண்டன் என்னைக் குறித்து தன்னுடைய அப்பாவிடம் பராதிப் பத்திரம் வாசித்தான். இறுதியில் அவனது அம்மா வந்தாள். நடந்ததைக் கேள்விப் பட்டு என்னிடம் வந்து,

"மக்கா! அந்த பக்கத்து வீட்டு ரோசிப் புள்ள இருக்கால்லா... அவகிட்ட இவன் போயி எதோ கேட்டதுக்கு ஸ்கேல எடுத்து இவனுக்க பம்முல அடிச்சிருக்கா? இங்க பாத்தியா?" என்றவாறே குண்டனது ஜட்டியை இறக்கிக் காட்டினாள்.

குண்டனின் பிருஷ்டத்தில் நாலு வரி நோட் போல கோடுகள் கிடந்ததைக் கண்டு எனக்குக் கண்ணீர் வந்து விட்டது. எனக்கு மீண்டும் கோபம் வந்து குண்டனிடம் கேட்டேன்,

"நீயெல்லா ஒரு ஆம்பளையால... டெய்லி பத்து முட்டைய அமுக்குறல்லா... ஒரு பொம்பளப் புள்ளகிட்ட அடி வாங்கிட்டு வந்து நிக்க? எனக்கே வெக்கமா இருக்கு... சை!

"வெக்கமா இருந்தா வெசத்த குடிச்சிட்டு சாவு! இங்க யாம்லே நிக்க?"

நான் திடுக்கிட்டேன். அந்தப் பயல்தான் இப்படி யாரும் எதிர்பாராமல் எதிர்வினையாற்றி விட்டான். அவனது அப்பா இப்படிச் சொன்னான்.

"இருந்தாலும் பொம்பளப் புள்ளகிட்டப் போயி இந்த தடியன் எதுக்கு வாயக் குடுக்கான்?"

"ஆமாமா! இவுரு ரொம்ப ஒப்புரவு ஒழுக்கமான ஆத்துமா! ஒம்மத் தெரியும்வே... அந்தாலக் கெடையும்! அப்பன மாதிரிதாம் புள்ளையும்."

என்று குண்டனின் அம்மா சொல்ல அவன் அப்பா வாயைத் திறக்கவில்லை. நான் குண்டனிடம் போய் மெதுவாக,

"லேய்... பீர் பாட்டுலு...அந்தப் புள்ளகிட்ட என்னத்தலே கேட்ட?"

"ஒரு உம்மா தாட்டீன்னு கேட்டேன்! அதுக்கு அவ என்ன அடிச்சிட்டா மாமா!"

"ஒன்னயக் கொல்லாம வுட்டது தப்பு! நில்லுல அண்டா!" என்றவாறே விரட்டத் துவங்கினேன். அந்தப் பயல் மீண்டும் அந்த ரோசி வீட்டை நோக்கியே ஓடினான்.

"காதல் ஒழிவதில்லை! காதல்மேவ ஜெயதே!"

ooo

ஹே மேரீ ஜான்

மகளுக்கும், அவளது பள்ளித் தோழிக்கும் நடந்த வில்லங்கம் பின்வருமாறு,

தோழி - "மக்கா ஒங்கப்பா பேரு ப்ரெவு தம்மராஜிதான?"

மை மோள் - "எங்கப்பா பேரு ப்ரேபு... எங்க தாத்தா பேரு தர்மராஜி! அதுக்கு என்ன இப்ப?"

"ஒங்கப்பாக்கு ஒரு பேரு பத்தாதா?"

"பத்தும்! நா பேரெல்லாஞ் சொல்லி கூப்ட மாத்தேன்! எப்பான்னு கூப்டுவேன்.. பெபுப்பான்னு கூப்டுவேன்... சத்தந்தரலைன்னா லேய்'னு கூப்டுவேன்...!"

"கிகிகி... எங்கம்மயும் எங்கப்பாவ அப்டிதான் கூப்டுவா!"

"அப்புடியா? எங்கம்மா எங்கப்பாவ லூசும்பா!"

"உஹ்ஹஹு... ஒங்கப்பாவ எங்க வயல்ல பாத்ததா எங்க தாத்தா சொன்னாவோ...!"

" உண்மதான்! வயலுக்க கெடக்கும்லா... அந்த நண்டு நத்தையெல்லா போட்டோ புடிக்க வந்துருப்பாப்ல... வேற வேல வெட்டி கெடையாது... எங்கயாது திரிஞ்சிட்டு லேட்டா வரும்... நாம கேட்டா ட்ராஃபிக் ஜாம்னு கத வுடும்... செவம் செறையாக்கும்...!"

“அஹ்ஹா! ஒங்கப்பா எழுதுன புக்கையெல்லா எங்கம்மா படிச்சதா சொன்னா!”

“ஒங்கம்மக்கி வேற வேல இல்லியாருக்கும்! எங்கம்ம அதெல்லாஞ் செய்யமாட்டா.. அவளுக்க மண்டைல கொஞ்சோல கூறு உண்டு...!”

“ஆமா... எங்கம்ம ஹவுஸ் ஒய்ஃபுதான்!”

“எங்கம்ம ஹவுஸ் சர்ஜன்... எங்கப்பாதாம் பேசண்டு!”

“ஐ எங்கம்மா அந்தா நிக்கா!” என்று அந்தப் பிள்ளை சொல்லவும், நான் பள்ளி வளாகத்தில் தோன்றினேன். மகள் என்னிடம் கோபமாக, “எங்க ஊரச் சுத்தி கெறக்கியடிச்சிட்டு வார நீ?”

நான் அதற்கு, “ட்ராஃபிக் ஜாம் மக்ளே!” என்று சொல்லவும் அவளது தோழி குபீரென்று சிரித்தாள். என்னுடைய ஒன்பதாம் அறிவு வேலை செய்த நொடியொன்றில் அந்தப் பிள்ளையின் இலக்கியத் தாய் என்னிடம் வந்து,

“சார்! நீங்க இங்க படிக்கிறீங்கனு எனக்குத் தெரியாது சார்! ரித்விகா சொல்லித்தான் தெரியும்! உங்களோட ஃபேன் சார் நா!”

அப்போதுதான் என்னுடைய அறையில் சுற்றித் திரிந்த மின்விசிறியின் கண்டென்சரை மாற்ற வேண்டிய நிர்ப்பந்தம் ஞாபகத்துக்கு வந்தது.

நான் அந்தம்மாவிடம், “சீலிங் ஃபேனுக்க கண்டென்சர் அறுவது ரூவா தானம்மா!” என்று அனிச்சையாக என்னுடைய காதலைத் தெரிவிக்கவும்,

அவள் அதற்கு, “சார் நீங்க எஸ்.எல்.பி ஸ்கூல் ப்ராடக்ட்தானே?” என்றாள்.

நானும், “நா இந்த ஸ்கூல்ல படிக்கலம்மா! புள்ளதான் இங்க படிக்கிது...!” என்று சொல்லி வைத்தேன்.

“ஆமா சார்... ரொம்ப சந்தோசம் சார்... நா டதி ஸ்கூல்லதான் படிச்சேன்... “ என்றதும் எனக்கு திக்கென்றாகி விட்டது. ஏனெனில் தற்போது பேரக் குழந்தைகளைத் தாலாட்டிக் கொண்டிருக்கும் முப்பது கூட்டல் வயதுடைய பெண்கள் எங்களுக்கு வைத்திருக்கும் பெயர் என்னவென்றால் ‘வாய்நோக்கிகள் அல்லது சள்ளயன்கள்...’

மகளிடம் சொன்னேன், "மக்கா அந்த பெரியம்ம சொன்னத நீ கேட்டல்லா?"

"ஆமா கேட்டேன்... அதுக்கென்ன?"

"ஒண்ணுமில்ல மக்ளே! இந்தக் காரியங்கள் ஒங்கம்மக்கி தெரியாண்டாம்...!" என்று சொல்லிவிட்டு இரண்டொரு சொட்டுகள் கண்ணீரைச் சொரிந்தேன்.

மகள் என்னிடம் அவளுக்கும், அவளது தோழிக்குமிடையில் நிகழ்ந்த மேற்கூறிய உரையாடலை எடுத்துரைத்தாள். எனக்குள் உறங்கிக் கிடந்த சிக்கன் எழுந்து பறந்தோடி காட்டுக்குள் போனது.

நான் மகளிடம் சொன்னேன்,

"மக்ளே நீ பொறந்தன்னிக்கி உன்னய எனக்க உள்ளங்கையில ஏந்திக்கிட்டு தூங்காமலே இருந்தேனாக்கும்...!"

என்னை ஒரு நாயைப் பார்ப்பது போலப் பார்த்துவிட்டு அவள் என்னிடம், "ஆச்சியும் இதத்தான் சொன்னா!" என்று சொன்னாள். நானும் சும்மா இராமல், "அப்பொறம் என்ன சொன்னா?"

"நீ பொறந்த அன்னிக்கி ஒங்கப்பன் காலைலேர்ந்து எங்க ஒழிஞ்சாம்னு தெரியல... சாயங்காலம் நீ பொறக்கவும் டாக்டரு என்கிட்டதா வந்து உன்னிய தந்தா மக்ளே! பூனக்குட்டி மாதிரி இருந்த... ஒங்க அப்பன் அடுத்த நாளு காலைல வெத்து ஃப்ளாஸ்க்கு ஒண்ண எடுத்துகிட்டுலாத்திட்டு வந்தான்... எவளுக்க எதுப்புல போயி அந்த நாயப் பெத்தனோ? மொண்ணப்பயல்!"

பொருள்: ஒருவனது சத்துருக்கள் அவனது வீட்டாரே!

இப்படிக்கு, திரு.திருவிவிலியம்.

ooo

இவிடம் பாவங்கள் சுத்திகரிக்கப்படும்

மகளைப் பள்ளிக் கூடத்தில் இருந்து அழைத்து வரப்போயிருந்த போது வாசலில் பிரின்சிபாலும் மகளும் நின்று கொண்டிருந்தார்கள். 'இந்தாளு எதுக்கு தொணைக்கி நிக்காருன்னு

யோசித்துக் கொண்டே நெருங்கினால் பிரின்சிபால் மகளைப் பார்த்தார். மகள் அவரிடம் இவன்தான் என்பது போல சைகை செய்யவும் பிரின்சிபால் வணக்கம் வைத்துவிட்டு,

"சார் நீங்க ரைட்டரா?"

'கடவுளே! பிராடு'னு கண்டுபுடிச்சிட்டாரோ' என்று கலக்க மடைந்தவாறே,

"ஆமா! சார்! எதுக்கு கேக்கிதீய?" என்றேன்.

அவர் சடாரென, "எந்த ஸ்டேசன்?" என்று கேட்கவே,

'பள்ளிவெள ரெயில்வே ஸ்டேசன்னு சொல்லியிருக்கலாம்! பெரிய மனுசனாச்சே!' என்று என்னுடைய நாவுகளில் கிளிப்பை மாட்டி,

"சார் நா கொஞ்சம் கொஞ்சம் எழுதுவேனாக்கும்! தொப்பையப் பாத்து போலீசுன்னு நெனச்சிட்டியளோ? ஹிஹிஹி!" என்று சொல்லி வைத்தேன்.

"இல்ல மொகத்துல லேசான கள்ள லெச்சனம் தெரிஞ்சில்லா? அதாங்கேட்டேன்!"

"அது எல்லா ரைட்டர்மாருவளுக்கும் தெரியும் சார்!"

மகள் லேசாகத் தொண்டையைச் செருமவே பிரின்சிபால், "சார்! புள்ளைய பிரமாதமா வளர்த்து வச்சிருக்கேள்!"

சரிதான்... ஏதோ கோட்டிக்காரத்தனம் பண்ணி வச்சிருக்கு பயபுள்ளை. நான் மகளைப் பார்த்தேன். அம்மியை விழுங்கினாற்போல நின்று கொண்டிருந்தது. முகத்தில் ஒரு அசட்டை தெரிந்தது. நான் குழப்பத்தில் பிரின்சிபாலிடம் கேட்டேன்,

"என்ன சார் சொல்லுகியோ? ஒண்ணும் வெளங்கலியே?

இரண்டு நாட்களுக்கு முன்னர் மகள் என்னிடம், எல்லாரும் அவளது வாட்டர் பாட்டிலில் உள்ள நீரைக் குடித்து விடுவதாகவும், அவளுக்குக் குடிக்க நீர் இல்லையெனவும், அவர்களது பள்ளியில் வாட்டர் பியூரிஃபையர் பழுதாகிக் கிடக்கிறது என்றும் பராதி சொல்லியிருந்தாள்.

அதற்கு நான் அவளிடம் 'எல்லாருக்கும் குடிக்க நீர் தரவேண்டும்' என்றும், நீரின் மகத்துவங்கள் குறித்தும் விரிவுரையாற்றி விட்டு பதில் ஏதும் வராததால் பின்சீட்டில் திரும்பிப் பார்த்தேன், அசாத்தியமாக உறங்கிக் கொண்டிருந்தாள். ஐயே இந்தத் தூங்குமூஞ்சிக்கா இவ்ளோ நேரம் பாடமெடுத்தேன் என்றாகி விட்டது.

மறுநாளும் இதே பேச்சு வரவும், உன்னுடைய பிரின்சிபாலிடம் இதை ஒரு புகாராக வை! என்று சொல்லிவிட்டேன்.

அதற்குப் பின் நடந்தவை, மகள் அவளது வகுப்பு ஆசிரியையிடம் பிரின்சிபாலை மீட் பண்ண வேண்டும் என்று சொல்லியிருக்கிறாள். அதற்கு அனுமதியில்லை என்று சொல்லவே நம்மாள் வகுப்பு இடைவேளையின் போது நேராக பிரின்சிபால் அறைக்கு விஜயம் செய்து அவரிடம்,

"சேர்! நா உங்கட்ட ஒரு கம்ப்ளைண்ட் தரணும்!"

பிரின்சிபால் அவளிடம், "என்ன கம்ப்ளைண்ட்! இங்கேல்லாம் பெர்மிஷன் இல்லாம வரக்கூடாதுன்னு தெரியாதா?"

"தெரியும் சேர்! அதே மாதிரி நம்ம ஸ்கூல் வாட்டர் பியூரிஃபையர்

ஓர்க் ஆவலைங்குறது உங்களுக்குத் தெரியுமா?"

"ஞே...!"

"நீங்க வீட்லெர்ந்து கொண்டார்ர தண்ணிய யாருக்காச்சும் ஷேர் பண்ணுவீங்களா சேர்?"

"பண்றதில்லமா!"

"பட் வீ பியூபில்ஸ் ஆர் நாட் லைக் தேட்! வீ ஷேர் ஸோ மெனி திங்க்ஸ் ஒன் டூ ஒன் அநதர்! குட் யூ ப்ளீஸ் ரிப்பேர் த வாட்டர் பியூரிஃபையர்? தேங்க் யூ சேர்!" என்று சொல்லி விட்டு ஆள் இடத்தைக் காலி செய்திருக்கிறது. பிரின்சிபாலுக்கு இவளையும் இவள் வகுப்பையும் தேடுவதற்கே ஒன்றரை மணி நேரம் ஆகியிருக்கிறது. பின்னே உரல் வளர்த்தியில் ஒரு நண்டு வந்து நாக்கை நீட்டி விட்டுப் போனால்மனிதனுக்கு என்ன ஆகும்"

தேடிக்கண்டு பிடித்து வகுப்பில் வந்து பாராட்டிவிட்டு எனக்கும் வாழ்த்துகள் சொன்னார். இவ்வளவும் நடந்து கொண்டிருக்கும்

போதே தூரத்தில் நின்று கொண்டு என்னையே வெட்கத்தோடு உற்றுப் பார்த்துக் கொண்டிருந்த இரண்டு இளம் வடநாட்டு அழகான ஆசிரியைகளை பிரின்சிபால் கவனிக்கவில்லை. நானும் பிரின்சிபால் பேசியதைக் கவனிக்கவில்லை.

இந்த இரண்டு காரியங்களுக்கும் இடையில் எந்த ஒரு சம்பந்தமும் இல்லையென்றாலும்கூட மிகுந்த சம்பந்தங்கள் இருந்ததுதான் ஆச்சரியம். நாளை அவர்களிடம் போய், என் மகள் உங்கள் இரண்டு பேரையும் காதலிக்கிறாள் மிஸ்களே! என்ற காரியத்தை அவர்களிடம் எப்படிச் சொல்லப் போகிறேன் என்பதை நினைத்தால்தான் நாணமாக இருக்கிறது.

வாட்டர் பியூரிஃபையர்கள் நம்முடைய சீவனை வாங்கிவிடும் என்பதை நாம் எப்போது உணரப் போகிறோம் கிறிஸ்துவுக்குப் பிரியமானவர்களே! தேவனே இவர்களது பாவங்களைச் சுத்திகரியும்!

ஐதுரூஸின் விண்ணாணங்கள்

ஐதுரூஸின் பெர்ஷியப் போக்கு

மஹ்றிப்புக்கும், இஷாவுக்கும் இடைப்பட்ட காலம். மைலாஞ்சி வீட்டில் காப்பி குடிக்க அமர்ந்திருந்த அசனாரும்மாவிடம் ஐதுரூஸ் சொல்லிக் கொண்டிருந்தான்,

"ஏ உம்மா! தாளத்துல நிக்கியது? செனங் குடிச்சியத குடிச்சீட்டு எறங்குகியா? நா ஒன்னயக் கொண்டு தாத்துட்டு தக்கலைக்கி போண்டாமாம்மா? கெரங்கிண்டு நிக்கியா?"

"யா மோன! செத்தநேரம் நிக்கிய வுடியானில்லியே? ஒனக்க வாப்புச்சி எஞ்ச நிக்கின்னி ஒண்ணு நோக்கிட்டு வா மோன! இந்தா வாரம்லியா?"

அப்போது வாசல் நடையில் தலை காட்டிய மொய்தீன் ஐதுரூசைக் கண்டு பம்மினார்,'எம்மோ இவனா நிக்கியாய்ன்?' அவர் பம்மியதைக் கண்டுவிட்ட ஐதுரூஸ் துரிதமாக ஒரு கதையைச் சொல்லிவிட ஆயத்தமானான்,

"மொய்தீயாப்பா! எஞ்சயெல்லாய்ன் ஒம்ம கெடந்து தப்பரவியது? நீரு என்னடான்னா நெலைக்காத்த தடவிண்டு நிக்கிதியளே? நேத்திக்கே ஒரு காரியஞ் சொல்லனுன்னு உண்டும் ஒம்மகிட்ட!"

"நீ சொல்லு மோன! வலியாப்பா சீவனுள்ள வரைக்கிம் இந்தக் கோலங்களக் கண்டு கண்ணு கிராவி நிக்கியணும்னி மண்டைல எழுத்து? அல்லாஹ்! சொல்லு மோன கேக்கட்டு!"

"நா ஒரு தடக்க பெழ்ஷியாவிலேண்டு வாண்டிட்டு வந்த ஒரு குப்பாயத்த இன்னக்கி காலம்பரதா எடுத்தோண்டு வந்து காசிம்பீ குட்டிம்மக்கிட்ட குடுத்தேன்!" அதுக்க வனப்பையிம்

வாளிப்பையிம் கண்டீருன்னா கண்ணடச்ச வொக்காம கலங்கி நிப்பீரு பாத்துக்காரும்!"

"குட்டியம்ம கொட சாஞ்சிக் குப்புறக் கெடந்துருப்பாளே மோன?"

"எதுக்கு ஏதும் பேசாதியும் மொய்தீயாப்பா! அந்தக் குப்பாயத்த நம்மூரு சக்கரத்துக்கு அப்பமே முன்னூறு ரூவா குடுத்து வாண்டுனெய்ன்! அது என்னடான்னா குட்டிம்மைக்கி குடுத்து வச்சிரிக்கி!"

"ஒனக்க குட்டிம்ம லேசுப்பட்ட ஆளா மோனே? மச்சக்காரில்லா?"

"எனக்க உம்மா கேட்டா! நாங் குடுத்தனா? குடுக்கெயிலியே? பெத்தது மாத்த்ரந்தாய்ன் அசனாரு! வளத்துனது காசிம் பீவியில்லியா? அந்த ரோசம் நாலு தோலுல இல்லைன்னாலும் அஞ்சாமத்த தோலுல உண்டும்லா?"

"அந்த இத்துப் போன பட்டுக் குப்பாயத்துக்க கதய மைலாஞ்சில வந்து நின்னுக்கிட்டு நாட்ட வேண்டிய காரியமென்ன இரிக்கி ஐதுருசு! பெரும பீத்தக்கலயம் எரும ஓட்டக்கலயமில்லியா மோன?"

"நாம் பெழ்ஷியாலேர்ந்து வந்தவொடனேதானே குட்டியும்மா கைல குடுத்துருக்கணும்! எதேது எப்ப கிட்டணுமோ அது கிட்டியாவும்லியா மொய்தீயாப்பா?"

"நீ பெழ்ஷியாலேர்ந்த காரியத்த ஒரு போர்டுல எழுதி கழுத்துல மாட்டிக்காயாம் ஐதுரூசு மோன? சும்மசும்ம நின்னுக்கிட்டு பந்தில வெளம்பாண்டாம்லா? ஆளுகளும் எளுப்பம் மனசிலாவும்லா மோனே?"

"வாப்பா பரியாசடிக்கியளோ?"

"அதுங்கூட இப்பத்தா கொப்பன...ளிக்கி ஒணருல ஒறைக்கி இல்லியா? எல்லா எனக்க கொண்ணன செல்லணும்! அன்னக்கி ராவுக்கு பட்டணம் பள்ளில கச்சேரிக்கி விளிச்சைய்ன்! வராண்டு வீட்டுல கெடந்தாய்ன்! இன்னக்கி நா இந்த எழவு கத மயிரையெல்லாங் கேக்க வேண்டி வந்துட்டு!"

"நா போறே மொய்தீயாப்பா!"

“தயவு செஞ்சி போய்ரு மோன! காலம்பர தாலிக்கெட்டுக்கு வரலைன்னாலும் கொழப்பமில்ல கேட்டியா? வாரவுகளாது ஒனக்க பேதில போன பெழ்ஷியா கதையள கேட்டு மையத்தாவாண்டு தப்பி பொழக்கிம்லியா?”

இதுரூஸ் விறுவிறுவென நடந்து முற்றத்துக்கு வந்து காரின் அருகில் நின்று கொண்டான். அசனார் உம்மா நடந்து வந்துகொண்டே இதுரூஸிடம் கேட்டாள்,

“யாம்மோன மூஞ்சி சாணப் புடிச்ச மாறி இரிக்கி? வாப்புச்சிய கூட்டத்துல எஞ்சயாங் கண்டியா? மனியேய்ன் ஆருக்கிட்ட போயி வளம வித்துக்கிட்டு நிக்கியாரோ எண்ட ஹல்லா?”

அப்போது அங்கிருந்து இதுரூஸின் வாப்பாவும், மருமகள் பல்கீசும் காரை நோக்கி வரவே அசனாரும்மா வண்டியில் ஏறி அமர்ந்தாள். பல்கீஸ் ஓடிவந்து அசனாரும்மாவிடம்,

“மாமிக்கி இவ்வேளைக்கி என்ன பிலாவொடிக்கிய பணியோ? வந்ததும் வராதுமா வண்டியில கேரியாச்சில்லியா?”

“அந்தி மோந்தியாகுல்லாட்டி? பாங்கு செல்லியதுக்கு மிந்தி வூட்டுல அடையாண்டாமா? திரியாளே திரிச்சீலயுங் கொளுத்திண்டு?”

“நாங் கண்டனா கேட்டனாம்மா? கைஜாபீ லாத்தாதாய்ன் ஒன்னிய தெரக்கிட்டு நடந்தா கேட்டேளா மாமியேய்?”

“ஆங்! அந்த இபிலீச காலம்பரக் காணுகம்ன்னி செல்லுளா!”

“என்னத்தயாம் பிச்சி வாய்க்க போட்டுகிட்டு போலாம்லா மாமீ! வெறுங்கும்பியும், வெந்த கும்பியுமாவா போவாவ? வெள்ள அலுவா, செம்பலுவா, பத்திரி, நெய்யொரட்டி, கிண்ணத்தப்பம், ப்ரோட்டாவும், கறியும்ன்னு எறஞ்சி கெடக்கி! போற போக்க கண்டேளா?”

“எம்மோ நீ கெடந்து சுருட்டாத கேட்டியா? கெடந்து கினாட்டியா? நீ வண்டிய எடு மோன இதுரூசு!”

“கண்ட கண்ட நாயளுவ எல்லா நம்ம வீட்டுல காப்பி குடிக்கி! மாமிக்கி திங்க என்ன கொள்ளையோ? கொப்ப...ளி!” என்றவாறே பல்கீஸ் நடந்து போனாள்.

ஐதுரூஸின் வண்டி அழகிய மண்டபத்தை நோக்கிப் போய்க் கொண்டிருந்தது.

○○○

ஐதுரூஸ் கண்ட ஏதேன் தோட்டம்

திருவாங்கோட்டுக்கு வந்திருந்த ஐதுரூஸ் மொய்தீன் வாப்பாவிடம் ஒரு கதையைச் சொல்லிவிட எத்தனித்தான், "மொய்தீயாப்பா! இந்த கதய கொஞ்சோல செவி குடுத்துக் கேளுமா!

"சொல்லு ஐதுரூசு மோன...!"

"நாங்'கப்பல்ல இருந்தாக்குல ஒரு காரியஞ் சொல்லீருக்கேன்... ஓர்ம இருக்குவா ஓமுக்கு?"

"எனக்கிப்ப தொண்ணுறாமத்த வயிசு நடக்கு... நானே உடுத்த துணி ஓர்மயில்லாமகெடக்கேன்... ஒனக்க உம்மா கூடவே சேந்தாக்குல நானும் மையத்தாயிருந்தம்னா இன்ன நாளு பத்தாமத்த ஆண்டு தெவச்சிருக்கலாமாயிருந்து... அல்லா!!!"

"இறைவன் விளிக்கம்ப போய்த்தானே ஆவணும் வாப்பா! இங்கன கெடந்து சடஞ்சி மாயாங்க மொய்தியாப்பா! நல்ல ரசமாயிட்டி ஒரு கத இரிக்கி... செத்த காத குடுங்கோ...!"

"சொல்லு மக்கழே!"

"எம்பத்தொம்பதுல இப்டித்தான் ஒருநா வெள்ளன... பசிபிக் கடலுல போய்ட்டிருந்தோ...!"

"வள்ளத்துலயா மோன?"

"செல்லியத கேளுங்கோ வாப்பா! அதுவொரு பெரிய மெர்ச்சன் நேவி கப்பலு.... எண்ண கொண்டுட்டு சிங்கப்பூரு போனோம்..."

"யாம்மக்கா இந்த சிங்கப்பூருல எண்ண கெடச்சாதோ... அதான் இந்த சீனாக்காரப் பெயலுவ தலையெல்லாம் பரட்ட மாதிரி இரிக்கி.... இல்லியா மோன...?"

"எடைல பேசாதிங்கோ வாப்பா! எண்ணையின்னா நம்ம வீவீடி எண்ண கெடையாது... கச்சா எண்ண... அதுல இருந்துதா பெட்ரோலு, மத்தது, மறச்சது எல்லாம் எடுக்கியாங்கோ!"

"நீ சொல்லு மோன... கத நல்ல ரெசமா இரிக்கி..."

"ஆங்... எங்க வுட்டேன்..."

"மத்தது, மறச்சது..."

"அந்தாக்குல... அந்தாத் தண்டி கப்பலு... நீந்திப் போயிட்டேயிருந்தாக்குல... நல்ல கடலடி இருந்து... கப்பலு லெம்பிலெம்பிப் போகு... நா மேல டெக்குல வந்து ஒரு சுருட்டப் பத்த வச்சேங் கேட்டியளா?"

"எல தா...ளிமோன நீ சுருட்டெல்லாம் வலிப்பேல்லியாடே!"

"அது அப்பம் வாப்பா... இப்ப வுட்டுட்டம்லா? அந்தால கதயக் கேளும் வாப்பா... கடல்ல தூரத்துல ஒரு வெளிச்சம்... புகுபுகுன்னி எரியி..."

"எவனாது கரையில மீனு சுட்டு தின்னிருப்பான்.. இல்லியா மோன...?

"குறுக்க பூராம பூரா கதயயுஞ் சொல்ல வுடாம் மொய்துட்டி இபிலீசு..."

"சொல்லு மோன... நா இனி அனக்கங் காட்டேயில..."

"வெளிச்சந்தெரிஞ்ச எடத்த கூர்ந்து பாத்தேம்... என்னானு பாத்தா ஏதேந்தோட்டம்... வெளீல கேரூபின்கள் எல்லாருஞ் சேந்து ரெண்டு கையிலயும் வீசிக் கொண்டிருக்கும் சுடரொளிப் பட்டயத்த ஏந்திக் கிட்டு நின்னுகிட்டிரிந்தாங்கோ... அந்தப் பக்கத்துல மனுச நடமாட்டமே இருக்கியாதாம்... கிட்டப் போனா பொசுங்கிச் சாவதுக்குத்தான் இந்த ஏற்பாடு...!"

"நல்ல ருசியான கததான்... சொல்லு கேக்கட்டு..."

"இந்த பெர்முடா முக்கோணந் தெரிமா வாப்பா?"

"எனக்கு குடும்பக் கட்டுப்பாடு முக்கோணந்தாந்தான் தெரியும்... அதுகூட அம்பது வருசத்துக்கு முன்னால அறிஞ்சிருந்தா ஓனக்க

ஹலிமா லாத்தாவோட நிறுத்திருப்பேன்... நீ சொல்லிய இந்தச் செத்த கதையள கேக்க வேண்டிய நெலம வந்துருக்காது...!"

"நீங்க என்னய நம்பலியா வாப்பா?"

"நீ சொல்லு மோன... கத நல்ல ரசமாயிட்டுண்டுல்லா...?"

"அந்தாக்குல வாப்பா... நா எனக்க கேப்டன விளிச்சி வருத்தி அத காணிச்சேன்...!"

"ஒடந்தானே ஒன்னைய கப்பல்லேர்ந்து எறக்கி வுட்டுருப்பானே அந்த கேப்டன் கெடந்தவேன்?"

"இல்லல்லா.... வந்து பாத்துட்டு வாயப் பொளந்துட்டான்... நாந்தா அவங்கிட்ட பூரா கதையையுஞ் சொன்னே...!"

"அதுக்கு அந்த கூய்வுள்ளை என்ன சொல்லிச்சி மோன?"

"இட்ஸ் இண்ட்ரஸ்டிங்'னு சொன்னான்...!"

"அவெ எந்தூருக்காரன் மோன.... கிறிஸ்டியானியா...?"

"அவன் அமரிக்காக் காரன்... கிறிஸ்டீனு!"

"பாத்தியா நீ சொன்ன கத அவனுக்கே ரசமாயிருந்துருக்கு... அப்புறம் என்னாச்சி?"

"அதுக்கப்புறந்தான் நா கப்பல வுட்டுட்டு வந்துட்டம்லா...?"

"அட மண்டப்பெயலே... இன்னுங் கொஞ்ச நாளு கப்பல்ல இருந்திருந்தீன்னா... காணாமப் போன நேதாஜி சுபாசு சந்தர போச கண்டுபுடிச்சிருக்கலாம்லா மோன...?"

ஐதுரூஸ் வாழ்க்கையை வெறுத்து எழுந்து திருவிதாங்கூர் ஜங்சனுக்கு டீ குடிக்க வந்தான்.

○○○

திரிசங்கு தில்லை

ஒரு உச்சிகால ஜல போஜன சபையில் பாடகர் தில்லை தன்னுடைய மூன்றாம் குவளையின் முடிவில் பாடத் துவங்கினான். அருகில் அமர்ந்திருந்த நண்பரும் பார்வையாளருமான பரதேசஒளி தன்னுடைய ஆறாவது குவளையை பல்படாமல் தொண்டைக்குள் நிரப்பி அந்த ஆராதனையை தம்முடைய தொடைகளில் ஓசையை எழுப்பியவாறே ரசிக்க ஆரம்பித்தான்.

தில்லை : “வாழ்மூாத வாழ்வெணக்கு வந்ததென்று நாணிருந்தேன்! வீற்றிஞுந்த மணழ்பரப்பு வேதனையைக் கூட்டுதடி!”

பரதேசஒளி : “எண்ணே! பாட்ட கொஞ்சம் நெரத்து! பாட்ட மாத்தூனது மாறி தெரியி! தப்பா இஞுக்கே? லைணு தப்பு கேட்டியா?”

“இதுக்குதான் நாம் பாட மாட்டம்னு சொன்னெய்ன்! வுட்டாமில்ல! பேயாம கெடடே! பாடு நக்குன்னுக்கிட்டு! இந்தப்படம் ரிலீசாவம்ப ஒனக்க தள்ள சடங்காவல்ல! நேத்து பொறந்த நாயி... நீயென்னன்னா லைணு! மயிருன்னு வச்சியெல்லியா?”

“எண்ணோ! அப்புடிச் சொல்லாத கேட்டியா? தம்பி தப்புன்னா பொசுக்குன்னி சொள்ளிருவேங் கேட்டியளா? கோவிக்காய்ங்கோ! பாடுண்ணோ!”

“பாட முடியாது போலே! பாடையில போனவனே!”

“நீ பாட்டு பாடையில நா மோட்சத்தையே காணுவெங் கேட்டிளாண்ணா?”

“மொதல்ல நீ சாவு! பொறவு மோச்சத்துக்கோ, நரவத்துக்கோ போ! இப்ப மனியன குடிக்க வுடு!”

“எண்ணே! ரெண்டு லைனு பாடுண்ணே! நா ரெண்டண்ணம் வீத்தட்டு!”

“நீ வீத்து! ஊத்தெடுத்து ஊது! நாம் பாடயெல்லா முடியாது! போலே!”

“ரெண்டு வரி பாடுண்ணே! தயவு செய்து... தம்பி கேக்கம்லியா?”

“தம்பி கெடந்தாய்ன்! போலே அந்தால!”

“எண்ணோ! ஒனக்கிட்டத்தானே கேக்கவொக்கும்! நீ பாடுனா எஸ். பி.பாலசுந்தரமே எந்திச்சி நிக்கணும்! அப்புடி ஒரு கொரலுளா ஒனக்கு! செத்தோல பாடுண்ணா!”

“லேய்ய்! சும்மா இரி கேட்டியா! துன்பப் படுத்தாத!”

“எள்ளோல பாடாம்ணே?”

“அதாம் மாட்டம்னு சொன்னம்லியா?”

“எண்ணோ அப்புடிச் சொல்லாத கேட்டியா! மொத நல்லாத்தான பாடிட்டிருந்தா? பெறவு என்ன கொளுத்தியோ?”

“எனக்க வாயக் கிண்டப்புடாது கேட்டியா?”

“லேசா ரெண்டு வரி பாடம்ணே? தம்பி கேக்கியம்லா?”

“லே! நா நக்குனதே கொஞ்சோல! அதயிம் எறக்கி வுட்டுராதடே.. நல்லாருப்ப!”

“எண்ணே வெறும் டூ லைன்ஸ்! பிழீஷ்!”

“பேசாம போயிருடே தம்பி!”

“நாஞ்சொன்னா பாடுவியா? எளியவங்குண்டி ஏரோபிளேனுல ஏறுமா? நா ஒரு ஏழைதான?”

“என்னெடே சம்பந்தமில்லாம சளம்புக!”

“ஒரு பாட்டுதான கேட்டைய்ன்? ஒனக்க சொத்துல பகுதியவா கேட்டைய்ன்? ஒரு ரெண்டு லைனு! பாடு... கேக்கட்டு!”

“முடியாது போலே!”

“செவம்... ஒரு அஞ்சி பைசாவுக்கு பாடுனாப் போதுங் கெட்டியாண்ணா?”

“சும்மா இரிலே!”

“எண்ணோவ் ஓங்கிட்டதானே தம்பி கேப்பெய்ன்? ஊருக்குள்ள ஆயரத்தெட்டு பேரு பாடியானுவா? அவியக்கிட்டயெல்லாந் தம்பி போயி நிக்கவொக்குமா? நீயே சொல்லு! லேசா பாடுண்ணோ!”

“லே பரதேசம்! சொன்னாக் கேளு கேட்டியா! நானே சங்கடத்துல இருக்கேன்!”

“அதாம்ணே தம்பி கேக்கியெய்ன்! சங்கடத்துல இருக்கம்ப பாடுனா ரெசமாயிட்டு இரிக்கிம்லா? செத்தோல பாடு கேட்டியா!”

“செவம் சும்மா இரிடே! தலைக்கி வட்டெளவுகு!”

“பாடுணே! எவ்ள ஆசையா தம்பி கேக்கியெய்ன்? பாட மாட்டம்ங்க?”

தில்லையின் மனதில் பெரும்கவலை எழுந்து விட்டது. ‘தன்னுடைய பாடலை ஒருவன் இத்தனை நேசிக்கிறானெனில் தான் நிச்சயமாக ஒரு சங்கீதகலா சகலகலா வல்லவனாகத்தானிருக்க முடியும்!’ என்னும் எண்ணம் அப்பிப் பிடித்துக் கொண்டது. நான்காவது குவளையை வாயில் ஊற்றிக் கொண்ட தில்லை பெருங்குரலெடுத்து,

“இதயம் ஒரு கோயிழ்! அதிள் உதயம் ஒரு பாழ்டழ்! இதிள் வாழ்ழும் தேவியேவ்வ்! இஷையே மழ்ஹையா நாழும் பூட்டுவேன்வ்வ்!”

பாடல் ஒலிபரப்பாகிக் கொண்டேயிருக்கையில் பரதேச ஒளி தன்னுடைய வாய்க்குள் கையை விட்டு தன்னுடைய கடைவாய்ப் பற்களில் ஒன்றை வெடுக்கெனப் பிடுங்கிக் கையில் எடுத்து அதைப் பார்த்துக் கொண்டே,

“பொலயாடியுள்ளா! கடவாப்பல்லு கூய்வுள்ளா! ஓழத்தொரு நாளாச்சி ஆடத் தொடங்கி.. நீயும் தானா வுழுவேவுழுவேன்னு பாத்தா தொங்கீட்டு நடக்க இல்லியா? செத்தக் கூய்மோன!”

இதைக்கண்டு திடுக்கிட்ட தில்லை சலிப்பில், “செவம் பாட வுடியாம்லியே! பாடு பாடுன்னு சீவன வாங்குனாய்ன்! பாடுனா பல்ல புடுங்கிக் கைல வச்சிருக்கு... செத்த செவம்!”

“எண்ணோ! நீ பாடுண்ணோ! நீ பாடுனா நட்டம நிக்கிய ஆலமரமே அசையிம்! ஆடுக பல்லு வுழாதா? நீ பாடு கூயுள்ளா!”

“லேய்! என்னத்தலே அனாவசியம் பேசுன?”

"ஏ அண்ணோ! நீ பாடு! இல்லையின்னா பாடையில போய்ப் படு! தா...யொளியுள்ள! பாடுகாம் பாட்டு பலவர...ளி? நாலு கழுதைக்க மோத்தரத்த வாங்கிக் குடியாம்! இந்த ஊருல நாயி கூட நல்லாப் பாடும்! ஒனக்க கொரல கேக்கியதுக்கு நா என்ன பாவஞ் செஞ்சனோ? பிதாவே! அது கொரலா இல்லையின்னா கொரளியா? இவனெல்லா இன்னும் சாவ நாளத்து ஊருக்குள்ள நடக்கானே? பிண்...ச்சி மொவன்?"

என்றவாறே எழுந்து நடந்துபோன பரதேசஒளியை கண்ணீர் மல்கப் பார்த்துக் கொண்டிருந்தான் இசையின் பிதாமகன் தில்லை. ஒரே வாய்க்குள் பலரசப்பட்ட பானத்தை விதைத்து, பரவசமூட்டும் பாடலை ஒருசேர எங்ஙனம் அறுவடை செய்வது இறைவா? ஒரு பானகனாய் இருப்பதை விடவும் கடினம் பாடகனாய் இசைப்பது!

ஊதல் ஓசைபட வாழ்தல்! இவ்விரண்டும் பரதேச ஒளியின் கடைவாய்ப் பற்களில் வெட்டுவாங்கிச் சாதல்!

○○○

அரவிந்தன்

இருபது ஆண்டுகளுக்குப் பின்னர் அரவிந்தனைச் சந்தித்தேன். பெட்ரோல் பங்கில் வேலை செய்கிறான். அவனை நான் அடையாளம் கண்டு கொண்டேன். ஏனோ என் முகம் அவனுக்குத் தெரியவில்லை. அந்த பெட்ரோல் பங்கின் உரிமையாளர் என்னுடைய நண்பர். அவனிடம் கொஞ்ச நேரம் பேச வேண்டும் என்று அனுமதி பெற்றுக் கொண்டு ஒரு டீக்கடைக்கு அழைத்து வந்தேன். ஒரு பெரும் தயக்கத்தோடு என் கூட வந்தேன். குற்ற உணர்வாய்க் கூட இருக்கலாம்.

அப்போது நாங்கள் ஒன்பதாம் வகுப்பு படித்தோம். மிக நன்றாகப் படிப்பவன். நானொரு தாந்தோன்றி. பாடத்தை வகுப்பில் படிப்பதோடு சரி. வீட்டுக்கு வந்தெல்லாம் புத்தகத்தைத் திறந்ததேயில்லை. பார்டர் லைனிலாவது பாசாகி விடுவேன் என்று அப்பாவுக்கும், அம்மாவுக்கும் தெரியும். அவர்களும் நீ இந்த படிப்பைத்தான் படிக்க வேண்டும் என்று வற்புறுத்தியதெல்லாம் கிடையாது.

ஒருநாள் அப்பா என்னிடம், நீ ஒரு டாக்டர் ஆகவேண்டும் என்று கூறிய போது, நான் ஒரு பஸ் கண்டக்டராகவே ஆசை என்று கூறியதால் அவர் என்னை ஒரு சில்லறைப் பயல் என்று அடையாளம் கண்டு கொண்டு ஒதுங்கி விட்டார்.

அப்பாவின் ஒரே கண்டிஷன் என்னவென்றால், நீ என்ன மார்க் எடுத்தாலும் உன்னுடைய பிராக்ரஸ் ரிப்போர்ட்டில் கையெழுத்திட்டுத் தருவேன். என் கையெழுத்தை மட்டும் கேவலமாக வரைந்து அசிங்கப் படுத்தாதே என்பதுதான். அவரது கையெழுத்து ஒரு மிகப்பெரிய முட்டையில் துவங்கி குட்டி குட்டி முட்டைகளாக எதிர்த் திசையில் போய் சோகமாக முடிவடையும். கீழே ஒரு கோடு போட்டு அன்றைய தினத்தைக் குறித்து கல்வெட்டாய் உருவேற்றுவார்.

பிட் எழுதுகிற நேரத்தில் அந்தப் பாடத்தைப் படித்துவிடலாம் என்ற எண்ணம் எனக்கு இருந்ததால் நான் பிட் எழுதி பரீட்சை எழுதியதில்லை. தேர்வு வேளையில் நன்றாகப் படிக்கும் மாணவர்களைச் சீண்டி தங்களது விடைத்தாளை காட்டுமாறு பல்லிளிக்கும் சக மாணவர்களை நான் மதிப்பதேயில்லை. தங்களது விடைத்தாளை ஒளித்து வைத்து எழுதும் மாணவர்களை நான் கால் காசுக்கு பெறாதவர்கள் என்று முகத்தில் துப்ப எண்ணியதுண்டு.

அரவிந்தும் அப்படிப் பட்டவன்தான். ஆனால் என்னுடைய நெருங்கிய நண்பன். எங்கு சென்றாலும் என்னோடே கூட வருவான். கிரவுண்டுக்கு விளையாடப் போனாலும் அவனோடுதான். நாகர்கோவிலில் மொத்தம் நான்கே சாலைகள்தான். அதில் எங்கள் கால்கள் படாத மூலை முடுக்கே கிடையாது. என்னிடம் அப்போது ஒரு ஹீரோ ஜெனரேஷன் எக்ஸ் சைக்கிள் இருந்தது. நாங்கள் பெரும்பாலும் டபுள்ஸ்தான் போவோம். அவன் என்னைவிடவும் கனத்த சரீரம் உடையவன். ஆனாலும் அவனை முன்பக்கம் பாரில் உட்கார வைத்து நான் மிதிப்பேன்.

அவன் இரண்டு பஸ் ஏறி பள்ளிக்கு வருவான். சாயங்காலம் நான்தான் அவனை பஸ் ஸ்டாண்டில் கொண்டு போய் விடுவேன். அவனது வீடு பள்ளியிலிருந்து சுமார் எட்டு கிலோமீட்டர் தூரத்தில் இருந்தது. எனக்கு அவ்வளவு தூரம் வரைக்கும் பயணிக்க வீட்டில் தடை இருந்தது. ஆறு மணிக்கு முன்னால் வீட்டில் போய் உட்காரவில்லையென்றால் அடுத்த நாள் சைக்கிள் சீட்டில் உட்கார முடியாது.

ஒரு தேர்வு நாளொன்றில் அரவிந்தன் தன்னுடைய மேதமைத் தனத்தைக் காட்ட எண்ணி சக பாவப்பட்ட மாணவனை ஒரு குடிகார ஆசிரியரிடம் காட்டிக் கொடுக்க அந்த மகான் அவனைப் விடைத் தாளோடு சேர்த்து வெளியில் வீசிவிட்டார். முதன் முறையாக அரவிந்தன் மீது தீராத கோபம் வந்தது. எனக்குக் கோபம் வந்துவிட்டால் என்னைக் கட்டுப்படுத்தவே முடியாது என்பது அரவிந்தனுக்கு அன்றுதான் தெரிந்தது. அரவிந்தனின் வாயிலிருந்து ரத்தம் கொட்டியது. மூக்கிலும் முட்டியிலும் சிராய்ப்பு. பள்ளியின் பின்பக்கம் நின்று கொண்டு அந்தக் குடிகார ஆசிரியரின் நெஞ்சில் சரளைக் கல்லை குறிபார்த்து எறிந்ததில் குறி தவறாமல் அவரது மண்டை கீறியது.

பெரும் பஞ்சாயத்து நடந்து முடிந்தபின்பு அரவிந்தனுக்கும் எனக்கும் மிகப்பெரிய இடைவெளி. ஒரே வகுப்பில் இருந்தாலும் வேறு வேறு கிரகத்தில் அமர்ந்திருந்தோம். அவனது பிரிவை என்னால் தாங்கவே முடியவில்லை. அந்த சம்பவத்துக்குப் பின்பு அந்த ஆசிரியரை எல்லாரும் "மண்டகீறி மாணிக்கம்" என்று அழைத்தது வேறு இன்னொரு தலைவலியை உருவாக்கியது.

அவர் தேவையில்லாமல் என்னைச் சீண்டி எப்படியாவது என்னை டீ சி கொடுத்து வெளியில் தள்ளிவிட வேண்டும் என்று கங்கணம் கட்டிக் கொண்டார். ஒருமுறை என்னை அவதூறாகப் பேசியதால் நான் மதியம் வீட்டுக்குச் சென்று தாத்தாவின் கத்தியை எடுத்து வந்து மாணிக்கத்தின் ஸ்கூட்டர் சீட்டைக் கிழித்து விட்டு, நேராக அவரிடம் சென்று , "இன்னிக்கி உம்ம வண்டிக்க சீட்டு! இனிமேலால் வம்புக்கு வந்தீருன்னா ஓமக்க நெஞ்சி! அவ்ளதாம் பாத்துக்காரும்!" என்று சொல்லிவிட்டு வந்துவிட்டேன். அதன் பின் தொல்லை இல்லை.

ஆனாலும் அரவிந்தன் பேசவேயில்லை. என்றாவது ஒருநாள் பேசிவிட மாட்டானா என்று ஏங்கிப் போயிருந்தேன். அவனில்லாமல் என்னிடம் யார் யாரோ பேச முயன்று தோற்றுப் போனார்கள். நானும் யாரிடமும் நெருங்கவேயில்லை. இன்னுமொரு நட்பு எனக்குத் தேவையில்லாமல் போயிருந்தது. எப்போதும் தனிமை.

அப்படியிருக்கும் போது ஒருநாள் அரவிந்தன் என்னை அவனது வீட்டிற்கு சனிக்கிழமை வருமாறு அழைத்ததாக தகவல் சொல்லி அனுப்பினான். அன்றுதான் எனக்கு தீபாவளி, பொங்கல், கிறிஸ்துமஸ் எல்லாமே... அன்றிரவு முழுக்க எனக்குத் தூக்கமேயில்லை. சனிக்கிழமை வந்தது. கிட்டத்தட்ட பன்னிரெண்டு கிலோமீட்டர்கள் சைக்கிள் மிதித்து அவனது வீட்டிற்குச் சென்றேன்.

மனம் முழுக்க படபடப்பு... 'என்ன சொல்வானோ? நான் என்ன பேச?'

அவனது வீட்டுக் கதவைத் தட்டினேன். அவனது அம்மா கதவைத் திறந்தாள்.

"நீதானே! அரவிந்தனுக்க வாய அடிச்சி ஒடச்ச? அப்பொரம் எதுக்குப்போ இங்க வந்த? அவனுக்கு ஒன்னய பாக்க இஷ்டமில்லியாம்! கிளம்பு!"

நான் கெஞ்சினேன், "அம்மா! ஒரே ஒரு தடவ அவன பாத்துட்டுப் போயிர்ரென்! அவன கூப்புடுங்கம்மா!"

அவள் செவி சாய்க்கவில்லை. என் கூக்குரலை பலர் நின்று பார்த்துவிட்டுப் போனார்கள். சத்தமாகக் கத்தினேன்.

"அரவிந்தா இதுக்கா என்னய இவ்ளோ தூரம் வார வச்ச?"

என்னுடைய கண்ணீர் நிற்கவில்லை. அதற்கு என்ன துக்கமோ? சைக்கிள் டயர் வேறு மூச்சை விட்டிருந்தது. சைக்கிளைக் கையில் பிடித்துக் கொண்டு அரை டவுசரோடு சாலையில் தனிமையில் அழுது கொண்டே நடந்து வந்த பரிதாபத்துக்குரிய அந்த நாளை இன்றைக்கு நினைத்தாலும் அழுகை வரும். பஞ்சர் ஒட்டக் கூட அப்போது காசு இல்லை. நான் இவ்வளவு தூரம் வரும் விஷயம் வீட்டிற்குத் தெரியாது. தெரிந்தால் அனுமதி கிடைக்காது ஆகையால் எதுவும் சொல்லவில்லை. வீடு வந்து சேர ஐந்து மணிநேரங்கள் ஆகிப் போயிருந்தன.

'அரவிந்தன் ஏன் அப்படிச் செய்ய வேண்டும்? என்னைக் கேவலப் படுத்த வேண்டும் என்று எண்ணியிருந்தால் என்னை அம்மணமாக ஓட விட்டிருக்கலாமே? ஏன் இப்படி காயப் படுத்தினான்? இப்படியெல்லாமா ஒருவனைப் பழி வாங்குவார்கள்? அவனது அன்பை நாடிப் போனது தவறே இல்லை! ஆனால் அதற்காக இப்படியா?' என்னால் தூக்கத்தைக் கட்டுப்படுத்தவே முடியவில்லை. உடைந்து அழுதபடியே சாலையில் நடந்த அந்த ஐந்து மணிநேரங்கள் வாழ்வில் மறக்க முடியாதது. அன்றைக்கு அப்பாவிடம் அழுது புலம்பி நான் இனிமேல் அந்தப் பள்ளிக்குப் போகவே மாட்டேன் என்று சொல்லி அடுத்தநாள் அப்பா போய் டீசி வாங்கி வந்து என்னை வேறொரு பள்ளியில் சேர்த்தார்.

புது நண்பர்கள், புது தோழிகள் என்று எல்லாம் மாற ஆரம்பித்தன... அரவிந்தனின் அந்த பழிவாங்கல் மட்டும் மனதை விட்டு அகலவேயில்லை. அன்றைக்கு என்னை சந்திக்க விரும்பாத அரவிந்தன் இதோ பாரத் பெட்ரோலியம் சீருடையில் டீக்கடையில் என் முன்பாக அமர்ந்திருக்கிறான்.

"அரவிந்தா! நீ மட்டும் அன்றைக்கு வீட்டுக்குள்ளிருந்து வெளியில் வந்து என்னைப் பார்த்திருந்தால்?"

வார்த்தைகள் துண்டு துண்டாக வந்து விழுந்தன. எனக்கு துக்கம் நெஞ்சை அடைத்தது. அவன் தலையைக் குனிந்து கொண்டான். நான் மீண்டும் கேட்டேன்.

"என்னை ஏன் உதாசீனப் படுத்தினாய் அரவிந்தா?"

இம்முறை நான் கட்டுப்படுத்த முடியாமல் அழுதேன். டீக்கடையில் எல்லாரும் எங்களைப் பார்த்தார்கள். அரவிந்தன் குனிந்து உட்கார்ந்து அழுததில் அவனது கண்ணீர் டீ கிளாசில் விழுந்தது. கொஞ்ச நேரம் அமைதி.

எழுந்து காரை நோக்கி நடந்தோம். அந்தச் சூழல் சகஜமாக கொஞ்ச நேரம் எடுத்துக் கொண்டது. அரவிந்தன் தன்னுடைய மவுனத்தைக் கலைத்தான்.

"நீ அப்போ அவ்ளோ புஸ்கு புஸ்குன்னு இருப்ப? இப்ப தாடியெல்லா வச்சி சந்நியாசி மாறி ஆயிட்டியே?"

"சும்மாதான் வச்சிருக்கேன்! வேற என்ன வித்தியாசம் தெரியிது அரவிந்தா?"

"அப்போ மாட்டுன டவுசர இப்பவும் கழத்தல பாத்தியா?"

அவனுக்கு சிரிப்பு வந்து விட்டது. நான் அவனைக் கட்டியணைத்துக் கொண்டு மீண்டும் அழுதேன். அன்பு ஒன்று மட்டும்தான் எல்லார் முன்பாகவும் நம்மைக் கொண்டு போய் நிறுத்தும். மண்டியிடச் செய்யும். சாகும் வரைக்கும் வாழ்வதுதான் வாழ்வு.

ooo